धुक्यात
हरवली
वाट

अत्यंत सुंदर आणि
वास्तववादी कादंबरी

धुक्यात हरवली वाट

(कादंबरी)

विजया मारोतकर

TM

दिलीपराज प्रकाशन प्रा. लि.

२५१ क, शनिवार पेठ, पुणे - ४११ ०३०.

◈ **धुक्यात हरवली वाट**
Dhukyat Haravali Wat

◈ **प्रकाशक -**
राजीव दत्तात्रय बर्वे, मॅनेजिंग डायरेक्टर,
दिलीपराज प्रकाशन प्रा. लि.
२५१ क, शनिवार पेठ, पुणे - ४११ ०३०.
☎ : २४४९५३१४, २४४८३९९५,
२४४७१७२३ (सर्व फॅक्ससहित)

◈ **लेखिका -**
विजया मारोतकर
३१२, पुष्पांजली अपार्टमेंट,
डॉ. हेडगेवार स्मृती भवनजवळ,
रेशीमबाग, नागपूर - ०९.

◈ **प्रकाशन क्रमांक** - २२८६

◈ **प्रथम आवृत्ती** - १५ जून २०१६

◈ **ISBN** - 978 - 93 - 5117 - 123 - 2

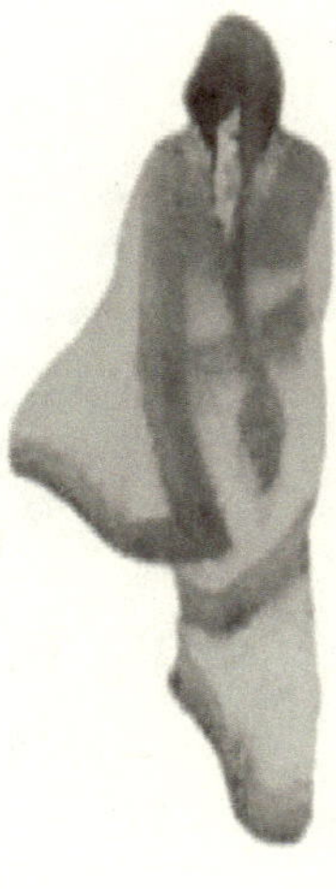

◈ **टाईपसेटिंग -**
सौ. मधुमिता राजीव बर्वे,
पितृछाया मुद्रणालय, ९०९, रविवार पेठ,
पुणे - ४११००२.

◈ **मुद्रितशोधन** - मिलिंद बोरकर

◈ **मुखपृष्ठ** - सुहास चांडक

जगण्याच्या वाटेवर भरकटलेल्या

पावलांना योग्य दिशा दर्शविणाऱ्या

दीपस्तंभांना समार्पित

- विजया

प्रस्तावना

विजया मारोतकर या एका सिद्धहस्त लेखिकेच्या 'धुक्यात हरवली वाट' या एका सुंदर कादंबरीची प्रस्तावना लिहिण्याची संधी मिळेल, असे मला कधीच वाटले नव्हते. पण हा एक योगायोग आहे, असेच म्हणावे लागेल. 'प्रस्तावना' या शब्दापेक्षा मला 'मनोगत' हा शब्द अधिक योग्य वाटतो. कारण हे माझे या कादंबरीबाबतचे मनोगतच आहे. प्रथम मला हे सांगणे आवश्यक वाटते की, महाराष्ट्रामध्ये मराठी भाषेच्या क्षेत्रात हाताच्या बोटांवर मोजण्याइतकीच जी उत्कृष्ट प्रकाशने आहेत, त्यात दिलीपराज प्रकाशनाचा नंबर बराच वरचा लागतो. श्री. राजीव बर्वे यांनी हे एक असिधारा व्रतच स्वीकारले आहे, असे म्हटले तरी चालेल. अर्थात ते मराठी भाषेला व महाराष्ट्राला कमालीचे उपकारक ठरले आहे. माझी आतापर्यंत पंचवीस-तीस पुस्तके प्रकाशित झाली असली, तरी मला या दिलीपराज प्रकाशनाचे कुतूहल वाटते. त्यामुळे विजया मारोतकर यांची 'धुक्यात हरवली वाट' ही कादंबरी दिलीपराज प्रकाशन काढत असल्याचे कळले, तेव्हा लेखिकेचे अभिनंदन करावेसे वाटले. मग तिथून पुढे या कादंबरीबद्दलचे औत्सुक्य वाढतच राहिले.

'धुक्यात हरवली वाट' हे काव्यात्मक शीर्षक मला फार भावले. अलीकडच्या काळात कुठंच पाहायला मिळत नाही. 'धुक्यातून लाल ताऱ्याकडे' - कमला फडके, 'निळे डोंगर तांबडी माती'- अनंत काणेकर आणि 'उजाडलं पण सूर्य कुठे आहे?'- ना. सी. फडके— अशी काव्यात्मक शीर्षके असलेली पुस्तके मला माहीत आहेत, पण ती वाचण्यात आली नाहीत. तीही खूप वर्षांपूर्वीची जुनी पुस्तके आहेत. त्यानंतर मी इतकं काव्यात्मक नाव असलेली कादंबरी प्रथमच पाहत आहे व वाचत आहे, याचा मला आनंद होत आहे. 'धुक्यात हरवली वाट' या नितांत सुंदर कादंबरीचे वाचन करण्याची संधी मला मिळाली, हा एक योगायोग आहे. खरंच योगायोगाची जागा कुणीच घेत नाही. कादंबरी वाचायला सुरुवात करण्यापूर्वी माझ्या मनात अनेक प्रश्नांनी गर्दी केली. या कादंबरीचा विषय काय असेल? तो लेखिकेने कसा मांडला असेल?

या कादंबरीची रचना कशी असेल? निवेदन कसे असेल? भाषा कशी असेल? ओघवती असेल की ओबडधोबड? रसाळ असेल की मधाळ...? किंवा आणखी कशी? पण तेव्हाच... विषयात, मांडणीत आणि भाषेत ही कादंबरी सरसच असणार... हे मी माझे मत मनात पक्के केले. या कादंबरीसोबतच लेखिकेच्या परिचयाचं एक पत्रही वाचनात आलं. त्यावरून लेखनासोबतच लेखिकेला अस्खलित वक्तृत्वाची देणगीही लाभली असल्याचे लक्षात आले. ज्यांचं लेखनही खूप आहे, अभ्यासही प्रचंड आहे, सामाजिक कार्याचे ज्या लेखिकेला भान आहे; अशा लेखिकेचे आपण पुस्तक वाचत आहोत याची जाणीव मला सतत होत होती.

सुप्रसिद्ध साहित्यिक डॉ. अशोक पाटील यांच्याकडून मला ही कादंबरी 'प्रस्तावना'लेखनाकरिता मिळाली. पण मला प्रस्तावना लिहायची आहे, हा विचार बाजूलाच पडला. एका आस्वादकाच्या नात्याने मी वाचत गेलो. कादंबरी— तिच्यातील प्रसंग, पात्रे, भाषा, वर्णने व एकूणच रचना यामुळे खूपच भावत गेली. त्यामुळे मनाची पकड घेणारी कादंबरी म्हणूनही तिचा स्वतंत्र उल्लेख करणे मला आवश्यक वाटते. आता अशा प्रस्तावना-स्वरूप लेखामध्ये नेहमी वापरली जाणारी पद्धत म्हणजे त्या कादंबरीच्या कथानकाचा, घटनांचा, पात्रांचा उल्लेख करणे होय. पण माझे विचार मात्र याबाबत वेगळे आहेत. असा उल्लेख करणे म्हणजे वाचकांच्या आस्वादक भूमिकेला फाटा देणे होय. वाचकांच्या दृष्टीने ती रसहानी होईल, असे मला वाटते. खरं म्हणजे सामान्य वाचक अशा प्रस्तावना-वाचनात वा मनोगतात लक्ष घालत नाहीत; त्यांचे नाते थेट त्या कादंबरीतील कथानकाशी असते. बऱ्याच वेळा काय होतं की, अशा गोष्टीत वाचक अडकून पडू इच्छित नाही.

मी जेव्हा ही कादंबरी वाचायला सुरुवात केली, त्या वेळी सुरुवातीचाच कॉलेजमधला प्रसंग वाचताना अख्खं कॉलेज डोळ्यांसमोर उभं राहतं. कादंबरीची नायिका सुनेत्रा, तिच्या मैत्रिणी, तिचे प्राध्यापक, वादविवाद स्पर्धेतील इतर स्पर्धक यांचे जिवंत चलच्चित्र डोळ्यांसमोर उभे ठाकते. या दृष्टीने कादंबरीचा प्रारंभ अत्यंत आकर्षक व वाचनीय झाला असून वाचकाला कादंबरीशी समरस व्हायला फार उपयुक्त ठरलेला आहे.

वादविवाद स्पर्धेच्या निमित्ताने प्रदीप दीक्षित या कॉलेज तरुणावर तिचे प्रेम बसते. सुनेत्राची त्याच्याबद्दलची तगमग लेखिकेने अचूक शब्दांत टिपली आहे. सुनेत्राचं हळवं, कोवळं व पहिलं प्रेम चितारताना लेखिकेच्या शब्दरचनेचे, भाषेचे आणि त्या नायिकेच्या मनात खोल शिरण्याचे कसब मला फार भावले. मग पुढे सगळे योगायोग— एकाच कॉलेजमध्ये त्यांची नोकरीनिमित्त पुन्हा भेट, त्या आधीची त्यांची ताटातूट दाखवताना वाचकांना त्याबद्दल हुरहूर लावण्याचे लेखिकेचे कसबही वाखाणण्यासारखे

आहे. सुनेत्राचं बौद्धिक चातुर्य, अनेक सेमिनारमध्ये तिचं भाग घेणं, वगैरे कादंबरीला गती आणतं. मग लग्न, पुढे काही दिवसांतच मतभेद, वैचारिक फाटे या साऱ्या वास्तवानं वाचकाचं मन मोहरून जातं व हळहळतंही. मग घटस्फोट. दुसरं लग्न. मग तिथेही पुन्हा वैचारिक मतभेद, मग दुसरा घटस्फोट. मग तिसरं लग्न— त्यातही फसवणूक... असा कथेचा पट विणला जातो. या प्रत्येक घटनेत सुनेत्राची होणारी फरफट मन विदीर्ण करते. हे सगळं लेखिका लिहीत असताना सुनेत्राचा गोतावळा, मैत्रिणी, नातेवाईक, सहकारी यांचे संदर्भ देताना कुठेही विस्कळीतपणा नाही. नायिकेचा मुलगा, पती, आई-वडील आणि सारे नातेवाईक यांचं सतत भान ठेवत लेखिकेने कादंबरी गतिमान केली आहे. एकामागून एक घटना, त्यातले योगायोग, तर कुठे आश्चर्य या साऱ्या गोष्टींनी कादंबरी नटली आहे. चपखल, ओघवती, सुंदर व अस्खलित भाषेनं कादंबरी अधिक कसदार झाली आहे. वाचकांची उत्कंठा व औत्सुक्य सतत वाढते ठेवण्यात लेखिका यशस्वी झाली आहे. एक सुंदर सामाजिक प्रश्न अतिशय परिणामकारकरीत्या हाताळला आहे. तो हाताळताना लेखिकेने कल्पना आणि वास्तव यांचा सुंदर गोफच विणला आहे, असे वाटते. या कादंबरीत अनेक योगायोग दाखवले असले तरी वास्तवाचे भान कुठेही सुटलेले नाही. कादंबरीतील पात्रांची वर्णने, त्यांचे रंग, रूप आणि स्वभाव हे रेखाटण्यात लेखिका कमालीची यशस्वी झालेली आहे. कादंबरी कुठेही अवास्तव वाटत नाही. कादंबरीचा मुख्य व मूळ हेतू म्हणजे मॉडर्न म्हणून जगणाऱ्या सुशिक्षित व सुधारक स्त्रीला मार्मिक इशारा देत ही कादंबरी शेवटाकडे वळते. आश्चर्याचे धक्के देत ही कादंबरी कुतूहल सतत वाढवत राहते, हे या कादंबरीचे यश लक्षात घेण्यासारखे आहे. स्वयम आश्रमातला 'तो' प्रसंग तर वाचकाला जबरदस्त, आश्चर्यकारक व गोड धक्का देतो. कादंबरी वाचताना या ठिकाणी मला आणखी एक गोष्ट नमूद करावीशी वाटते की, या कादंबरीचा शेवट काय असेल? मनात विलक्षण कुतूहल निर्माण झालेले असताना लेखिकेने केलेला शेवट कादंबरीचा कळस ठरतो.

कादंबरीची नायिका प्रभावीपणे उभी करण्यात लेखिका यशस्वी ठरलेली आहे. सुनेत्रा तडफदार आहे, बुद्धिमान आहे. तिच्यावर अनेक संकटे कोसळली, तरी ती त्यातून मार्ग काढते. ही कादंबरी म्हणजे आजच्या बदलत्या समाजाचे अत्यंत वास्तव आणि सुंदर चित्रण आहे. कादंबरीतील पात्रांच्या सोबत वाचकांनाही परदेशप्रवास घडतो. याचं उत्तम उदाहरण म्हणजे जपानचा प्रवास... अख्खा जपान त्यांनी अत्यंत मोजक्या व नेमक्या शब्दांत वाचकांच्या पुढे उभा केलेला आहे, तोही सुनेत्राच्या माध्यमातून...

एकूणच कादंबरी कशी असावी, कशी लिहावी याचे उदाहरण ठरू पाहणारी आणि विविध अंगांनी, विविध पात्रांनी व विविध प्रसंगांनी फुलत जाणारी अशी ही

'धुक्यात हरवली वाट' वाचकांच्या मनाचा नुसता ठावच घेत नाही, तर वाचकांच्या मनात ती अमर राहील याचा मला विश्वास वाटतो. लेखिका विजया मारोतकर यांचे मनस्वी अभिनंदन व भविष्याकरिता शुभेच्छा!

एक सुंदर कादंबरी वाचकांना भेट देणारे दिलीपराज प्रकाशन व प्रकाशकांचेही अभिनंदन आणि त्यांना माझ्या शुभेच्छा!

- रंगराव बापू पाटील

इस्लामपूर

मनोगत

नमस्कार!

'धुक्यात हरवली वाट' ही माझी पहिली कादंबरी व पंधरावे पुस्तक आपणास सोपविताना अतिशय आनंद होतो आहे. 'सार्थक' ह्या माझ्या कथासंग्रहाच्या प्रकाशनानंतर सुप्रसिद्ध कादंबरीकार आदरणीय शुभांगीताई भडभडे व आदरणीय विजयाताई ब्राह्मणकर यांनी मला 'विजया, तू कादंबरी लिहू शकतेस', असे म्हटले; तेव्हापासून मी ही कादंबरी लिहायचे मनावर घेतले. तशीही 'धुक्यात हरवली वाट' या कादंबरीची नायिका सुनेत्रा मला बऱ्याच दिवसांपासून खुणावत होती. त्यानुसार ३ डिसेंबर २०१० रोजी संकल्प करून कादंबरी लिहायला सुरुवात केली. पण घर-संसार- नोकरी-इतर लेखन- वृत्तपत्रांचे सदरलेखन- अनेक साहित्यिक व सांस्कृतिक संस्थांमधील विविध भूमिका, याशिवाय संसारात आलेली वादळे— अशा साऱ्या कालचक्रात कादंबरीलेखन काही वेग घेत नव्हते. पण शेवटी जून २०१४ मध्ये माझी कादंबरी लिहून पूर्ण झाली.

दरम्यान अनेक मित्र-मैत्रिणी, स्नेही व आप्त यांनी कादंबरीची चौकशी केल्यानंतर त्यांना कादंबरीचा मूळ विषय सांगितला; तेव्हा त्यांच्या प्रतिक्रिया पाहता कादंबरी आता यायलाच हवी, फार उशीर होतो आहे याची प्रकर्षाने जाणीव झाली आणि मी थोड्या गांभीर्याने याकडे वळले.

इस्लामपूरचे सुप्रसिद्ध साहित्यिक डॉ. अशोक बी. पाटील यांच्यामुळे सुप्रसिद्ध कादंबरीकार मा. रंगरावबापू पाटील यांनी कादंबरीला आपला अभिप्राय दिला. फार अल्पावधीत कादंबरीचे वाचन करून त्यांनी मांडलेले मत मला फार आश्वासक वाटले. विशेषत: त्यांना कादंबरीचा विषय खूप भावला, असे ते म्हणाले; तेव्हा मी कृतकृत्य झाले. त्यानंतर कादंबरीची मांडणी, पात्रे, भाषा, प्रसंग व विशेषत: संदेश खूप भावल्याचे त्यांनी आपल्या अभिप्रायात नोंदविणे; यापेक्षा दुसरा कोणता पुरस्कार

मला महत्त्वाचा वाटत नाही.

आजची तरुणी आर्थिक, मानसिक, शारीरिक पातळीवर आत्मनिर्भर होते आहे, ही एक समाधानकारक स्थिती आहे. पण त्याच वेळी लग्नानंतर कालच्या स्त्रीने केलेली तडजोड स्वीकारण्याची तयारी न दाखविता घाईने निर्णय घेत घटस्फोटाच्या निर्णयापर्यंत नायिका येते; पण जगण्याच्या वाटेवरचे पुढचे अनुभव 'नवरे बदलणे ही आपली संस्कृती नव्हे', याची जाणीव करून देतात. त्या वेळेपर्यंत साऱ्या वाटा धुक्यात हरवून गेलेल्या असतात. तेव्हा शक्यतो तडजोड करून आज असलेले प्रश्न निकालात काढलेत; तर उद्याच्या वाटा धुक्यात हरवणार नाहीत व जगणे सुसह्य होईल, हे सांगण्याचा प्रयास यात केलेला आहे.

रसिकहो, आपण आजवर माझे काव्य, लेख, कथा यांसारख्या लेखनावर खूप प्रेम केलंत याची मला पुरेपूर जाणीव आहे. तेवढ्याच प्रेमाने कादंबरीलेखन स्वीकाराल आणि हक्काने त्रुटीही विशद कराल, अशी अपेक्षा बाळगते.

'दिलीपराज प्रकाशन'चे मॅनेजिंग डायरेक्टर मा. राजीव बर्वे यांनी अगदी सुरुवातीलाच कादंबरीबाबत आश्वासक मत मांडत मला आश्वासनच दिले नाही, तर कादंबरी प्रकाशित करण्याचे मान्य केले. त्यांचे आभार कसे व किती मानावेत, मला कळत नाही. तूर्तास मला त्यांच्या ऋणातच राहायला आवडेल.

साहित्यक्षेत्रातील सर्व मान्यवर, माझ्या कार्यक्षेत्रातील सर्व स्नेही आणि आप्त-परिवारांतील सर्व नाती मला कायमच प्रोत्साहित करीत असतात. त्यांच्या शुभेच्छाच मला आज 'धुक्यात हरवली वाट'पर्यंत घेऊन आलेल्या आहेत, याची पक्की खात्री आहे. त्या सर्वांचे मनस्वी आभार मानते.

या कादंबरीला प्रस्तावना लिहून देताना 'विजया, कादंबरीलेखन कसे करावे, हे तुझ्याकडून शिकले पाहिजे' इतकी सन्मानाची पावती देणारे सुप्रसिद्ध कादंबरीकार मा. रंगरावबापू पाटील यांच्याप्रति माझ्या अगणित श्रद्धा व्यक्त करणे कठीण आहे. त्यांच्याप्रति मी कृतज्ञता व्यक्त करते. प्रकाशन संस्थेचे निर्णायक सुप्रसिद्ध समीक्षक मा. शंकर सारडा यांनी कादंबरीला मान्यता दिली, याकरिता त्यांचे खूप-खूप आभार!

या कादंबरीला मूर्त स्वरूपात आणण्याकरिता प्रत्यक्ष-अप्रत्यक्षरीत्या ज्यांचे सहकार्य लाभले, त्या सर्वांचे मनापासून आभार मानते व थांबते...! धन्यवाद.

धनत्रयोदशी — **विजया मारोतकर**
दि. ९ नोव्हेंबर २०१५ — **नागपूर.**

धुक्यात हरवली वाट

धुक्यात हरवली वाट

१

"...'मुलींना स्वातंत्र्य दिलं, तर त्या गुणवान होण्याऐवजी सौंदर्यवान होण्याचाच प्रयास करतील' या विषयावर स्व. रेणुकादेवी अग्रवाल स्मृतिप्रीत्यर्थ आयोजित वादविवाद स्पर्धेत ज्या विद्यार्थ्यांना भाग घ्यावयाचा आहे, त्यांनी आपली नावे प्रा. आनंद माने यांचेकडे ताबडतोब द्यावीत.'' अशी सूचना घेऊन बी.ए. (पार्ट वन) च्या वर्गात चपराशी राघव आला. प्रा. देशमानेंचा मराठीचा तास सुरू होता. सरांनी वर्गात सूचना वाचून दाखविली. सूचना वाचताच वर्गात एकच गोंधळ सुरू झाला.

"शांत व्हा, शांत व्हा. या वर्गात किती उत्तम वक्ते आहेत— जरा दिसू द्या मला! जेव्हा बोलायची संधी मिळते तेव्हा कुणीच बोलत नाही, इतर वेळी बोलू नका असे म्हणावे लागते; इतके आपसात बोलत असता.'' प्रा. देशमाने जरा जोरानेच सर्वांना रागावले.

विषयच असा होता— सरळ-सरळ मुले विरुद्ध मुली असे दोन गट पडणार होते. सारंगपूर या लहानशा शहरवजा गावातील विवेकानंद महाविद्यालय गावाचे भूषण होते. कला, वाणिज्य आणि विज्ञान विषयांचे पदवीपर्यंतचे शिक्षण महाविद्यालयातून दिले जात होते. प्राथमिक शिक्षणापासून महाविद्यालयीन शिक्षणापर्यंत मेहता एज्युकेशन सोसायटीच्या असलेल्या विविध शैक्षणिक उपक्रमांतर्गत 'विवेकानंद महाविद्यालय' येत होते. गाव लहान असले, तरी या संस्थांमधून दिले जाणारे संस्कार आणि शिक्षणामुळे अनेक विद्यार्थी घडले होते. डॉक्टर, इंजिनिअर, वकील, चार्टर्ड अकाउंटंट, प्राध्यापक, शिक्षक अशा साऱ्या मानाच्या पदांचे येथील विद्यार्थी मानकरी ठरले होते. त्यांनी आपल्या गावाचा नावलौकिक राज्य, देशच नव्हे तर आंतरराष्ट्रीय क्षेत्रातसुद्धा नोंदविलेला होता. शिक्षणासोबतच विद्यार्थ्यांच्या अंगभूत कलागुणांना वाव मिळावा, या दृष्टिकोनातून संस्थेमध्ये विविध उपक्रम राबविले जात असत. त्याचाच एक भाग म्हणजे, 'स्व. रेणुकादेवी अग्रवाल वादविवाद स्पर्धा'. गेल्या कित्येक

वर्षांपासून ही स्पर्धा गाजत आलेली होती. या वर्षीही स्पर्धा फारच रंजक होऊन गाजणार, असे वाटत होते. अनेक प्राध्यापकांच्या विचारमंथनातून हा विषय निश्चित केला गेला होता.

प्रा. देशमानेंनी सूचना वाचून दाखविल्यानंतर विषय फार सोपा वाटला. त्यामुळे वर्गातील सारेच आपसात बोलत होते. एकमेकांना सहभागी होण्याबद्दल सांगत होते. अशातच तास संपला आणि प्रा. देशमाने वर्गाबाहेर गेले. त्यांच्यामागे सुनेत्रा गेली अन् म्हणाली, ''सर, मी या विषयाच्या विरुद्ध बाजूने बोलू इच्छिते; तुम्ही मला थोडी मदत कराल का?''

''व्वा, का नाही? तुम्ही मुद्दे लिहून आणा उद्याला, मी सांगतो नंतर यावर पुढे काय ते.''

''बरं, ठीक आहे सर, माझ्या डोक्यात येईल ते सारं मी लिहून आणते उद्याला. थँक्यू सर,'' सुनेत्रा म्हणाली. बी.ए.च्या प्रथम वर्षाला प्रवेश घेतल्यानंतर सुनेत्राकरिता ही पहिलीच स्पर्धा होती. शालेय जीवनात तिने आजवर अनेक वक्तृत्व, वादविवाद स्पर्धांमध्ये सहभाग नोंदवून पारितोषिके प्राप्त केलेली होती. सडसडीत बांधा, रेखीव नाक, मोठमोठे पाणीदार डोळे असलेल्या सुनेत्राचे लांबसडक केस तिच्या देखणेपणात आणखीच भर घालत होते. देवाने फक्त सौंदर्यच दिलेले नव्हते, तर प्रतिभा आणि बुद्धिमत्तेचं दानही तिच्या पदरात भरभरून टाकलं होतं. दहावीला सारंगपूर गावातून ती सर्वप्रथम आली होती. बारावीला गणित, विज्ञान विषयांत प्रावीण्य मिळवत सर्वप्रथम आली होती. तिने डॉक्टरच व्हावं, असं तिच्या आई-बाबांना खूप-खूप वाटत होतं. पण तिला लहानपणापासूनच प्राध्यापकच व्हायचं होतं आणि तेही इंग्रजी विषयाचंच. त्यामुळे ती नंतर कला शाखेकडे वळली. 'मी वकील किंवा प्राध्यापकच व्हायचं ठरविलं आहे, कारण मला बोलायला खूप आवडतं आणि बोलण्यासाठी वाचन आवश्यक आहे. हे वाचन कला शाखेकडे जाण्यानेच पूर्ण होईल,' अशी सुनेत्राची धारणा होती. सुनेत्राच्या इच्छेपुढे कुणाचेच काही चालले नाही आणि तिने कला शाखेत प्रवेश घेतला. तिचे बाबा दिवाकर गजानन काळे हे सारंगपूरच्या स्थानिक जिनिंग-प्रेसिंगमध्ये मॅनेजर होते. आई गृहिणी. तीन बहिणी. सुनेत्राचा तिसरा क्रमांक होता. सर्व मुलींमध्ये लहान असलेली सुनेत्रा लाडाचीच होती. तिच्या वक्तृत्वाचं शालेय जीवनापासून होत असलेलं कौतुक पाहून आई-बाबांना फारच अभिमान वाटायचा.

''सर, हे बघा मी लिहून आणलेत मुद्दे!''

दुसऱ्याच दिवशी कॉलेजमध्ये जाता-जाताच सुनेत्राने देशमानेसरांना ते दाखविले.

सुनेत्राने मांडलेले मुद्दे वाचून सर स्तंभित झाले. सरांच्या लक्षातही नव्हत्या अशा बाबी तिने आपल्या मुद्द्यांमध्ये मांडल्या होत्या.

"सुनेत्रा, माझ्याही नजरेत नसलेले मुद्दे तुम्ही फार सुंदररीत्या अधोरेखित केलेले आहेत. पण आता थोडं वेळेचं सांभाळा. कारण वादविवाद स्पर्धेत वेळेचं भान हे अतिशय महत्त्वाचं ठरतं, त्यामुळे तुमचे गुण कमी व्हायला नकोत. बाकी, तुमची तयारी उत्तम आहे." सुनेत्राची तयारी पाहून सर म्हणाले.

दोन दिवसांनंतर महाविद्यालयाच्या सभागृहात वादविवाद स्पर्धेला सुरुवात झाली. स्पर्धेत अनेक विद्यार्थी सहभागी झाले. विषयच असा होता की, सरळ-सरळ मुले विरुद्ध मुली असे दोन गट पडले. 'मुलींना संधी मिळाली तर त्या गुणवानच होण्याचा प्रयास करतील' अशी बाजू मुलींनी मांडली, तर 'मुलींना संधी दिली तर त्या सौंदर्यवान होण्याचाच प्रयास करतील' अशी बाजू मुलांनी मांडली. स्पर्धा उत्तरोत्तर रंगतच गेली. एका विद्यार्थ्याने आपले मत मांडले की, दुसरी विद्यार्थिनी ते मत खोडत होती. एकमेकांचे मुद्दे खोडणारी ही स्पर्धा चार तासांपर्यंत रंगली. सुनेत्राने बाजी मारली. सुनेत्राचं नाव उच्चारताच टाळ्यांचा कडकडाट झाला. ह्या टाळ्यांना आपल्याकडून खूप काही अपेक्षित आहे याची जाणीव सुनेत्राला झाली. दमदार पावले टाकत ती व्यासपीठाकडे गेली. माईकवर जाऊन विषयाला सुरुवात केली. आपल्या पूर्वविरोधी वक्त्यांची सारी विधाने तिने खोडली. मुलींना स्वातंत्र्य दिलं, संधी दिली; तर त्यांच्या अंतरंगांत दडलेले गुण निखरून जगासमोर येतील. प्रत्येक क्षेत्रात आज ती घेत असलेली भरारी हेच सांगते आहे. असे विचार आपल्या अनोख्या दमदार शैलीत सुनेत्राने मांडले.

स्पर्धेनंतर लगेच निकाल घोषित केला. प्रथम क्रमांक बी.ए. प्रथम वर्गाच्या सुनेत्रा दिवाकर काळे हिला प्राप्त झाला. त्याच वेळी विषयाची दुसरी बाजू प्रभावीपणे मांडणाऱ्या प्रथम वर्षाच्याच प्रदीप दीक्षितला द्वितीय क्रमांकाचे पारितोषिक घोषित झाले. परीक्षकांनी दिलेला हा निकाल सर्वांनाच मान्य होता— नव्हे, अपेक्षितच होता.

'आज कसं सारं वेगळंच भासत आहे मला. कालची वादविवाद स्पर्धा काही केल्या मनातून जातच नाही. कित्ती कित्ती रंगली ना काल स्पर्धा! कित्ती वेळ झाला तरी संपतच नव्हती...' अशा विचारांमध्ये सुनेत्रा गढून गेली. भानावर आली ती बाबांच्या आवाजानेच....

"सुनेत्राऽ अगं सुनेत्राऽऽ ही घे तुझी पत्रे— काल पोस्टमन माझ्या ऑफिसमध्ये देऊन गेला." जवळपास पंचवीस ते तीस पत्रं होती. रेडिओवरून प्रसारित होणाऱ्या पत्रमैत्री ह्या कार्यक्रमांतर्गत सुनेत्राने आपली सारी माहिती पाठविलेली होती. त्यामुळे

अलीकडे तिला बरीच पत्रं येत होती. एखाद्या तरण्या पोरीच्या नावे रोज-रोज इतकी पत्रे येतात, हे पोस्टमनलाही योग्य वाटले नाही; म्हणून त्यानेही पायपीट करत दूर असलेल्या बाबांच्या ऑफिसमध्ये नेऊन दिली. पण झाले काय? बाबांना पोस्टमनचीच कीव आली. त्यांनी ती पत्रे न फोडता जशीच्या तशी सुनेत्राला दिली. पत्रांचा ढीग पाहून सुनेत्रा जवळजवळ किंचाळलीच.

"अरे बापरे! इतकी पत्रे?"

"हो, बघ ना— खूपच पॉप्युलर आणि बोल्ड आहे माझी लेक!" बाबा हसून म्हणाले.

"नुसतं लाडावून ठेवलंय पोरीला. अहो, पोरीला कुणाची पत्रं येतात, काय लिहिलंय त्यात— हे पाहायचं बाजूला ठेवून, दिलीत तिच्याच हातात जशीच्या तशी!" चडफडतच सुरेखाताई म्हणाल्या.

"अगं, नको उगाच काळजी करूस तिची! लाखात एक लेक आहे माझी! तिच्या वादविवाद स्पर्धेतल्या वक्तृत्वाची चर्चा आहे आज गावात सगळीकडे."

"तुम्हीच करा कौतुक तिचं. कितीही झालं तरी पोरीची जात आहे. तुमच्या अशा लाडानं आणखीच लाडावत चाललीय ती. माझ्या सुनंदा अन् रंजना कशा राहिल्यात साध्या-सरळ! शिकल्या-सवरल्या आणि नांदताहेत सुखानं दिल्या घरी. हिचं तर मला काही खरं वाटत नाही. पोरासोरांशी मोकळेपणानं बोलत बसते काय, कॉलेजच्या निवडणुकीत उभी राहते काय— निवडून येते काय... ह्या स्पर्धेत भाग घे, त्या स्पर्धेत भाग घे. अभ्यासाशिवाय सारं-सारं करते भरभरून..." सुनेत्राच्या आईचा सुरेखाताईंचा नुसता तळतळाट होत होता. आई सुनेत्रावर अशी चिडली की, बाबांना खूप मजा वाटायची. आजही हा वाद असाच छान रंगला होता.

बाबा पण आईची मजा घेत म्हणाले, "तू पाहा सुरेखा, एक दिवस नाव काढेल माझी सुनेत्रा! सुनेत्रा काही चारचौघींसारखी नाही. रांधा, वाढा, उष्टी-खरकटी काढा— यासाठी जन्मच नाहीय तिचा... वक्तृत्व, नेतृत्व, कर्तृत्व ठासून भरलंय तिच्यात. तिच्या महाविद्यालयात किती नाव आहे तिचं! सारी प्राध्यापक मंडळी कित्ती कौतुक करत असतात सुनेत्राचं!"—इति बाबा.

"ते ठीक आहे हो, पण... पोरीबाळीनं कसं मर्यादेतच राहिलं पाहिजे. कितीही झालं तरी पोरीची जात आहे. तिला काही कळत नाही, पण आपल्याला तर कळतं ना! आता ही इतकी पत्रं कुणाची आली हो हिला... आणि कशाला?"

"कशाला म्हणजे? आई, तू पण ना... अगं, हे संपूर्ण भारतात पसरलेले माझे मित्र-मैत्रिणी आहेत. त्या प्रत्येकामध्ये काही ना काही गुणवैशिष्ट्यं आहेत.

त्यांच्याकडून मला काही शिकता येईल, तर त्यात वाईट ते काय? आमचा सर्वांचा उद्देश असाच उदात्त आहे.''

आतापर्यंत आई-बाबांच्या सुरू असलेल्या संभाषणात सुनेत्रा मधेच बोलली.

''कर बाई तुझ्या मनानं, तुला काय करायचं ते! नाही तरी तुझे बाबा आहेतच तुझ्यासोबत.''

असाच त्रागा-त्रागा व्हायचा आईचा. पण बाप-लेकीपुढे तिचं बिचारीचं काही चालत नसे. सुनेत्राने भराभर सारी पत्रे चाळली. खरंच, किती गुणवान लोक आहेत ना जगात? कसं कळायचं आपल्याला हे सारं? मला तर सारं जाणून घ्यायची उत्सुकता... घड्याळात दहा वाजत आले होते. चला, कॉलेजला निघायची तयारी करायला हवी. मैत्रिणी येतीलच एवढ्यात... कालच्या वादविवाद स्पर्धेच्या पार्श्वभूमीवर आज कॉलेजमध्ये जाण्याची उत्सुकता होती ती वेगळीच... सुनेत्रा तयारीला लागली.

''सुनेत्रा, सुनेत्राऽऽ चल, निघ लवकर. उशीर झालाय आज.'' वनिताने आवाज दिला.

सुनेत्राचे घर कॉलेजला जायच्या रस्त्यावरच होतं. वनिता, संध्या, वीणा, नंदा या चौघी आणि त्यांच्यामध्ये एक सुनेत्रा— अशा पाच जणींचा ग्रुप कॉलेजमध्ये प्रसिद्धच होता. चौघीही सायकलवरून निघताना शेवटी सुनेत्राकडे यायच्या. पाचही जणींचा काफिला मग निघायचा चार किलोमीटर दूर असलेल्या कॉलेजकडे जायला.

''आले हंऽ'' म्हणत सुनेत्राही निघाली आपली सायकल काढून.

''आल्या ह्या स्कॉलर अन् गुणवान मुली!''

कॉलेजच्या फाटकातून आत शिरताच कट्ट्यावर बसलेल्या मुलांनी जल्लोष सुरू केला. नाही म्हणायला, कालची स्पर्धा जिंकल्यामुळे हिंमत जरा वाढली होतीच. उत्तरास प्रत्युत्तर देत सुनेत्राच म्हणाली, ''हो, आहोतच गुणवान— काही उरलीय का शंका?'' आता हे असं रोजच होऊ लागलं. वादविवाद स्पर्धेमुळे मुला-मुलींच्या मनातले अनेक विषय मोकळे झाले होते. आता पंधरा दिवस व्हायला आले होते, पण वादविवाद स्पर्धेचा विषय काही जात नव्हता. आपली वेगळीच छाप सोडून गेली होती सुनेत्रा...!

''काल रात्री आठ वाजता माझ्या घरी राज्यशास्त्राच्या नोट्स मागायला प्रदीप दीक्षित आला होता. त्याच्यासोबत तेही होते— त्याचे टारगट मित्र संजय राठी आणि राकेश मेहता. मी घरी नव्हते. आई म्हणाली म्हणे त्यांना, 'का रे, तुम्हाला मुलींच्याच नोट्स आठवतात काय? तुम्ही काय करत असता वर्गात?...'' सुनेत्रा सांगू लागली.

''काही नाही सुनेत्रा, त्याला काही तरी कारण हवं होतं फक्त— तुझ्या घरी

येण्यासाठी.'' लगेच संध्या म्हणाली.

''नाही तरी, त्या दिवशीच्या वादविवाद स्पर्धेत तू त्याचे मुद्दे खोडलेस ना; तेव्हापासून त्यालाही सारे जण चिडवताहेत अन् क्रमांकही आला तुमचा दोघांचा. तुम्ही काहीही म्हणा— पण प्रदीपच्या मनात सुरू झालंय काही तरी सुनेत्राबद्दल!'' संध्याची री ओढत वीणा म्हणाली.

''तुम्हाला ना फक्त कारण हवं. मी काय अशांना भीक घालणारी नव्हे! म्हणे, त्याच्या मनात सुरू झालंय काही तरी. झालं तर होऊ दे; मला काय त्याचे?'' फणकाऱ्याने सुनेत्रा म्हणाली.

असं सारं रस्ताभर सुरू होतं. नाही तरी त्या दिवशीची वादविवाद स्पर्धा इतकी रंगली ती प्रदीप आणि सुनेत्रामुळेच. विजेतेपदही त्यांनाच मिळालं. प्रदीपचे मित्र प्रदीपला जाम चिडवू लागले. प्रदीप साधा, सरळ आणि अतिशय हुशार मुलगा! का कोण जाणे, मित्रांच्या चिडवण्यामुळे त्याच्याही मनाच्या कोपऱ्यात सुनेत्राबद्दल काही तरी होऊ लागलं होत. त्यात रोज-रोजच्या चिडवण्याची भर पडत होती. पण सुनेत्रा मात्र पक्की होती. तिच्यावर काही असर होत नव्हता. तिच्या अशा व्यक्तिमत्त्वामुळे तिच्यावर जीव ओवाळून टाकणाऱ्यांची काही कमी नव्हती. ती सारं-सारं छान एंजॉय करत होती.

वर्षभर कॉलेजमध्ये होणाऱ्या सर्व स्पर्धांमध्ये तिचा सहभाग असायचा. मग त्या बौद्धिक असो, सांस्कृतिक असो की खेळाच्या... पाहता-पाहता वर्ष संपले.

''सुनेत्रा, बघ ना— आज तुझा रिझल्ट लागला आहे.'' सुनेत्राला सकाळी-सकाळी उठवत बाबा म्हणाले. त्यांच्या हातात वर्तमानपत्र होतं. सुनेत्रा तडक उठली, तिने बाबांच्या हातातलं वर्तमानपत्रं घेतलं आणि डोळे विस्फारून आपला रोलनंबर शोधू लागली. ''बापरे इतके मार्क्स!'' असं म्हणत जवळजवळ किंचाळलीच. सुनेत्रा महाविद्यालयातून प्रथम आली होती. तिच्याचइतके मार्क्स असलेला आणखी एक रोलनंबर दिसला. कुणाचा बरे असेल हा नंबर...? वीणा, संध्या, वनिता, नंदा यांच्यापैकी तर कुणाचा नाही हा! पण उत्सुकता मात्र ताणली गेलीच. आपल्या यशातला कोण बरे हा वाटेकरी, हे जाणून घेण्याची उत्सुकता तिला होतीच.

अकरा वाजेपर्यंत साऱ्या जणी गोळा झाल्या सुनेत्राकडे! साऱ्याच पास झाल्या होत्या आणि तो रोलनंबर होता... प्रदीप दीक्षितचा...! खरंच, प्रदीप अभ्यासातही हुशार आहे; नाही का? उगाच आर्ट्ससारख्या विषयांत मिळतात का इतके गुण? सुनेत्राच्या मनात कुठे तरी प्रदीपप्रति अंकुर निर्माण झाला. किती वाईट वागले ना मी त्याच्याशी? किती पदोपदी अपमान केला ना मी त्याचा? प्रदीप स्वभावाने पण

नक्कीच चांगला असावा; तेव्हाच राकेश, संजय, नीलेश अशा टारगटांसोबत राहूनही कधीच वागला नाही वाह्यातसारखा...! मीच आपली त्याच्याशी वागत राहिले फटकळपणे... आता भेटला की, सर्वांत आधी करते त्याचं अभिनंदन!

मनातल्या मनात सुनेत्रा विचार करू लागली. तिला आठवलं सारं-सारं— त्या वादविवाद स्पर्धेपासून! प्रदीप आमच्या वर्गात नुकताच आला होता. त्याचे काका बँक ऑफ महाराष्ट्रमध्ये अधिकारी होते. त्याच्या गावात महाविद्यालय नसल्यामुळे तो आला होता काकांकडे शिकायला. त्याचे वडील नेहमी आजारी असतात. गावाकडे शेती आहे. तिथेच आई, बाबा अन् लहान भावंडं राहतात. प्रदीपला शालांत परीक्षेत खूप छान गुण मिळाले. खरं तर त्याने डॉक्टर किंवा इंजिनिअर व्हावं, असं त्याच्या आई-बाबांना वाटत होतं. पण आर्थिक स्थिती तशी नव्हती अन् पाच हजार लोकवस्तीच्या नारायणपूर गावात तशी सोयही नव्हती. लांबच्या नात्यातील माधव सातव यांनी त्याला आपल्या घरी शिकायला म्हणून ठेवून घेतले होते. लाजरा-बुजरा, शांत स्वभावाच्या प्रदीपने परिस्थितीशी तडजोड केली होती. नाही सायन्स तर जाऊ दे; निदान शिकायला मिळतंय हेही नसे थोडके, या भावनेने तो इथे सारंगपूरला आला होता काकांकडे... खरंच किती विपरीत परिस्थिती; पण आपल्याला शिकायचे आहे, ही भावना जोपासतो आहे प्रदीप...! दुसऱ्यांच्या घरी राहून, शिकून एवढे छान गुण मिळवलेत प्रदीपने! सुनेत्राला खरंच या गोष्टीचं कौतुक वाटू लागलं होतं...

◈◈◈

२

बी. ए. सेकंड इयरला सुरवात झाली. सुनेत्राची नजर मात्र काही तरी शोधत होती. काही तरी हरविल्याची रुखरुख होती. सैरभैर होऊन गेली होती मनाची अवस्था...! सुनेत्राच्या मैत्रिणीही जणू ही तिची मनोवस्था जाणून होत्या. त्यांनाही कोडं होतंच— प्रदीप दीक्षितच्या न दिसण्याचं! तशात कळलंच— माधव सातवांची कुठल्याशा जिल्ह्याच्या ठिकाणी बदली झाली होती अन् प्रदीपही गेला त्यांच्यासमवेत...

का कोण जाणे; हे कळलं, तेव्हापासून सुनेत्राची तगमग फारच वाढली. त्या दिवशी फारच उदास वाटू लागलं. कोणत्याही तासात सुनेत्राचं मन रमलं नाही. खरंच, एखादी गोष्ट आपल्या अवती-भवती असते, तेव्हा त्याचं महत्त्व वाटत नाही. किती प्रयास केला ना प्रदीपने माझ्याशी जवळीक साधण्याचा! मी मात्र त्याच्याशी वागताना प्रत्येक वेळी तटस्थच राहिले. मग आज का होतंय मला असं? का वाटत आहे असं उदास-उदास... का आठवते आहे मला त्याची ती नजर? फक्त मला न्याहाळणारी... का मला वेडावत आहेत त्याचे ते पाणीदार डोळे... हेच तर नव्हे प्रेम? किती तरी मुलांशी मी बोलते... पत्रमैत्रीने तर किती तरी झाले आहेत माझे मित्र; पण कुणाविषयीच मनाला वाटत नाही, असं काही तरी प्रदीपविषयी काही तरी वेगळं वाटतंय, हे मात्र नक्की...! असा सारा विचार सुनेत्रा करू लागली, तशीच सैरभैर मन:स्थितीत घरी पोहोचली.

तिच्या उदास, मलूल चेहऱ्याकडे पाहताच आईने विचारले... ''काय झालं माझ्या सोनुलीला...? काय होतंय तुला?''

''काही नाही गं आई! बरंच वाटत नाहीय आज!'' असे म्हणत सुनेत्रा शिरली आपल्या खोलीत. झोकून दिलं पलंगावर... डोळे मिटून पडून राहिली... मनात काही तरी दाटून येत होतं. खूप रडून घ्यावंसं वाटत होतं... काही केल्या प्रदीप नजरेसमोरून जात नव्हता. 'मी त्याच्याशी उगाच अशी तुसडेपणाने वागले. का

वागले मी अशी, असंच सारखं-सारखं वाटत होतं... कसा एकटक बघत राहायचा ना माझ्याकडे... त्याने जागाच अशी निवडली होती की, सहजच नजरानजर व्हायची. तो सतत माझ्याकडेच बघतो आहे, हे पाठीलाही जाणवायचं... निकालाच्या चार दिवस आधी माझ्या घरासमोरून चार वेळा गेला सायकलने. प्रत्येक वेळी पाहिलंय मी त्याला... बहुतेक शेवटी नजरानजर हवी असेल का त्याला? अलीकडे तो नेहमीच जायचा आमच्या घरासमोरून...! पण त्या दिवशी एकटाच चारदा गेला. कदाचित मी एकदा तरी दिसावं ही त्याची इच्छा असावी.'

'मै तेरी गलियों के चक्कर काटता हूँ ऐसे ।
बार बार मस्जिद में नमाज पढता हूँ जैसे ॥'

कुठेशा वाचलेल्या ह्या ओळी आता अगदी समर्पक वाटू लागल्या. 'नक्कीच... नक्कीच त्याच दिवशी गेला असेल तो आमचे हे गाव सोडून... गाव सोडताना... शीव सोडताना त्याचीही झाली असावी अशीच अवस्था, जशी आज माझी झालेली आहे. खरंच, हेच असावं खरं प्रेम— जे त्याला वाटत असावं माझ्याबद्दल... प्रेम... प्रेम... खरं प्रेम... खऱ्या प्रेमाची उधळण करण्यास उत्सुक नजर... का साठवता आली नाही मला माझ्या ओंजळीत? आज त्याच्या नसण्याचं का होतंय मला दुःख....? कुठे असेल आता प्रदीप...? आठवत असेल का मला आजही तसाच...?' ह्याच विचारांनी सुनेत्राला बैचेन करून सोडलं.

आईने डोकावून पाहिलं, सुनेत्राला झोप लागली होती. "सुनेत्रा बेटा, खाऊन घे थोडं, मग झोप." आईने उठवले. "आई, मला भूकच नाही." आईने डोक्याला हात लावून पाहिले. ताप तर नव्हता. "सुनेत्रा.... काय होतंय तुला? काही सांगशील का नाही?"

"काही नाही गं— असंच, बरं वाटत नाही." काय सांगेल सुनेत्रा आईला... सांगेल, 'माझ्यावर जिवापाड प्रेम करणारा प्रदीप निघून गेलाय हे गाव सोडून? पुन्हा कधी न भेटण्यासाठी, पुन्हा कधी न दिसण्यासाठी... प्रेमाला वाचा फुटण्यापूर्वीच निघून गेला. विरहाचं दुःख देऊन... त्याच्या जाण्याच्या वेदनांनी घायाळ झाले मी...' कसं सांगू हे सारं आईला... रात्रभर झोप कशी म्हणून लागलीच नाही. पहाटे-पहाटे थोडीशी झोप लागली.

'आजचा उगवलेला सूर्य का असा मलूल भासत आहे? मनाच्या अस्वस्थतेत शरीरालाही गलितगात्र करून टाकत आहे. साऱ्या वातावरणातच एक उदासी भासत आहे. काहीच करावंसं वाटत नाही. आज कॉलेजमध्येही जाऊ नये, असंच वाटत आहे. सारी-सारी मरगळ का आली असावी अशी एकाएकी...?'

अशा विचारांतही सुनेत्रा पुन्हा गेली त्या वादविवाद स्पर्धेच्या दुनियेत. तिला आठवले, त्यानं मांडलेले मुद्दे...

''मुलींना वाव दिला, तर मुली सौंदर्यवतीच बनतील. आज मुली नऊवारी पातळ सोडून साडीवर आणि आता पंजाबी ड्रेस, बेलबॉटम अन् जीन्सवर आल्यात. हे वेशभूषेतील बदल म्हणजे सारे-सारे सौंदर्य वाढविण्याचेच प्रयास नव्हेत, तर काय? आपण सुंदर दिसावे याकरिता काय काय करतात ना या मुली... वेगवेगळी केशरचना काय करतात, वेगवेगळे दागिने काय घालतात, मेकअप तरी किती करतात... नटतात काय, मुरडतात काय! हे सारं करण्याची गरजच काय? केवळ सुंदर दिसावं यासाठीच ना...?''

प्रदीपने अतिशय तावातावाने मांडलेल्या या आणि यांसारख्या अनेक मुद्द्यांना खोडत सुनेत्रा म्हणाली होती, ''आताच माझे विरोधक प्रदीप दीक्षित म्हणाले की— मुलींना वाव दिला, तर त्या कर्तृत्ववान बनण्याऐवजी सौंदर्यवानच बनण्याचा प्रयास करतील आणि याकरिता त्यांनी वाट्टेल ते मुद्दे उपस्थित केलेत. अध्यक्ष महोदय, मला असे वाटते, हा मुद्दा मांडणाऱ्यांना स्त्रीशक्तीचा इतिहासच माहीत नसावा. भारताच्या प्राचीन इतिहासापासून ते अगदी आतापर्यंतच्या कालखंडाकडे थोडसं डोळसपणे पाहिलं; तर स्त्रीचं कर्तृत्व, मातृत्व अन् नेतृत्वाची साऱ्यांना स्तंभित करून सोडणारी किती तरी उदाहरणं सापडतील. लव-कुशाला विपरीत परिस्थितीत घडविणारी 'सीता', जिच्या 'भारत' या सुपुत्राचे नाव आपल्या देशाला दिले गेले ती 'शकुंतला', सत्यवानाचे प्राण यमाच्या तावडीतून सोडवून आणणारी 'सावित्री', रणांगणावर रथाचे निखळलेले चाक पेलणारी 'कैकेयी', शास्त्रचर्चा करणाऱ्या 'मैत्रेयी' अन् 'गार्गी'... यांच्यानंतरच्या आता अवघ्या काही शतकांपूर्वीच्या स्त्रिया— शत्रूशी लढताना आपल्या चिमुकल्यासवे धारातीर्थी पडलेली 'राणी लक्ष्मीबाई', खऱ्या अर्थाने लोकराज्य निर्माण करणाऱ्या 'अहिल्याबाई होळकर', शून्यातून मराठी विश्वाची निर्मिती करणाऱ्या आणि हिंदवी स्वराज्याचे संस्थापक शिवबाला घडविणाऱ्या 'जिजाऊ', स्त्रीशिक्षणाचा पाया रचणाऱ्या क्रांतिज्योती 'सावित्रीबाई फुले'... तर अगदी कालच्या आमच्या इंदिरा गांधी, विजयालक्ष्मी पंडित, रमाबाई आंबेडकर, कित्ती कित्ती नावं घेऊ? मला असे वाटते, माझ्या प्रतिस्पर्ध्याचे जनरल नॉलेज फारच कमी असावे. त्यांना हे सूर्यप्रकाशाइतकं स्त्रीकर्तृत्व दिसलेलं नसावं. या स्त्रिया काय सुंदर नव्हत्या? फार देखण्या होत्या. तत्कालीन वातावरणानुसार त्यांची वेशभूषा-केशभूषा त्यांच्या व्यक्तिमत्वाला साजेशी होती; नव्हे, तर त्यामुळेच त्यांचं कर्तृत्ववान व्यक्तिमत्त्व अधिक निखरून येत होतं. त्या आमच्या प्रेरणा सदैव राहिल्या आहेत.

आम्हाला दिशा देताना सांगत राहिल्या—

निगाहों में सपने सजाके तो देखो ।
इरादों को मकसद बनाके तो देखो ।
किनारोंपे रह कर किसे क्या मिला है ।
जरा बीच समंदर उतरके तो देखो ।

"राहिला प्रश्न आमच्या वेशभूषेचा. तर मी म्हणते— पूर्वी सारेच पुरुष धोतर, शर्ट, टोपी असा पेहराव करायचे. त्यांच्याही वेशभूषेत काळानुसार त्यांनी केलाच ना बदल? पँट-शर्टवरून जीन्स, टी-शर्टपर्यंत तेही आलेतच ना? नसेल, तर मग का घालत नाहीत सारे धोतर, शर्ट, टोपी?"

असा मुद्दा सुनेत्राने मांडला होता. दुसऱ्या दिवशी धूऽऽम मजा....! प्रदीप दीक्षित आणि त्याच्या मित्रांचं सारं टोळकं चक्क धोतर, शर्ट आणि टोपी घालून कॉलेजमध्ये आले होते... आणि कित्ती मजा आली होती!

सुनेत्रा हे सारं-सारं आठवून प्रदीपला खूपच आठवत राहिली. 'पण बाणातून तीर आणि मुखातून निघालेला शब्द जसा पुन्हा परत येत नाही, तसाच प्रदीपही आता आपल्या या लहानशा गावात परत येणार नव्हता. नव्हे, तर त्याला परत येण्याचे काही कारणही नव्हते. मग, मी का होते आहे अशी घायाळ, भावविव्हळ अन् या विचारांनी क्षीण...? जणू प्रदीपच माझी सारी शक्ती असावा, असाच काहीसा भास सुनेत्राला झाला. निदान आजचा दिवस तरी कॉलेजमध्ये जायचंच नाही, असं ठरवून पुन्हा पांघरूण घेऊन झोपून राहिली. 'आपल्या खोलीत निदान आपण त्याला आठवू तरी शकतो ना...! या आठवणींच्या गावात नकोच कुणी यायला... आज या गावात असेन फक्त मी आणि माझा प्रदीप...!' या विचारांमध्ये ती पार गुंतून गेली.

आईने आवाज दिला, "सुनेत्रा, अगं उठ बेटा! आठ वाजत आलेत... आज जायचं नाही का तुला कॉलेजला?"

"नाही आई, आज मला नाहीच जायचं कॉलेजमध्ये. तू आता मला उठवू नकोस. संध्या, वीणा येतील तर त्यांना सांग— मी आज येत नाही म्हणून...!" असे म्हणत सुनेत्रा डोक्यावर पांघरूण घेऊन तशीच पडून राहिली अन् गढून गेली आठवणींच्या वलयांत... किती सार्थ आहेत नाही या ओळी....

'दोन ओंडक्यांची सागरात भेट...
एक लाट तोडी, दोघा...
पुन्हा नाही भेट...'

ज्या प्रश्नांना उत्तरंच नसतात, त्या प्रश्नांतून माणसानं स्वत:ला बाहेर

काढायलाच हवं; नाही तर ते प्रश्नच अवघं आयुष्य होऊन जातात... उत्तरं नसणाऱ्या प्रश्नांना स्वत:चं भविष्यही नसतं... असतो तो फक्त अंधकार...! मग या अंधकारातच कुढत राहायचं की प्रकाश देणाऱ्या वाटेवर जायचं, हे आपलं आपण योग्य वेळी ठरवणं आवश्यक असतं; अन्यथा दु:ख, दैन्य, घोर निराशा यांच्या खोल-खोल गर्तेत आयुष्य सापडल्याशिवाय राहत नाही. जणू अशा तत्त्वज्ञानाचा सुनेत्राला साक्षात्कार झाला. दोन दिवस अन् दोन रात्री असा एकूणच ४८ तासांचा कालखंड तिच्या मनाचे तार-तार करून गेला. 'नाही, आपण या विचारांमधून बाहेर यायलाच हवं. आपल्या मनाच्या कोपऱ्यात प्रदीपला सुरक्षित ठेवून आपल्या रोजच्या दिनचर्येकडे पूर्वीच्याच सारखे वळायला हवं.' असा जणू अंतर्मनातून साक्षात्कार झाला. एका फार मोठ्या आजारातून बाहेर पडल्यानंतर शरीराला तजेला वाटावा— मनाची सारी-सारी मरगळ निघून नवशक्तीचा आभास व्हावा, असंच काहीसं सुनेत्राला भासलं. म्हणूनच आज पहाटेच उठली, बागेत आली. प्राजक्तसडा सभोवार पडला होता. त्याचा गंध सर्वत्र दरवळत होता. खरंच मनाला किती प्रसन्नता देतो ना हा प्राजक्त! असाच जोडलेल्या नात्यासारखा... लगेच त्या प्राजक्ताच्या साक्षीनं तिला सुचलं....

'मनातील प्राजक्त जेव्हा बहरून येतो,
प्रेमाच्या सुवासानं, नाती जोडत जातो
जोडलेली नातीच, खरी नाती असतात...
खऱ्या प्रेमामुळेच तर ती जुळलेली असतात!

'किती किती जीवापाड प्रेम करतात ना माझ्यावर... माझ्या मैत्रिणी, माझे शिक्षक, माझ्या शिक्षिका, माझे शेजारी, माझ्या कलागुणांचं कौतुक करणारे सारे सारे...! ह्या साऱ्यांचं प्रेम मला नजरेआड करून चालेल का? कुठल्याही फळाची अपेक्षा नसलेली ही सारी माणसं, सुख-दु:खाच्या कित्येक क्षणांमध्ये योग्य भूमिका घेऊन वावरणारी ही माझी माणसं, मुखवटा नसून खरोखरचा चेहराच लेवून माझ्या अवती-भवती वावरणारी ही माणसं....! काही दिवसांपासून मी किती तुटक वागते आहे ना, या सर्वांशी? का... का आहे मी अशी?' या विचारांनी सुनेत्राला भानावर आणलं.

पहाटे-पहाटेचा गार वारा या सुंदरशा विचारांचं जणू स्वागतच करून गेल्याची अनुभूती जाणवली तिला. वळली नव्यानं, नव्या उत्साहानं, नव्या उमेदीनं आजच्या दिवसाचं स्वागत करण्यासाठी...

केव्हा अकरा वाजतात, केव्हा माझी चौकडी अर्थात वनिता, वीणा, संध्या, नंदा येतात... केव्हा त्यांच्याशी गप्पा मारते, कॉलेजला जाते— असंच आज

सुनेत्राला झालं होतं.

अलीकडे कुठे तरी हरविलेली आपली सुनेत्रा परत मिळाल्याचा आनंद चौघींनाही होता. ‘‘काय गं संध्या... किती बदल झाला ना आपल्या सुनेत्रामध्ये! काय झालं होतं गं मध्यंतरी तिला...? कुठे तरी हरवलेली होती जणू!’’ अबोधपणे बोलली वनिता...

‘‘हो ना, काही तरी नक्कीच होतं. आता ती आपली असूनही आपल्याला तिच्या मनाचा थांगपत्ता लागत नाहीय.’’

‘‘जाऊ द्या बरं तो विषय आता. नाही सांगत तर नाही सांगत. फार हुशार आणि विद्वान लोकांचं असंच असतं, गुरफटतात कोणत्या तरी विषयात! जातात त्याच्या तळापर्यंत, अनेक निष्कर्ष काढतात अन् त्याच्या प्रतिक्रियानंतर जगतात... त्यांचं मन त्यांना सांगेल तसं...!’’ एखाद्या तत्त्वज्ञान्याच्या आविर्भावात लगेच बोलली वीणा. ‘‘कुणाच्या पाठीमागे त्याची चहाडी-चुगली करू नये. खऱ्या मैत्रीला हे शोभत नाही. जे वाटतं ते सुनेत्राच्या समोरच म्हणावं तिला.’’ आतापर्यंत गप्प असलेली नंदा म्हणाली, ‘‘अगं, आपण सुनेत्राच्या चहाड्या करत नाही, तर चर्चा करत आहोत. आपल्याला पण काळजीच वाटत होती ना... तिच्या त्या हरवलेपणाची? जाऊ दे, आता तर तिचा मूड छान असतो, ना...!’’— इति संध्या.

अशा गप्पा करत तिघीही पोहोचल्या सुनेत्राकडे आणि रोजच्याप्रमाणे साऱ्या सायकली धावू लागल्या कॉलेजच्या दिशेने...

सायंकाळी घरी पोहोचताचं आई म्हणाली, ‘‘सुनेत्रा, दुपारी मीनाताई आल्या होत्या. त्यांचा मुलगा रवी पण तुझ्याच कॉलेजमध्ये आहे. तो खूप सांगत असतो म्हणे घरी तुझ्याबद्दल. तुझं वक्तृत्व आणि हुशारी याची खूपच तारीफ करीत होत्या त्या.’’

‘‘सारे तारीफ करतात माझी... आई, एक तूच मला कायम रागवत असतेस. याला त्याला पत्र लिहिते म्हणून...!’’ नाकाचा शेंडा हलवत सुनेत्रा म्हणाली.

‘‘अगं, जिथं रागवायचं तिथं रागवावंही लागत बाई. तुझं सारं ठीक आहे. पण नको त्या ओळखी ना पाळखीच्या लोकांशी उगाचंच पत्रमैत्री करते ना, ते नाही आवडत मला.’’

‘‘अगं आई, त्यात काय गं न आवडण्यासारखं? या पत्रमैत्रीतूनच माझी ओळख झाली पुण्याच्या मीनाक्षी कटरेसोबत, जी अभिनयाचे प्रशिक्षण घेत आहे. गोव्याच्या रुचिता खरेसोबत— जी वकिलीचा व्यवसाय करते आहे. दिल्लीच्या जॉन डॅनियलसोबत, जो डॉक्टर होत आहे. सोलापूरच्या डेव्हिडसोबत, जो इंजिनिअरिंगमध्ये सतत टॉपर आहे. कोल्हापूरच्या राहुलसोबत, जो उत्तम चित्रकार आहे. असे किती

तरी....! प्रत्येकात असं काही आगळं-वेगळं आहे. त्यामुळे आम्ही एकमेकांचा आदर करतो. बरं झालं आई, तू विषय काढलास. तो सोलापूरचा डेव्हिड पुढच्या आठवड्यात येतो आहे पुण्याला, तेव्हा येणार आहे आपल्या गावालापण— 'खास मला भेटायला.' सांग— तुला आवडेल की नाही? नाही तर सांगते त्याला नको येऊस म्हणून..."

"बापरे! ही तुझी मित्रमंडळी आता घरीपण येतील का? आता तू बोलवलंच आहेस, तर मी कशाला नाही म्हणू? तुझे बाबा आहेतच... तुझ्या सोबतीला... त्याचं स्वागत करायला..." असे म्हणत सुरेखाताई स्वयंपाकघरात शिरल्या. "काय करू या सुनेत्राचं? खरंच, ही चारचौघींसारखी नाहीच. काही तरी वेगळ्याच मातीची बनलेली आहे. आता हिचे हे पुरुष मित्र घरापर्यंत येतील... काय म्हणतील आजूबाजूचे लोक? काय सांगायचे त्यांना? सुनेत्राचा मित्र आहे म्हणून, खास दिल्लीहून आलाय सुनेत्राला भेटायला...? ह्यांच्याजवळ तर काही बोलण्याची सोयच नाही. नुसताच त्रागा होतो आहे माझा." अशी बडबड करत त्यांनी भाजी चिरायला घेतली.

"आई, मी काही मदत करू का तुला? दे, मी चिरून देते भाजी—" असे म्हणत सुनेत्राने आईजवळची विळी आणि भाजी घेतली.

"तू कशाला येतेस गं बाई स्वयंपाकघरात? काय करायचं तुला स्वयंपाकातलं काही शिकून?"

"असं काय म्हणतेस गं आई...? काय मला येत नाही का स्वयंपाक करायला? तूच तर करू देत नाहीस. तू जा बरं हॉलमध्ये, आता मीच करते पूर्ण स्वयंपाक...!"

खरंच सुनेत्राने सुरेख स्वयंपाक केला. जेवताना बाबांनी तारीफ केली— जणू जगात त्यांची एकटीच लेक आहे, जिला हे सारं येतं!

याच संधीचा फायदा घेत सुनेत्राने बाबांना सांगून टाकलं डेव्हिडच्या येण्याबद्दल आणि संमतीपण मिळविली बाबांची.....! नकळत सुरेखाताईंना लेकीचं खूपच कौतुक वाटू लागलं. जिथे जाईल तिथे सुनेत्राचंच कौतुक! लहानसं गाव असलं तरी शैक्षणिक वातावरण फारच छान होतं. आपल्या एकूणच व्यक्तिमत्त्वाचा ठसा उमटवला सर्वत्र माझ्या गुणी लेकीनं...!

पत्रमैत्रीमुळे सुनेत्राला आपले व्यक्तिमत्त्व घडविताना खूपच फायदा झाला. ज्या प्रकारचे प्रश्न उद्‌भवले, त्या प्रकारचा अभ्यास असलेली मंडळी तिच्याशी जुळलेली होतीच. त्यांचे वेगवेगळे विषय, वेगवेगळी अभिरुची, वेगवेगळे कौशल्य या साऱ्या-साऱ्याचा ते एकमेकांना उपयोग करून देत असत. आताशा माझंही मत सुनेत्राच्या या पत्रमैत्रीबद्दल बरंच मवाळ झालं होतं.

पहिल्यांदाच सुनेत्राचा मित्र डेव्हिड दिल्लीहून आला तेव्हा किती टेन्शन आलं होतं ना मला... मूळचा सोलापूरचा असलेला डेव्हिड मराठी इतकं छान बोलतो याचं आतापर्यंत नवल वाटत राहतं. आपल्या अवघ्या काही तासांच्या सहवासानेच साऱ्या घराला त्याने आपलेसे करून सोडले. पुण्याला त्याचं काही काम होतं. आमचं गाव 'सारंगपूर' पुण्यापासून दीड तासाच्या अंतरावर... त्याच्या कामाचा इतका व्याप आणि व्यस्तता असतानासुद्धा आला... आल्यानंतर असा भेटला आम्हा सर्वांना, जशी किती जुनी ओळख! आणि किती बोलघेवडा... 'सालस' किती! सुंदर शाल आणली ना माझ्यासाठी दिल्लीहून... किती प्रेमाने बोलावलं आम्हाला दिल्लीला...! खरंच डेव्हिडमुळेच आम्हाला दिल्लीदर्शन घडलं. किती गोड मुलगा ना...!

जिथं तिथं सुगंध दरवळतो आहे माझ्या सुनेत्राच्या गुणांचा— मला नाही कळलं इतकं ते इतरांना कळलेलं आहे. आपल्या लेकराचं कुणी दुसरं कौतुक करत ना, तेव्हा आईला होणारा आनंद अवर्णनीयच असतो.

चार वर्षांच्या काळात सुनेत्रानं भरपूर यश मिळविले. दर वर्षी महाविद्यालयातून सर्वप्रथम येण्याचा मान सोडला नाही. हा सगळा विचार करून सुरेखाताईंना आज अतिशय समाधान वाटत होते.

◈◈◈

३

"अगं सुरेखा, ऐकलंस का? बघ— बघ, सुनेत्रा आताही टॉपर आहे आपल्या महाविद्यालयातून! आत्ताच जातो पोस्टात अन् करतो तिला टेलिग्राम!" अतिशय आनंदाने दिवाकररावांनी सुरेखाताईंना सांगितले. "कित्ती वाट पाहत होती ना सुनेत्रा निकालाची? आज निकाल लागेल, उद्या निकाल लागेल— असं करता-करता पंधरा दिवस झालेत आणि कालच गेली आपल्या सुनंदाताईकडे नागपूरला... तर इकडे निकाल लागला! हो, हो... करा तिला तार व ये म्हणावं लवकर परत. झालंच तर, सुनंदालाही घेऊन ये म्हणावं सोबत."

"हो— हो, सांगतो तसंच—" असं म्हणत दिवाकरराव घाईघाईनेच पोस्टात गेले. त्यांच्या आनंदाला पारावार नव्हता. त्यांची लेक बी.ए. फायनलच्या परीक्षेत महाविद्यालयातून सर्वप्रथम जी आली होती.

लगेच दुसऱ्या दिवशी सुनंदासोबत नागपूरहून सुनेत्रा परत आली. घरी पोचत नाही तोच कॉलेजमधून निमंत्रण आलं. प्राचार्यांनी बोलावलं होतं. सुनेत्रा महाविद्यालयातूनच नव्हे, विद्यापीठातून सर्वप्रथम आलेली होती. इंग्रजी आणि राज्यशास्त्र विषयात सुवर्णपदक प्राप्त झालेलं होतं. विवेकानंद महाविद्यालयाच्या इतिहासात प्रथमच हे घडलं होतं. त्यामुळे प्राचार्य कुळकर्णींना फार आनंद झाला. त्यांनी कॉलेजमध्ये ताबडतोब एका सत्कार समारंभाचे आयोजन केले.

"किती नाव काढलं गं माझ्या लेकीनं! चल... सुनेत्रा... तयारी कर लवकर... जाऊ या कॉलेजमध्ये. चल गं सुनंदा, तू सुद्धा..."

"हो ना आई, आपली सुनेत्री किती हुशार आहे! आमच्या नागपुरातसुद्धा सारे ओळखतात तिला... मला तर खूप अभिमान वाटतो माझ्या धाकट्या बहिणीचा!" सुनंदा म्हणाली.

इतक्यात संध्या, वीणा, नंदा, वनिताही पोचल्या. "काँग्रॅट्स सुनेत्रा...!

सुनेत्रा, तू तर कमालच केलीस! केव्हा केला गं एवढा अभ्यास? वक्तृत्व, काव्य, निबंध-लेखन, सांस्कृतिक स्पर्धांमधील नाट्य-अभिनय, तुझं ते पत्रमैत्रीचं वलय... हे सारं-सारं सांभाळून कसा करतेस अभ्यास? काही कळतच नाही बाई आम्हाला!'' संध्या म्हणाली.

''ती हुशारच आहे बाई. हुशारच लोक करू शकतात हे इतकं सारं. तुझं... माझं काम नाही ते. आम्ही तर इतका अभ्यास करतो; पण पन्नास-पंचावन्न टक्क्यांपुढे जातच नाही आमची गाडी! '' —इति वीणा....

''जाऊ दे. नाही तर आपण सुनेत्राच्या मैत्रिणी आहोत, हे काय कमी आहे?'' लांब वेणीचा शेपटा मागे फेकत नंदा म्हणाली.

''किती कौतुक कराल गं माझं.... चला— चला, निघा सारे बाहेर... कॉलेजमध्ये वेळेवर पोहोचायला हवं... वाट पाहत असतील प्राचार्य सर.'' म्हणत सुनेत्राने सर्वांना घराबाहेर काढले.

कॉलेजमधल्या सभागृहात सत्कार समारंभाची इतक्या अल्पावधीतील जय्यत तयारी पाहून सारेच थक्क झाले. सारे अध्यापक आणि विद्यार्थी यांनी सभागृह गच्च भरलेले होतेच; पण ज्यांना-ज्यांना कळले, अशी सारी मंडळी पोहोचली होतीच कॉलेजमध्ये... ३०-३५ हजार लोकवस्ती असलेल्या या लहानशा गावात सुनेत्राच्या यशाची वार्ता हां-हां म्हणता पसरली होती आणि सुनेत्रावर प्रेम करणारी सारी माणसं अतिशय जिव्हाळ्यानं उपस्थित झालेली होती, हा सोहळा नजरेत साठवून घेण्यासाठी!

प्राचार्य कुळकर्णी म्हणाले, ''सुनेत्राने इतकं भव्य यश प्राप्त केले, ही आमच्या महाविद्यालयासाठी अतिशय सन्मानाची बाब आहे. पुणे विद्यापीठांतर्गत इतकी नामवंत महाविद्यालये असताना आपल्या लहानशा गावातील एखादी सुनेत्रा असे भव्य यश मिळविते; ज्यामुळे आमच्या महाविद्यालयाचे नाव विद्यापीठाच्या नकाशावर तेजाळले, याचा आम्हास खूप अभिमान वाटतो. सुनेत्रा आमच्या महाविद्यालयाचे भूषण आहे. 'सर्वांगीण विकास' याचे उत्तम प्रत्यक्ष उदाहरण म्हणजे सुनेत्रा! सुनेत्रा आपल्या जीवनात खूप भव्य-दिव्य असं काही करणार आहे... निव्वळ अभ्यासच नव्हे, तर समाजजीवनाच्या कक्षेत येणाऱ्या प्रत्येक क्षेत्रात ती पारंगत आहे. असे विद्यार्थी फार कमी असतात. त्या मोजक्या विद्यार्थ्यांच्या कक्षेत सुनेत्राचे स्थान नक्कीच अतिशय सन्मानाचे आहे. धन्य ते माता-पिता ज्यांच्या पोटी अशी सुकन्या जन्माला आली. सुनेत्रासारख्या व्यक्तिमत्त्वांचीच देशाला गरज आहे. अशी हुशार, विद्वान, विचारी व्यक्तिमत्त्वंच देशाचा आधारस्तंभ असतात.'' अशा शब्दांत प्राचार्यांनी सुनेत्राचे कौतुक केले. फार सुंदर मोठा पुष्पगुच्छ देऊन तिचा सत्कार केला. अन्य

प्राध्यापक मंडळीही सुनेत्राबद्दल भरभरून बोलली.

सुनेत्रानेही सत्काराला आपल्या नेहमीच्या शैलीत उत्तर दिले. ‘‘माझ्या गुरूंच्या मार्गदर्शनामुळेच हे यश मला प्राप्त झाले. ते माझ्यासाठी कोणत्याही तीर्थक्षेत्रापेक्षाही मोठे आणि पवित्र आहेत. संस्कृतीचा वारसा जपण्याचे वचन आज या निमित्ताने मी त्यांना देत आहे. जगाच्या पाठीवर सूर्यतेजाने तेजाळणारी किती तरी व्यक्तिमत्त्वे यापुढे मला आढळतील; तरीही मला प्रकाश देणाऱ्या माझ्या मूल्यशिक्षणाच्या वहाणा घालूनच मी पुढचा प्रवास— अर्थात वाटचाल करणार आहे. त्यामुळे अवती-भवतीचा अनाचार, भ्रष्टाचार आणि विसंगती मला माझ्या ध्येयापासून विचलित करू शकणार नाही, याचा मला आत्मविश्वास आहे.

माझं हे यश माझ्या एकटीचं नक्कीच नाही. या यशात माझे सारे गुरुवर्य, माझे आई-बाबा, माझ्या मैत्रिणी तसेच माझ्यावर प्रेम करणाऱ्या साऱ्या-साऱ्यांचा वाटा आहे. त्या सर्वांच्या ऋणातून मला मोकळं होताच येणार नाही. मी तसा प्रयासही करणार नाही. मला त्यांच्या ऋणात कायमच राहायला आवडेल. या महाविद्यालयासाठी काही करण्याची संधी मिळाली तर आपण आदेश द्यावा; मी तो शिरसावंद्य मानून आदेशाचे पालन करीन, असे वचन देते.

आपण इतक्या अल्पावधीत फक्त माझ्यासाठी इतका मोठा सोहळा आयोजित केला, हे मी कधीच विसरू शकणार नाही. आजचा दिवस माझ्या जीवनातील सर्वांत मोलाचा, महत्त्वाचा आणि अविस्मरणीय दिवस ठरलेला आहे, यात मुळीच शंका नाही.’’

सुनेत्राच्या भाषणाचंही कौतुक झालं. आई, बाबा, सुनंदा यांच्या आनंदाला तर पारावारच नव्हता.

चार सख्यांचा आनंदही जगावेगळा होता. अतिशय आनंदात सारे घरी परतले.

◈◈◈

४

सारंगपूरला पुढील शिक्षणाची सोय नव्हती. सुनेत्राने पुण्याला एम.ए. इंग्रजीकरिता सिंबायोसिस आट्‌र्स कॉलेजात प्रवेश घेतला. मुलींच्या वसतिगृहात राहण्याची सोय झाली. पाहता-पाहता दोन वर्षं संपली. एम.ए.लासुद्धा गुणवत्तापद कायम राखले. एम.ए. नंतर बी.एड. केले, लगेच एम. फिल.! कुठे तरी प्राध्यापिका म्हणून कामावर रुजू होणे, हे स्वप्न आता अगदी आवाक्यात आलेलं होतं. आपल्या भविष्याप्रति सुनेत्रा फारच आतूर अधीर झालेली होती. याकरिता तिचे मुलाखतसत्र सुरू होते.

....आणि जीवनाच्या नव्या अध्यायाला सुरुवात करणारा तो दिवस उजाडलाच!

महर्षी कर्वे महाविद्यालयात सुनेत्रा प्राध्यापकपदावर रुजू झाली.

आज सुनेत्राच्या नोकरीचा पहिला दिवस! सुनेत्रा महाविद्यालयात पोचली.

"मे आय कम इन सर...?"

"येस— येस, कम इन.... या, या मॅडम!"

सुनेत्रा प्रिन्सिपॉलसाहेबांच्या कक्षात पोचली. तेव्हाच सरांसमोरच्या खुर्चीत बसलेल्या एका तरुणाने साहेबांचा निरोप घेतला व उठून जायला लागला. त्या तरुणाची अन् सुनेत्राची तेवढ्यात नजरानजर झाली. सुनेत्रा दंग झाली. चेहरा काहीसा ओळखीचा भासला. सारं आश्चर्य चेहऱ्यावर घेऊनच सरांसमोर बसली.

"गुड मॉर्निंग सर!"

"गुड मॉर्निंग मॅडम! या... बसा... आमच्या महाविद्यालयात मी तुमचे स्वागत करतो. आज तुम्ही दोघे लोक जॉईन होत आहात. राज्यशास्त्र विषयाकरिता हे प्राध्यापक जॉईन झालेत, जे आत्ताच मला भेटून गेलेत. तेसुद्धा राज्यशास्त्राचे गाढे अभ्यासकच नाहीत, तर विद्यापीठाच्या गुणवत्तायादीत दुसरे आहेत. आज दोन-दोन गुणवत्तेचे प्राध्यापक कामावर रुजू होत आहेत, हा अतिशय सुंदर योग आहे." असे म्हणत प्राचार्यांनी सुनेत्राचे स्वागत व अभिनंदन केले.

प्राचार्यसाहेबांशी काय बोलावे... सुनेत्राला काही सुचत नव्हते. ओळखीसारखा वाटणारा हा चेहरा कोण बरं, हा विषय काही डोक्यातून जात नव्हता.

सुनेत्रा, आपण आपला जॉइनिंग रिपोर्ट द्या आणि तुम्ही आजपासून आमच्या महाविद्यालय परिवारात सामील झाला आहात.''

''थँक्यू सर. मला पण फार आनंद वाटतो आहे. हा माझा पहिलाच इंटरव्ह्यू आणि पहिल्याच मुलाखतीत मला आपल्या ख्यातिप्राप्त महाविद्यालयात नोकरी मिळाली, ही माझ्यासाठी अतिशय महत्त्वाची बाब आहे. माझ्या जीवनातील ध्येय मला आज प्राप्त झाले आहे.'' सुनेत्रा भरभरून बोलली.

''अरे व्वा! तर तुमचे ध्येयच होते तर प्राध्यापक होण्याचे?''

''हो ना सर, प्राध्यापक किंवा वकील व्हायचे, ही माझी इच्छा होती; पण पदवीच्या अभ्यासक्रमात इंग्रजीचे सरदेशपांडेसर यांचे सतत मार्गदर्शन व प्रोत्साहनामुळे मी पदवीनंतर इंग्रजीत एम.ए. केले, ज्यामुळे मला आज ही सुवर्णसंधी प्राप्त झालेली आहे.'' सुनेत्राचा आपले महाविद्यालय, गुरू आणि ध्येयाप्रतीची आस्था व आदर तसेच शब्द उच्चार, बोलण्याची ढब, समयसूचकता या साऱ्या गोष्टी प्राचार्यांनी क्षणात हेरल्या. एक अभ्यासू, हुशार आणि समंजस प्राध्यापिकेची आज नियुक्ती होते आहे, याचा आनंद त्यांच्या चेहऱ्यावर झळकत होता.

''ठीक आहे... मॅडम... व्हाईस प्रिन्सिपॉल डॉ. मेहतासरांकडून तुम्ही तुमचं टाइम-टेबल घ्या.''

''ओ.के. थँक्यू सर.'' म्हणून सुनेत्रा उठली. बाजूलाच असलेल्या डॉ. मेहतांच्या केबिनमध्ये डोकावली. ''मे आय कम इन सर?''

''येस, येस! या या, सुनेत्रा काळे मॅडम!'' डॉ. मेहतांनी सुनेत्राचे हसून स्वागत केले.

आताही तीच व्यक्ती डॉ. मेहतांचा निरोप घेऊन निघाली. सुनेत्राची आताही त्याच्याशी नजरानजर झाली. ते प्राध्यापक मात्र वाऱ्याच्या वेगाने निघून गेले.

''या— या, बसा सुनेत्रा मॅडम! अभिनंदन तुमचं, तुम्ही आमचं महर्षी कर्वे महाविद्यालय जॉईन केल्याबद्दल. हे घ्या तुमचं टाइम-टेबल. आता दुसऱ्या तासापासून जा वर्गावर. बाजूला स्टाफरूम आहे, तिथे बसू शकता. चला, मी तुम्हाला घेऊन चलतो.'' असे म्हणत डॉ. मेहता सुनेत्राला घेऊन स्टाफरूममध्ये आले. बरीच प्राध्यापकमंडळी होती. त्यांना म्हणाले, ''ह्या सुनेत्रा काळे... आजपासून आपल्या महाविद्यालयात रुजू झाल्यात, इंग्रजी विषयाकरिता.'' आणि डॉ. मेहतासरांनी अन्य लोकांची सुनेत्राशी ओळख करून दिली. सुनेत्राची नजर मात्र त्या ओळखीसारख्या

वाटणाऱ्या आपल्या सहप्राध्यापकास शोधत होती. तिला त्यांचा परिचय हवा होता, पण ते काही दिसत नव्हते.

तेवढ्यात डॉ. मेहता म्हणाले, ''आजच प्रा. प्रदीप दीक्षितही राज्यशास्त्राचे प्राध्यापक म्हणून रुजू झालेत.'' हे नाव ऐकताच सुनेत्राच्या मनातला सारा गुंता सुटला. तिच्या चेहऱ्यावर आश्चर्याचे भाव आले आणि अचानक ती डॉ. मेहतांना म्हणाली, ''ते दिसत नाहीत सर कुठे?''

''ते पिरिअडला गेले आहेत. चला तर येतो मी good day!'' आणि मेहतासर निघून गेले.

सुनेत्रा एका खुर्चीत बसली. 'काय म्हणावं या नियतीला? आज अचानक अशा वळणावर प्रदीपची भेट झाली. बी.ए. प्रथम वर्षाला एकाच वर्षाकरिता आमच्या कॉलेजमध्ये येतो काय... दरम्यान कुठे होता, काय होता— काही पत्ता नाही आणि आज या महाविद्यालयात अशी भेट होते काय... भेटही अशी की, माझ्यासोबत जॉइनिंग!' सुनेत्रा क्षणात गढून गेली जुन्या आठवणींमध्ये! 'प्रदीपने मला ओळखले असावे का? आताही असेल का त्याच्या मनात ते सारं?' असं सारं विचारमंथन सुनेत्राच्या मनात सुरू झालं. तेवढ्यात सुनेत्राशी प्रा. जोशी बोलायला लागल्या. त्यांनी तिच्याशी ओळख करून घेतली. पिरिअड बेल झाली. सुनेत्रा वर्गावर गेली. आज तिचे आणि प्रदीपचे पिरिअड्स मागे-पुढे असल्यामुळे भेटच झाली नाही.

विचारांचं सारं काहूर मनात घेऊन सुनेत्रा पोचली रूमवर!

'कशी सैरभैर अवस्था झाली होती ना माझी बी.ए. फस्ट इयरच्या रिझल्टनंतर! तो दिवस-रात्रीचा काळ— ज्याने मला प्रदीपमय करून सोडले होते... खरा विरह काय असतो, तो अनुभवला होता मी त्या दोन दिवसांमध्ये! पण विरह हा प्रेमानंतर असतो ना? मी मात्र प्रेमाशिवायच तो अनुभवला होता— नव्हे, तर त्या मनाच्या विरही अवस्थेमुळेच मला प्रेम अनुभवता आल होतं. किती वेगळंच सारं आलं ना माझ्या वाट्याला? किती प्रयास करावा लागला होता मला नव्यानं स्वत:ला वातावरणाशी जुळवून घेताना! नंतर तर मी त्याला विसरूनही गेले होते. पण आता पुढे नियतीच्या मनात काय आहे; काही कळत नाही. खरंच का प्रदीपने मला ओळखलं नसेल? नसेल ओळखलं, तर नाही; पण त्यालाही कळलंच असेल मला कळलं तसं की, त्याच्या सोबतच आज सुनेत्रा काळे ह्या पण जॉईन झाल्यात म्हणून! मग का भेटला नाही तो मला...? त्याला मला भेटायचे नसेल का? त्याच्या जीवनात कुणी दुसरी आली असेल का?' एक नाही, अनेक विचारांच्या गर्तेत सापडली सुनेत्रा! रात्री अंथरुणावर पडेपर्यंत या विचारांनी पिच्छा सोडला नाही.

◈◈◈

५

'हो तर, ही तीच सुनेत्रा आहे! प्राचार्यांनी मला सांगितले की, आज इंग्रजी विषयाकरितासुद्धा एक मॅडम जॉईन होत आहेत, सुनेत्रा! पण काल तर काही त्या मॅडमशी माझी भेट होऊ शकली नाही.' प्रदीपच्या मनातही सारं हेच मंथन सुरू होतं. 'किती शिष्ट मुलगी आहे ना! किती तिला स्वत:चा तोरा अन् किती अभिमान! त्या वक्तृत्व स्पर्धेत तिचा अन् माझा प्रथम क्रमांक आला काय— मित्रांनी चिडवायला सुरुवात केली काय— अन् मीसुद्धा तिच्या विचारांनी वेडा झालो काय... सारंच वेगळं होतं ते... जणू एक वादळ! बरं झालं, काकांची बदली झाली, म्हणून! कदाचित वाचलो त्या वादळातून... नाही तर, सांगता येत नाही काय झालं असतं. कदाचित होऊन राहिलो असतो एक वेडा मजनू! त्या दिवशी सारंगपूर सोडताना किती व्याकूळ झालो होतो ना, मी तिच्या आठवणींनी! मूर्खासारख्या चार-पाच वेळा सायकलने तिच्या घरासमोरून गेलो. एकदा तरी ती दिसावी, म्हणून जीव नुसता वेडापिसा झाला होता. ती तर दिसली नाही, तेव्हा किती उदास झालो होतो!'

हे सारं-सारं आज प्रदीपलाही आठवत राहिलं. आठवणींच्या चळतीच्या चळती आता रित्या झाल्या होत्या. सुनेत्राच्या पूर्वभेटीचे सारे संदर्भ आज आठवत होते. 'खरंच, हा विधाता पण अशा काही खेळी खेळतो की, आमच्यासारख्या पामरांना स्तंभित झाल्याशिवाय राहवत नाही.' या विचारांच्या तंद्रीतच तो कॉलेजमध्ये पोचला. आजही पहिला तास होता.

पहिला तास आटोपून प्रदीप स्टाफरूममध्ये पोचला. तिथे सुनेत्रा आणि जोशी मॅडम होत्या. सुनेत्राही आत्ताच पहिल्या पिरिअडवरून आली होती.

"या या सर! प्रदीप सर, ह्या सुनेत्रा काळे. ह्या पण कालच जॉईन झाल्या! तुमचा परिचय करून देते—" असे म्हणत जोशी मॅडमनी सुनेत्रा अन् प्रदीपची ओळख करून दिली.

“मॅडम, हे प्रदीप दीक्षितसर आणि मी बी.ए. प्रथम वर्षाला एकाच कॉलेजमध्ये होतो... सारंगपूरला. हो ना, प्रदीपसर?”

“हो— हो ना, सुनेत्रा मॅडम. मी पण काल तुम्हाला ओझरतं पाहिलं, तेव्हापासून विचारच करतो आहे.”

“अरे, पण तुमची दोघांची तर जुनीच ओळख आहे, हे तर फारच छान झालं!” —इति जोशी मॅडम.

“हो ना मॅडम. आम्ही क्लासमेट्सच नाही, तर कॉलेजचे चांगले डिबेटरही होतो.”

“अरे व्वा...! तुमच्या निमित्ताने तर आता आमच्या कॉलेजला दोन चांगले वक्तेसुद्धा लाभलेत, हे मला आता नव्याने कळले. छान वाटले.”

जोशी मॅडम, सुनेत्रा आणि प्रदीप या तिघांनाही एक तास कसा गेला, ते कळलेच नाही.

प्रदीप आता पूर्वीचा लाजरा-बुजरा राहिलेला नव्हता; तर उंचापुरा, धिप्पाड, स्मार्ट असा राज्यशास्त्राचा प्राध्यापक झालेला होता. राज्यशास्त्राचा फक्त अभ्यासकच नव्हता, तर आपल्या विषयाचे चौफेर ज्ञानही तो विविध चर्चासत्रांमध्ये पेरत आलेला होता. नंतरच्या महाविद्यालयीन जीवनात त्याने वक्तृत्वाची अनेक पारितोषिकेही प्राप्त केलेली होती.

सुनेत्राचे दिवस आता मयूरपंख लावून उडत होते. जीवनातील पहिलं प्रेम अशा वळणावर अचानक पुढ्यात येऊन उभं राहील, असं कधीच वाटलं नव्हतं. खरंच— ईप्सिताच्या मागे धाव-धाव धावतो, तेव्हा ते कायम त्याच्यापासून दूर-दूर पळत राहतं. हतबल होऊन माणूस त्याचा पिच्छा सोडून देतो, ते आपल्या आवाक्यातीलच नाही, अशी मनाशी पक्की खूणगाठही मारून टाकतो; तेव्हा अचानक ते समोर येऊन उभं राहतं. मग आश्चर्यचकित झाल्याशिवाय राहवत नाही. असाच अनुभव सुनेत्रा आणि प्रदीप दोघांनीही घेतला होता.

दिवसांमागून दिवस जात होते. रोजचे रूटीन नेहमीप्रमाणे संथ गतीने धावत होते. इतर सहकारी एकमेकांशी वागतात त्याचप्रमाणे सुनेत्रा व प्रदीप वागत होते. वयाच्या परिपक्वतेमुळे असावे, त्यांच्या वागण्यातही बराच संभावितपणा होता. पण आता नियतीने जेव्हा दोघांची भेट घालून दिली, तेव्हा नियतीच्याही मनात काही तरी असेलच, असं काहीसं झालं.

कोजागरी पौर्णिमेनिमित्त महाविद्यालयात प्राध्यापकांचा छोटेखानी ‘स्नेहमीलन’ कार्यक्रम आयोजित करण्यात आला. महाविद्यालयाच्याच प्रांगणात आयोजन करण्यात

आले होते. सायंकाळी सात वाजता सर्वांनी जमायचं होतं, त्यानंतर जेवण आणि रात्री शरदाच्या चांदण्यात आटवलेल्या दुधाचा आस्वाद घ्यायचा— असंच एकूण आयोजन होतं.

त्यानुसार सात वाजता सारेच गोळा झाले. सुनेत्रा आणि प्रदीपकरिता हा महाविद्यालय परिवाराचा पहिलाच कार्यक्रम होता. प्राध्यापक रणदिवेंकडे संपूर्ण धुरा सोपविली होती. प्रत्येकाने आपला सहभाग नोंदवायचाच, अशी कायम प्रथा होती. फिरत्या टोपलीतील चिठ्ठी प्रत्येकाने उचलायची आणि त्यामध्ये जे लिहिलं असेल, ते सर्वांसमक्ष करून दाखवायचे.

आज सुनेत्रा खूपच सुंदर दिसत होती. हलक्या गुलाबी रंगाची जरतारी वर्कची साडी तिच्यावर फारच खुलून दिसत होती. सुनेत्राच्या बोलक्या आणि सहज स्वभावामुळे अल्पावधीतच ती साऱ्या मॅडमची आवडती झाली होती. सुनेत्राचे लांब केस, तिची साडी, तिची राहणी याचे कौतुक झाले नाही, असा एकही दिवस जात नसे. अगदी चार-पाच महिन्यांच्या कालावधीतच साऱ्यांमध्ये ती मिसळून गेली होती.

"सुनेत्रा, खरं सांगू का? तू ना, आज मार्व्हलस दिसत आहेस!" सुनेत्राच्या खांद्यावर हात ठेवत सविता गोखले म्हणाल्या... आणि "मॅडम, तुम्ही पण किती छान दिसत आहात ना...?"

"आमचं काय गं आता? आता दिवस तुमच्यासारख्यांचे आहेत..." असं म्हणत साऱ्यांच्या गप्पांना उधाण आलं... तितक्यात व्हिसल वाजली. प्रा. रणदिवे म्हणाले, "कृपया सर्वांनी आपले स्थान ग्रहण करावे. प्रत्येकासमोर टोपली येईल. प्रत्येकाने त्यातून एक चिठ्ठी उचलायची. पाच मिनिटांचा वेळ प्रत्येकाला विचार करायला मिळेल. अगदीच चिठ्ठीत लिहिलेलं... करता आलं नाही, तरी तुम्हाला जे आवडेल ते करता येईल; पण ते स्पर्धेत नसेल, कारण कार्यक्रमाच्या शेवटी सर्वोत्कृष्ट सादरीकरणाचे पारितोषिक दिले जाणार आहे."

कार्यक्रमाला सुरुवात झाली. पहिली चिठ्ठी प्रा. प्रवीण ढोरे यांनी उघडली 'चंद्रावर गीत' असे त्यांच्या चिठ्ठीत लिहिले होते. प्रा. ढोरे यांनी आपल्या सुमधूर स्वरात 'तोच चंद्रमा नभात, तीच चैत्र यामिनी' या भावगीताने कार्यक्रमाची सुरुवात झाली आणि मैफलीला रंग भरला गेला. दुसरी चिठ्ठी उचलली प्रा. नीलिमा साठे मॅडम... त्यांची चिठ्ठी निघाली भाजीवालीची नक्कल... साठे मॅडम मुळातच विनोदी आणि अवखळ स्वभावाच्या. अस्सल वऱ्हाडी भाषेत त्यांनी 'भाजीवाली'ची नक्कल सादर केली. सर्वांनी भरभरून दाद दिली. एक पुरुष प्राध्यापक, एक स्त्री प्राध्यापिका... अशा चिठ्ठ्या काढल्या जाऊ लागल्या. आता प्रा. प्रदीप दीक्षितांची वेळ आली. त्यांनी

चिठ्ठी उघडली. चिठ्ठीत लिहिले होते, एक हिंदी गीत. मुळातच लाजरा-बुजरा, अबोल म्हणून ओळखल्या जाणारा प्रदीप म्हणाला, "नाही... मला नाही येत हिंदी गीत!" त्यावर "असं कसं हो? तुमच्यासारख्या तरुण रक्ताच्या लोकांना येत नाही, म्हणजे खूपच झाले. सारं येतं... चला तर, म्हणायला सुरवात करा. अडलं तर आहोतच आम्ही." प्रा. रणदिवेंनी असा धीर दिला. आता प्रदीप कोणतं गाणं म्हणणार, याची तिलाही फार उत्सुकता होती. प्रदीपच्या हातात माईक दिला गेला आणि प्रदीपने सुरवात केली गाणं म्हणायला...

"तुम अगर साथ दे ने का वादा करो
मै यूँ हि मस्त नगमें सुनाता रहूँ..."

महेंद्र कपूरच्या आवाजातलं हे गीत प्रदीपने अतिशय सुंदररीत्या सादर केले. "Once more, Once more" आवाज आला. प्रदीपला पुन्हा एकदा गाणं म्हणावं लागलं. "व्वा! व्वा! काय सुंदर...! उगाच आढेवेढे घेत होता ना सर तुम्ही...!" प्रा. राठी म्हणाले. सैरभैर झालं सुनेत्राचं मन. बिनधास्त स्वभावाच्या सुनेत्राच्या सुंदर डोळ्यांमध्ये कुठून आले, कसे आले, माहीत नाही; पण लाजऱ्या भावांनी डोळे भरून गेले आणि त्याचीच रक्तलालिमा चेहराभर व्यापून राहिली.

लगेच चिठ्ठीची टोपली मॅडम साईडला गेली. कोपऱ्यावर बसलेल्या सौ. इंगळे मॅडमकडे गेली. त्या म्हणाल्या, "मी उचलणारच आहे, पण आत्ताच नवीन लागलेल्या प्राध्यापकांचा ॲपिरिअन्स झाला; तेव्हा नव्याच मॅडमला ही चिठ्ठी उचलायला लावू या..."

"होऽ होऽ! सुनेत्रा मॅडम, उचला तुम्ही चिठ्ठी—"

सारेच म्हणाले...

आढेवेढे घेत सुनेत्राने चिठ्ठी उचलली— "स्वनिर्मित काव्य, शेर, उखाणा." सुनेत्राने कविता म्हटली.

"मलाही आवडतं,
लाटांवर स्वार व्हायला ।
पण कुणीतरी हवं
किनाऱ्यावर वाट पहायला...

मलाही आवडतं
आकाशात उडायला
पण कुणीतरी हवं
पंखांवर लक्ष ठेवायला...

मलाही आवडतं
काट्यांवरून चालायला
पण कुणीतरी हवं
जखमांचं दुःख जाणायला...

मलाही आवडतं
ज्योतीसारखं जळायला
पण एक ओंजळ हवी
विझूविझूशी ज्योत सावरायला...

मलाही आवडतं
सारं सारं सोसायला,
पण कुणी तरी हवं
केलं जगानं परकं तरी
आपलं म्हणून घ्यायला...!''

शेवटच्या ओळींनी तर खूपच टाळ्या मिळविल्या. ''आपल्या सुनेत्रा मॅडम कवयित्रीसुद्धा आहेत, हे आपल्याला आज कळलं, हेही नसे थोडके.'' प्रा. रणदिवे म्हणाले. प्रदीपला तर जणू सुनेत्राच्या मनातलं कळून चुकलं होतं. दोघांचीही नजरानजर झाली. सुनेत्राकडे बघण्याचं धैर्य जणू प्रदीपमध्ये आलं... किती सामर्थ्य असतं ना... काव्यामध्ये.... शब्दांमध्ये.... याची प्रचीती दोघांनाही आली. कार्यक्रम संपला. पूर्ण वेळ प्रदीपचे गाणे आणि सुनेत्राच्या कवितेचेच सारे कौतुक करत होते.

सुनेत्रा घरी पोचली. कुलूप उघडले, अंथरुणावर पडली. मनाला तर जणू पंख लागले असावेत, अशी भावविभोर अवस्था झाली होती. डोळे मिटून घेतले. नकळतच डोळ्यांसमोर प्रदीपची आकृती तरळू लागली. 'तुम अगर साथ देने का वादा करो' ह्या गाणातून जणू त्याने मनातलं सारं सांगूनच टाकलं याचा स्पष्ट भास होत होता. 'प्रदीप खरंच इतकं छान गातो, हेही आपल्याला नव्याने कळलं. मला तर त्याचं वक्तृत्वच माहिती होतं.' आता प्रदीपची एकूणएक गोष्ट आठवू लागली.

तिकडे प्रदीपचीही तीच अवस्था होऊन गेलेली होती. 'मलाही आवडतं लाटांवर स्वार व्हायला, पण कुणीतरी हवं किनाऱ्यावर वाट पहायला...' या ओळींमधून जणू सुनेत्रा सांगूनच गेली, की तिच्या 'कुणी तरी'ची जागा अद्याप रिकामी आहे. 'मला तर वाटलं की, इतकी बोल्ड मुलगी आहे, सोशल आहे; हिला पत्रमैत्रीची अन् फ्रेंडसर्कल वाढविण्याची इतकी हौस आहे... कुणी तरी नक्की आलंच असावं हिच्या जीवनात... पण हे काय— माझ्या गाण्यानंतर लगेच तिने इतकी सूचक

कविता म्हटली... नक्कीच सुनेत्रालाही वाटतं तेच— जे मलाही वाटतं.' अशाच विचारांच्या गर्तेत कधी डोळा लागला, कळलंच नाही.

कोजागरी पौर्णिमेचा चंद्र सुनेत्रा आणि प्रदीपच्या जीवनात खऱ्या अर्थाने शीतलता निर्माण करून गेला होता. प्रेमाचं चांदणं अंगणभर पसरून गेला होता. ती एक अविस्मरणीय पौर्णिमा दोघांच्याही जीवनात अवतरली होती. शरदाचं शीतल चांदणं त्यांच्या जीवनात प्रवेशण्यास उत्सुक होतं. दोघांच्याही मनाची अवस्था अशी सैरभैर करून टाकली होती, या पौर्णिमेनं...

"सुनेत्रा मॅडम, तुमच्याकडे कुणी तरी आलेल्या आहेत. वीणा देसाई नाव सांगताहेत." चपराश्याने येऊन सांगितले.

"वीणाऽऽ! तू इथे? कशी आहेस? आणि हे काय— गळ्यात मंगळसूत्र अन् हातात छोकरा! हे काय?" सुनेत्रा आश्चर्यचकित होऊन म्हणाली.

"अगं, मला काही बोलू देशील की नाही? तुझ्या वर्गात एक विद्यार्थिनी आहे ना, अंजली देसाई—"

"हो, आहे तर! माझी फारच आवडती विद्यार्थिनी आहे ती. मग काय अंजलीचं?"

"अगं, ती माझी नणंद आहे. कित्येक दिवसांपासून आमच्या काळे मॅडम अशा अन् काळे मॅडम तशा— सारखी तुझे गुण गात असते. सुरवातीला मी काही लक्ष दिले नाही. तू असावीस अशी पुसटशी कल्पनाही मला आली नाही. कारण मधे तू मुंबईला कसलासा कोर्स करते आहेस, असे मला कळले होते."

"हो ना! अगं, त्याला आता दोन वर्षं झालीत. मधे एक वर्षाचा Computer कोर्स केला मुंबईला! पण तिकडेच थोडी राहिले?"

"पण आपली दरम्यान काही गाठभेटच नाही ना... म्हणून कळलेच नाही. परवा अंजूने कॉलेजमधल्या एका कार्यक्रमाचे फोटो दाखविले. त्यात तुझा फोटो पाहताच मी तुला ओळखले. मग मी अंजूला तुझे पूर्ण नाव विचारले. ते ऐकताच मला इतका आनंद झाला की, विचारू नकोस आणि लगेच आज मी तुला भेटायला आले. सुनेत्रा, हा माझा मुलगा पिंटू. ह्याचे बाबा ॲडव्होकेट आहेत."

ही वीणा म्हणजे सुनेत्राच्या चार मैत्रिणींमधली एक! सर्वांत सुंदर असलेल्या वीणाचे पदवीच्या दरम्यानच लग्न झाले. एका लग्न समारंभात वीणाला मुलाकडच्यांनी बघितले अन् झाले— वीणाला मागणीच घातली. खूपच चांगलं स्थळ आपोआप दारी चालत आलं, तेव्हा नाकारायचं कशाला— असा साधा-सरळ विचार होऊन वीणाचे लग्न झाले. आता वीणाला तीन वर्षांचा मुलगा होता. मैत्रिणींचं असंच असतं.

प्रत्येकीचं नशीब वेगळं अन् लग्नानंतर सारथ्य त्यांच्या हातात. त्यामुळे इच्छा असूनही मैत्रिणींच्या भेटी होत नाहीत. म्हणूनच सुनेत्राला भेटण्याचा अवर्णनीय आनंद वीणाला झाला होता.

सुनेत्रा आणि वीणा दोघींनाही एकमेकींच्या भेटीचा खूप आनंद झाला होता. दोघींच्याही चेहऱ्यावरून तो ओसंडून वाहत होता. इतक्यात पिरिअड संपला आणि प्रदीप दीक्षित स्टाफरूममध्ये आले.

"वीणा, तू ह्यांना ओळखलेस? सांग, हे कोण?" सुनेत्रा म्हणाली.

"हे काय गं सुनेत्रा! मी या कॉलेजमध्ये आज पहिल्यांदाच आले अन् तेही तुला भेटायला... मी यांना कशी काय ओळखेन?"

"नाही— नाही वीणा, तू यांना नक्कीच ओळखतेस." प्रदीपही वीणाकडे पाहत राहिला. वीणा आता पूर्वीची सडपातळ राहिली नव्हती. त्यामुळे प्रदीपने काही वीणाला ओळखले नाही.

"वीणा, हे प्रदीप दीक्षित! आता काही आठवतं का बघ—"

"प्रदीप दीक्षित! अरे म्हणजे, तो आपल्या महाविद्यालयातील डिबेटर तर नव्हे— धोतरवाला?"

"राईट, वीणा! बरोबर ओळखलंस. हेच ते प्रदीप दीक्षित— डिबेट विनर."

"अरे व्वा! हे तर छानच झाले— दोघेही डिबेटर एकाच ठिकाणी नोकरीत! पण हे कसे काय?"

"कसे काय म्हणजे? योगायोग— निव्वळ योगायोग!" हसत-हसत सुनेत्रा म्हणाली.

"पण प्रदीपजी, तुम्ही तर फर्स्ट इयरनंतर एकाएकी गायबच झालात हो. कुठे गेला? आम्हाला काही कळलंच नाही. इकडे आम्ही किती हैराण झालो होतो ना, काही काळ." सुनेत्राकडे कटाक्ष टाकत वीणा म्हणाली.

"गायब वगैरे काही नाही, माझ्या काकांकडे मी शिकायला राहत होतो. काकांची बदली झाली, म्हणून जावं लागलं." प्रदीपने सांगितले.

सुनेत्रा, वीणा अन् प्रदीपच्या गप्पा छान रंगल्या. दुसरा पिरिअड संपला. आता सुनेत्रा अन् प्रदीपचाही पिरिअड होता. पुन्हा भेटण्याचं आश्वासन देत वीणाला निरोप दिला.

वीणा पण पुण्यातच असते, याचा सुनेत्राला खूपच आनंद झाला. कारण कितीही झालं तरी त्या उमलत्या वयातली ती एक चांगली मैत्रीण होती.

या नव्या शहरात आपली जीवाभावाची मैत्रीण राहते, हे कळल्यापासून

सुनेत्राला फारच छान वाटायला लागलं होतं.

आता दोघी एकमेकींना सतत भेटत होत्या. कधी फोनवरून, तर कधी प्रत्यक्ष. त्या दिवशी कॉलेजला ईदची सुट्टी होती. वीणाने सुनेत्राला घरी जेवायला बोलावले अन् प्रदीपलाही बोलावले.

आताशा प्रदीपही सुनेत्राशी थोडं मोकळं बोलायला लागला होता. पण बोलण्या-वागण्यात एकूणच संभावितपणा होता. दोघांच्याही मनात जे काही होतं, ते बाहेर काही येत नव्हतं. एका नामवंत महाविद्यालयात आपण नोकरी करतो आहोत, याची जाणीव दोघांनाही होती. नाही तरी त्या दिवशी— कोजागरी पौर्णिमेपासून प्रा. रणदिवे, प्रा. जोशी, प्रा. इंगळे मॅडम यांनी जरा फिरकी घ्यायला सुरुवात केली होती; पण दोघांकडून काहीच प्रतिसाद मिळाला नाही. त्यामुळे तो विषय तिथेच संपलेला होता.

वीणाला मात्र मनापासून वाटत होतं की, हे दोघे आता असे आयुष्याच्या वळणावर भेटलेत; तर नक्कीच नियतीच्या मनात यांचे मीलन व्हावे, असेच असावे. B.A. फर्स्ट इयरलाच प्रदीप निघून गेला, म्हणून बरं झालं; नाही तर आमच्या कॉलेजमध्ये यांचं प्रेम प्रकरण तर चांगलंच गाजलं असतं. सुनेत्रापण किती हरवून गेली होती ना त्या काळात... किती बैचेन झाली होती प्रदीपच्या न दिसण्यानं... आम्ही चिडवलं तर किती चिडली होती ना आम्हा चौघींवर! आता इथून पुढे काही सुरुवात होते का बघावं, याचा वेध वीणा घेत होती. पण तिच्या हाती काही लागत नव्हतं. खरं तर त्यांच्या मनातलं काढून घेत त्यांना बोलतं करण्यासाठीच आज वीणाने त्या दोघांनाही घरी जेवायला बोलावलं होतं. सुमंत कोर्ट केसकरिता मुंबईला गेलेले होते. कदाचित त्यांच्या उपस्थितीत हे असं आयोजन करताही आलं नसतं.

बरोबर अकरा वाजता दारावरची बेल वाजली. दारात सुनेत्रा उभी होती. फिक्या, पिवळ्या रंगाच्या सलवार-कुर्त्यामध्ये ती फार सुंदर दिसत होती.

"हॅलो, वीणा मॅडम! काय सुरू आहे तुमचं? झाली का तयारी? सारी पाहुणेमंडळी आली का?"

"हो ना सुनेत्राबाई, झाली सारी तयारी. वाटच बघत आहे तुम्हा दोघांची."

"अगं, घरात कोणी दिसत नाहीत. कुठे गेलेत आमचे जिजाजी?"

"अगं, ते ना, मुंबईला गेलेत केसच्या मीटिंगकरिता."

"म्हणजे, त्यांच्याशी माझी भेट आणखी लांबली म्हणायची?"

"हो ना! सुनेत्रा, त्यांना पण तुला भेटायची खूप इच्छा आहे. पण बघ— एका शहरात असूनही काही योग येत नाही."

"तू सांगितलं असशीलच त्यांना खूप काही माझ्याबद्दल?"

"ते काही विचारूच नकोस. तुझा इतका विषय असतो ना आमच्या घरात... आमची अंजू तर तुझी जबरदस्त फॅनच आहे. 'आमच्या काळे मॅडम, आमच्या काळे मॅडम' हेच सतत तिचं सुरू असतं."

"अरे हो, अंजूपण दिसत नाही कुठे?"

"अंजू ना, कालच गेलीय माझ्या मोठ्या नणंदेकडे सिंहगड रोडला. त्यांचा फोन आला होता. मलाही बोलवलं होतं त्यांनी; पण तुम्हा दोघांना बोलवायचं आज ठरवलं होतं ना, त्यामुळे गेलेच नाही."

खरं तर वीणाने मुद्दामच हे आयोजन फार युक्तीने घडवून आणलं होतं.

दोघींच्या गप्पा मस्त रंगत आल्या. तेवढ्यात बेल वाजली.

"प्रदीप दीक्षित आले वाटतं—" म्हणत धावत जाऊन वीणाने दार उघडले. दारात कामवाली बाई उभी होती. "या बाई आत."

"अरे, मला वाटलं, प्रदीप आले असतील!" दोघीही प्रदीपची वाट बघत होत्या, तेवढ्यात फोनची रिंग वाजली.

"हॅलो, हॅलो... मी प्रदीप दीक्षित बोलतोय. वीणाजी, सॉरी हं— मला नाही येता येणार तुमच्याकडे. बाबांची तब्येत बिघडल्याचा निरोप आला, त्यामुळे मला ताबडतोब गावाला जावं लागत आहे. पुन्हा कधी तरी नक्की येईन."

"ठीक आहे. प्रदीपजी, आज किती आनंदात होते ना मी! आता सारा विरसच झाला बघा.

"अगं सुनेत्रा, हा प्रदीप नाही येत आहे. त्याच्या बाबांची तब्येत बिघडली, म्हणून त्याला गावाला जावं लागलं." वीणाचा तर सारा मूडच गेला. पण चला— जे होते, तेही चांगल्याकरिताच असावं. आधी सुनेत्राच्या मनातलं तर चाचपता येईल. मैत्रीण झाली म्हणून काय झाले? अलीकडे तर आपण तिच्याशी याविषयी बोललोच नाही. कदाचित तिच्या मनाचा निवांतपणें कल घेता यावा म्हणूनच प्रदीपचं येणं लांबलं असावं, असा विचार करताना वीणाला बरे वाटले.

दोघींचीही जेवण झाली. गुड्डी छान झोपली होती.

वीणाचं घर फार सुंदर बंगलाच होता. मोठा हॉल, दोन बेडरूम, डायनिंगरूम, प्रशस्त किचन, समोर सुंदर बाग, मागे मोकळी जागा... फारच सुंदररीत्या वीणानं घर सजवलं होतं. नाही तरी वीणाला अभ्यासापेक्षा पेंटिंग, रंगसंगती, गृहसजावट यामध्येच जास्त रुची होती. तिच्या या साऱ्या कलांची छाप घरभर दिसत होती.

"वीणा, घर बाकी फारच सुंदर सजवलंयस हं तू! फारच प्रसन्न वाटते आहे

सगळीकडे!'' जेवणं आटोपली.

सुनेत्रा इतर मैत्रिणींबद्दल विचारत राहिली. वीणाला जे माहीत होते, ते तिने सांगितले. वीणाला खरा इंटरेस्ट होता तो सुनेत्राच्या मनात काय होतं, ते काढण्यामध्ये! पण सुनेत्रा काही त्या विषयावर येत नव्हती. शेवटी न राहवून वीणाने विचारलेच, ''काय सुनेत्रा, लग्न वगैरे करायचा विचार आहे की नाही?''

''आहे म्हणजे काय, आई फारच मागे लागली आहे. पण तुला सांगू का वीणा— मला तो 'कांदेपोहे' मार्ग ना, काही रुचतच नाही. उगाच अपमानच वाटतो. मी माझ्यापुरतं तरी ठरवलं आहे— मी स्वत:ला दाखवून घेणार नाही. ज्याला गरज असेल, तो मला बाहेरच पाहील अन् विचारेल सरळ-सरळ.''

''असं कसं होईल? ॲरेंज मॅरेजमध्ये तर कांदेपोहे अन् दाखविणे या मार्गाशिवाय तर दुसरा मार्गच नसतो. तुला या मार्गाने जायचं नाही, तर मग तू ठरवलं असशीलच काही तरी...?''

''हेच— हेच वीणा, हेच चुकतं सर्वांचं. अगं, माझ्या या थोड्याशा मोकळ्या अन् बिनधास्त स्वभावामुळे ना, सर्वांना माझ्याबद्दल असंच वाटतं. पण असं काही नाही बरं. आणि असं व्हायला तसा कुणी भेटायला तर हवा ना!''

''न भेटायला काय झालं? अगं, प्रदीप दीक्षितबद्दल का विचार करत नाहीस?''

''हे काय वीणा— तू तर एकदम प्रदीपवरच आलीस!''

''प्रदीपवरच आली नाही, मी मुद्द्याला हात घातलेला आहे. सुनेत्रा, मला खरंच वाटतं की तुम्ही दोघांनी एक व्हावं, नव्हे तर देवाने तुम्हाला एकमेकांकरिताच बनविले आहे.''

''वीणा, तू तर ग्रेटच आहेस!''

''ग्रेट काय सुनेत्रा? तुला अन् प्रदीपला भेटले ना, त्या पहिल्या दिवसापासूनच मला असं वाटतंय आणि आजही तुम्हा दोघांना घरी जेवायला बोलवायचं तर एक निमित्तच होतं. तुम्हाला जाणून घ्यावं आणि करता आलं तर हे लग्न जुळवण्याचं पुण्यकार्य करावं, हाच उद्देश होता.''

''हो— हो, मोठी आजीबाईच झाली आहेस ना लग्न जुळवायला!''

''तसं नाही सुनेत्रा! आता विनोदाचा भाग सोड; मी सिरीयसलीच म्हणते की, प्रदीपचा विचार करायला काय हरकत आहे? एवढा हुशार आहे, देखणा आहे, तुझ्या बरोबरीचाही. आज दोघेही एकाच व्यवसायात नव्हे, तर एकाच कॉलेजमध्ये नोकरीस आहात. एका सुखी जीवनाकरिता आणखी काय हवं? सारं-सारं बरोबर

असताना विचार करायला काय हरकत आहे?''

''हो गं वीणा, कधी कधी मलाही वाटतं! पण बाबा असायला हवे होते. बाबा दोन वर्षांपूर्वीच गेलेत. आईला हे सगळं समजावून सांगणं कठीण आहे. त्यातल्या त्यात माझ्या मोठ्या दोन बहिणी अन् मोठ्या दोन भाऊजींचीही संमती मिळेल, असं वाटत नाही. आमच्या कुटुंबात आजपर्यंत आंतरजातीय विवाह झालेला नाही आणि मी असं काही तरी करण्याबाबत ते साशंक आहेत. त्यात असेच झाले, तर ते सारेच नाराज होतील, असे वाटते.''

''सुनेत्रा, हे सारं तर खरं आहे; पण प्रदीपच्या मनातही तुझ्याबद्दल प्रेम असेल, तो तयार असेल— तर तुला विचार करायला काहीच हरकत नसावी. तू तुझ्या नातेवाइकांना व्यवस्थित समजावून सांगू शकतेस.''

''पण प्रदीपच्या मनातलंही कळायला हवं ना?''

''दे टाळी! म्हणजे तुझ्या मनात आहे तर! हेच तर हवं होतं मला. पुढचं सारं माझ्याकडे लागलं. प्रदीपशी बोलून तुझ्यापर्यंत येणं व तुझी संमती घेणं, हेच असेल!''

''अच्छा, म्हणजे आजच्या आयोजनामागे हाच उद्देश होता तर तुझा?''

''मग काय वाईट होता का? खरं सांगू सुनेत्रा? त्या दिवशी मी तुझ्या कॉलेजमध्ये आले ना, त्या दिवसापासून हाच विचार करते आहे. चला, तुझ्या मनातलं कळलं, हे काय कमी झालं? सुनेत्रा, तुझी भेट झाली— हीच माझ्यासाठी खूप मोठी गोष्ट होती. आता हा तुमचा संबंध जुळून आला ना, तर माझ्यासाठी फारच आनंदाची गोष्ट असेल.''

''कर बाई तुला वाटतं तसं. पण वीणा, माझ्या आईशीपण तुलाच बोलावं लागेल हं; मी काहीच बोलणार नाही.''

''सुनेत्रा, याबाबत तू निश्चिंत राहा. आता प्रदीपच्या मनातलं कळू दे. तेवढं कळलं की, माझं पुढचं काम नक्कीच सोपं होईल.''

''बरं-बरं आजीबाई, निघते मी आता. पेपर्स तपासायचे आहेत. गेलं पाहिजे रूमवर.'' असे म्हणत सुनेत्राने वीणाचा निरोप घेतला.

◈◈◈

६

पुढे दोन दिवस प्रदीप कॉलेजमध्ये आलाच नाही. त्याच्या बाबांची प्रकृती जास्तच बिघडली होती. त्यांची पूर्ण व्यवस्था लावून तो तिसऱ्या दिवशी आला. सुनेत्राला हे दोन दिवस फारच जड गेले. वीणाने विषय काढल्यापासून सुनेत्राला प्रदीपबद्दल आणखीच जवळीक वाटू लागली. पण त्याच्या मनाचा कल काही कळत नव्हता, त्यामुळे हुरहूर लागलेली होती.

"काय प्रदीपसर, कशी आहे बाबांची तब्येत?" सुनेत्राने विचारले.

"ठीक आहे आता. दोन दिवस मला त्यांच्याजवळ थांबावंच लागलं. आता बरं वाटलं. बाबाही म्हणाले, नवी नोकरी आहे; किती सुट्ट्या घेशील? जा. म्हणून आलो."

त्या दिवशी कॉलेजमध्ये सुनेत्रा प्रदीपच्या अवती-भवतीच भिरभिरत राहिली. तिने फोनवरून वीणाला तो आल्याचे कळविले.

अपेक्षेप्रमाणे प्रदीपच्या फोनची रिंग वाजली. फोन वीणाचाच होता.

"हं, बोला वीणा मॅडम! काय म्हणता? कशी काय आठवण झाली, आज आमची सकाळी-सकाळीच?"

"अहो, सकाळ कसली आहे; नऊ वाजतायत. आता मी काय म्हणतेय, ते नीट ऐका. आज कॉलेजमधून घरी जाताना तुम्हाला माझ्या घरी यायला जमेल का? तसंही आमचं घर तुमच्या रस्त्यावरच आहे."

"हो, जमेल ना; न जमायला काय झालं? पण इतकं तातडीनं कसं काय बा? असं काय काम आहे?"

"हो, आहेच तस्सं महत्त्वाचं काम! आणि हो— जेवण इकडेच करायचं बरं? नाही तरी परवाचा तुमचा ड्यू बाकी आहेच!"

"नको— नको, जेवणाचं असू द्या. मी येईन जेवायला कधी तरी!"

"अहो, जेवणाची वेळ असेल आणि आम्ही सारे जेवणारच ना; तेव्हा तुमचाही स्वयंपाक करायला काही मला जड नाही. आता काही मला ऐकायचं नाही. तुम्ही येता आहात— बस्स!"

"बरं बाबा, येतो आहे."

प्रदीपच्या येण्याचं वीणानं ताबडतोब सुनेत्रालाही फोन करून सांगितले आणि लागली स्वयंपाकाच्या तयारीला.

प्रदीपला काय काय विचारायचं, या साऱ्या प्रश्नांच्या जुळवाजुळवीत मन कधी शिरायला लागलं, वीणाला कळलंच नाही. 'खरंच, नियतीच्या मनात हा विवाह व्हावा, हे असावंच. तेव्हाच का हे सारे योगायोग असे जुळून आले आहेत? तसं नसतं, तर प्रदीप अन् सुनेत्राची अशा प्रकारे पुन्हा भेट होण्याचं काही कारणच नव्हतं. आता यात माझी फक्त नाममात्र भूमिका असेल. दोघंही वयाच्या अशा परिपक्व टप्प्यावर पुन:श्च भेटले, की प्रेमात वेडे होऊन वेड्यागत काही तरी करून बसण्याचा प्रश्नच येत नाही. त्यांची ही परिपक्वताच त्यांच्या मनातलं बाहेर येऊ देत नाहीये. मी फक्त त्यांच्या मनातल्या भावनांना वाट मोकळी करून देण्याचं काम करणार आहे. खरं तर माझीही त्यांच्या या मीलनात अशी भूमिका असावी आणि ते काम जर मी केले नाही, तर तो माझा कोतेपणाच ठरेल. नियतीचेही नियोजन तसेच असावे...' अशा साऱ्या विचारात असतानाच दारावरची बेल वाजली. वीणा धावतच दाराकडे धावली. दार उघडले.

अपेक्षेप्रमाणे दारात प्रदीप दीक्षित उभे होते!

"या, या प्रदीप— मी वाटच बघत होते तुमची."

"अरे व्वा! वीणा, तुमचे घर तर फारच छान आहे— आणि ही बाग तर फारच छान फुलविलीय. बरीच आवड दिसते तुम्हाला फुलझाडांची?"

"हो ना, मला तर आहेच; पण ह्यांना पण फार जास्त. त्यामुळेच बागेचं सुंदरपण टिकतं आहे. या, बसा प्रदीप!"

प्रदीप सोफ्यावर बसला. वीणाची सारी कल्पकता हॉलच्या देखणेपणानं सजविलेल्या कलाकृतींमधून ओसंडून वाहत होती. चारही कोपऱ्यांमध्ये ठेवलेल्या हिरव्याकंच इनडोअर प्लँट्सनी हॉलमध्ये वेगळंच चैतन्य भासत होतं. फारच प्रसन्न वातावरण होतं. वीणाच्या वैभवाची कल्पनाही एव्हाना प्रदीपला आली होती. एवढ्यात अंजली आतून पाणी घेऊन आली.

"सर, घ्या पाणी—"

"अरे अंजली, तुम्ही इथे कशा?"

“कशा म्हणजे? सर, तुमच्या क्लासमेट असलेल्या माझ्या वहिनी आहेत.”

“अरे वा! हा तर फारच सुंदर योगायोग आहे.”

“योगायोगच योगायोग आहेत प्रदीपजी, तुमच्या राशीला!” हसत-हसत वीणा म्हणाली.

“म्हणजे काय?”

“तेच सांगायला तर मी तुम्हाला घरी बोलावले आहे!”

हे सारं कोड्यातलं समजायला काही येत नव्हतं. पण काहीसा अंदाज येतोय. याची पूर्वकल्पना प्रदीपलाही आलेली होती. पण तरीही नेमकं काय ते— हे जाणून घेण्याची उत्सुकता होती.

“वीणाजी, तुमचे यजमान नाही दिसत घरी?”

“प्रदीपजी, ते गेलेत कोर्टात. ते ॲडव्होकेट आहेत. सकाळी १० लाच गेलेत, आता येतील सायंकाळी सहा वाजता. त्यांना कल्पना दिलेली आहे मी तुमच्याबद्दल. पुढच्या भेटीच्या वेळी ते नक्कीच सुट्टी घेईन म्हणाले आणि मला Best Luck देऊन गेलेत.”

“तुम्हाला Best Luck... म्हणजे?”

“अरे, माझ्या लक्षात आलेच नाही!” उगाच सावरासावर करत वीणा म्हणाली. खरंच, कधी कधी मनातल्या गोंधळाचं साम्राज्य इतकं वाढतं ना, की ध्यानी-मनी नसतानाही शब्दरूपात ओठांवर येऊनच जातं सारं काही.....

“प्रदीपजी, खरं तर आज मी तुम्हाला जेवायलाच बोलवलं आहे, तेव्हा जेवण आटोपून घेऊ या! तुम्हालाही भूक लागली असेल...”

“नाही— नाही... आता माझी भूक गेली अन् तगमग वाढलेली आहे!”

“तगमग वाढायला काय झालं प्रदीपजी?”

“अरे, काय झालं म्हणजे— योगायोगाचं कोडं काय, मला Best Luck चं वरदान काय— सारंच मला गोंधळून टाकणारं आहे. हा गोंधळ कमी झाल्याशिवाय मला जेवण जाणारच नाही आणि मला भूकही लागलेली नाही. सकाळी साडेनऊला नाश्ता झाला ना कँटीनमध्ये, त्यामुळे मला जेवणाची तशीही घाई नाही.”

आता पंचाईत वीणाची होती. तेवढ्यात अंजली हॉलमध्ये आली... “सर, चला डायनिंग हॉलमध्ये. चला वहिनी, मी सारी तयारी करून ठेवली आहे.”

आता मात्र प्रदीपला उठावंच लागलं. वीणाने जेवणाचा छान बेत केला होता, पुरणपोळीचा! सोबत कढी, मुगाचे वडे.

“अरे व्वा! स्वयंपाक तर फारच छान झालाय.”

“मग छानच करता येतो की आम्हाला.”

“आम्हाला म्हणजे?”

“आम्हाला म्हणजे, आम्हा सर्व मैत्रिणींना! अर्थात, सुनेत्रालासुद्धा. तेव्हा असं चांगलं रोज जेवायचं असेल ना सर, तर झटपट करा लग्नाचा विचार!”

आता मात्र प्रदीप अवाक् होऊन वीणाकडे पाहतच राहिला.

“असं काय बघता माझ्याकडे? लागला ना कोड्याचा थोडासा क्ल्यू?”

“नाही बा, मला नाही काही कळलं!”

“बरं, असू द्या, नाही तर नाही. शांतपणे जेवून घ्या, नाही तर जेवणावरून लक्ष उडायचं.”

अशा मिस्कील संवादात तिघांचीही जेवणं आटोपली. तेवढ्यात छकुली उठली.

“अंजू वन्सं, तुम्ही जरा वेळ छकुलीला सांभाळा. मला प्रदीपजींशी फार महत्त्वाचं बोलायचं आहे.”

“आण गं अंजली, छकुलीला इकडे माझ्याकडे—”

अंजलीने छकुलीला प्रदीपजींच्या हातात दिलं. रडणारं बाळ एकदम चूप होऊन निरखून-निरखून प्रदीपकडे पाहू लागलं अन् हसायला लागलं.

“वहिनी, गुडिया बघा सरांकडे पाहून कशी हसतेय! तिलाही सर आवडलेत बघा!”

“अंजू, तुमचे सर आहेतच आवडण्यासारखे— उगाच का सुनेत्राने जीव लावलाय?”

आता मात्र प्रदीप वीणाकडे आश्चर्याने पाहू लागला.

“वीणाजी, एव्हाना मला बरीचशी कल्पना आलेली आहे; तेव्हा मुद्द्याचं बोलूनच टाका.”

वीणा प्रदीपला घेऊन हॉलमध्ये आली. सोफ्यावर समोरच्या खुर्चीत प्रदीप बसला, समोर वीणा. विषयाला वीणानेच सुरवात केली—

प्रदीप चमत्कारिकरीत्या वीणाकडे पाहू लागला.

“असं पाहू नका; खऱ्या प्रेमाची सुरुवात होते, तसेच सारे लटके-झटके देत. प्रेम सुनेत्राच्या मनाच्या आतल्या कप्प्यात रुजायला लागलं होतं. तुम्ही कॉलेज सोडून गेल्यामुळे ते फुललं नाही. पण तुम्ही अचानक कॉलेज सोडल्यानंतर तुमच्या विरहामुळे झालेलं सुनेत्राचं दुःख मी अगदी जवळून न्याहाळलं आहे. तुम्ही दोघांनी व्यवस्थित शिकून-सवरून मोठं व्हावं आणि नंतर भेटावं, असंच नियतीच्या मनात

असावं. म्हणूनच तुम्ही असे पुन्हा योगायोगाने भेटलात. आता नियतीच्या मनातचं तुम्हाला एक करायचे आहे. मी तर फक्त निमित्तमात्र! तेव्हा उगाच वेळ दवडू नका अन् करून टाका लग्न.''

"लग्न? एकदम लग्नाची गोष्ट करता, तुम्ही वीणा! सुनेत्राच्या मनात काय आहे, ते कळायला नको का?''

"ती काळजी तुम्ही करू नका. त्या विषयावर तिचं अन् माझं सविस्तर बोलणं झालेले आहे. खरं तर मागे मी तुम्हाला दोघांनाही एकाच वेळी जेवायला बोलवलं ना, त्याच दिवशी हे ठरलं असतं. पण तुम्हाला अचानक गावाला जावं लागलं. पण त्या दिवशी मला सुनेत्राच्या मनातल मात्र पूर्ण जाणता आलं.''

"खरं सांगू का वीणाजी? माझ्याकडून काहीच अडचण नाही— नव्हे, तर माझ्याही मनात हे सारं होतंच. पण माझ्या कुटुंबात माझे अडाणी आई-वडील आणि गावाला राहणारी भावंडं आहेत. त्यात एक लहान भाऊ आहे. तो काही शिकलेला नाही. तो शेती पाहतो. दोन लहान बहिणी आहेत. त्या बारावीपर्यंत शिकलेल्या. अर्थात, लहान तीनही भावंडांची आणि आई-वडिलांची जबाबदारी माझ्यावर आहे. ती गावाकडची भोळी-भाबडी अडाणी माणसं आहेत. इकडे सुनेत्राच्या घरी सारं सुशिक्षित-सुसंस्कृत वातावरण आहे. शिवाय जातिभिन्नता आहेच. माझं सारं ती सांभाळून घ्यायला तयार असेल, तर माझ्याकडून होकारच आहे. आता या वेळी बाबा पण ह्याबद्दल म्हणाले. बाबांची प्रकृती सध्या खराबच असते, त्यामुळे मी लवकर लग्न करावं व त्यांनी सूनमुख बघावं, अशी इच्छा आईनेही बोलून दाखविली. त्या वेळी मी काही बोललोच नाही.''

"बघा तर प्रदीपजी, मी योग्य वेळी विषय काढला की नाही? तुमच्या आई-बाबांनी तुम्हाला एखादी मुलगी पाहायला चल म्हणण्यापूर्वी तुम्हाला सुनेत्राच्या मनातलं कळलं; छानच झालं ना? आता तुम्ही इथंच थांबा जरा वेळ, मी सुनेत्राला बोलावून घेते. शुभस्य शीघ्रम्!''

वीणाने सुनेत्राला फोन केला.

"हॅलो, वीणाऽऽ बोल, काय म्हणतेस?''

"सुनेत्रा, तू ताबडतोब ये. खूप महत्त्वाचं बोलायच आहे. प्रदीप आले आहेत. प्रदीप ओके आहे. अन् महत्त्वाचं म्हणजे...'' काय ते सुनेत्रा समजली. आता खरी धडकी भरली सुनेत्राला...

'खरंच, कध्धी कध्धी झालं नाही, एवढं धडधडायला होतंय मला.... काय बोलणार मी? उभ्या आयुष्याच्या प्रश्नावर शिक्कामोर्तब होणार! पण ठीक आहे,

इतक्या दिवसांची मनाची घालमेल तर सुटेल. मला गेलंच पाहिजे.'

सुनेत्रा लगेच वीणाकडे पोचली. प्रदीप अन् वीणा तिची वाटच पाहत होते.

''या सुनेत्रा मॅडम, किती वेळ लावला यायला?''

सुनेत्रा लाजत-लाजतच हॉलमध्ये पोचली. अर्थात, प्रदीपची रोजच भेट होत असते, पण असं वाटत नाही. आज मात्र वेगळंच वाटत होतं आणि वाटणं साहजिकच नाही का... विषयाला सुरुवात जी झाली होती.

''बरं सुनेत्रा... हे घे पाणी...''

सुनेत्रा पाणी प्यायली.

''सुनेत्रा, मी प्रदीपसमोर सारा विषय मांडला...'' तरी काही सुचेचना.

हं, असंच होतं म्हणतात प्रेमात...

'मिले ना तुम तो हम घबराए!'

''हे बघा प्रदीप, सुनेत्रा— तुम्हा दोघांमध्येही पूर्ण परिपक्वता आहे. माझी मधे पडण्याची खरं तर काही गरजच नाही. पण नियतीने हे काम मलाच करायला सांगितलं असावं, त्यामुळे हा सारा घटनाक्रम घडतो आहे. आजचं हे प्रयोजन म्हणजे तुमच्या विवाहाचाच विषय आहे; दुसरे-तिसरे काही नाही.'' त्यावर प्रदीपच म्हणाला—

''हे बघा वीणा, मी माझ्या बाजूने तुम्हाला सांगितलंच आहे; ते सारं सुनेत्राला मान्य असेल, तर माझे काही म्हणणे नाही.''

वीणाने प्रदीपबद्दल सारे तिथेच सुनेत्राला सांगितले....

''प्रदीपचे कुटुंब, त्यांची बाकीची नातेवाईकमंडळी यांच्याबाबत मला काहीच म्हणायचं नाही. फक्त आयुष्यात जे-जे करायचे, ते त्यांनी करू द्यावे.''

सुनेत्रा, प्रदीप आणि वीणा यांनी या विषयावर सांगोपांग चर्चा केली. या सर्व प्रकारात सुनेत्राच्या आईला सारे समजावून सांगणे, हे एक महत्त्वाचे काम होते. हे शिवधनुष्यसुद्धा वीणानं पेलायचं ठरवलं.

◈◈◈

७

सुनेत्रा अन् प्रदीपचा विवाह व्हावा, ही सर्व मैत्रिणींची व वीणाची एक इच्छा पूर्ण झाली. दोन्ही बाजूंनी साऱ्या समस्यांची उकल होऊन हा विवाह पार पडला.

चारही मैत्रिणी गोळा झाल्या. प्रदीपचेही त्या वेळचे काही मित्र लग्नाला आले. सर्वांनाच या आगळ्या-वेगळ्या खऱ्या प्रेमाची पूर्णता झाल्याचा एक आगळा आनंद प्राप्त झाला.

सुनेत्राने प्रदीपच्या गावाकडच्या माणसांना मनापासून स्वीकारले होते. लग्नानंतर वरात त्यांच्या गावालाच— नारायणपूरला झोपडीवजा घरात गेली. मनाने श्रीमंत असलेल्या त्या घरातल्या माणसांनी— अर्थात सासू, सासरे, दीर, नणंदा या सर्वांनी— सुनेत्राचं मनापासून स्वागत केलं. एका उच्चवर्णीय सुशिक्षित, सुसंस्कृत व उच्चभ्रू कुटुंबातील स्वत: उच्चशिक्षित आणि मोठ्या पगाराची सून घरात आलेली आहे, याची सर्वांनाच जाणीव होती. ही जाणीव प्रत्येकाच्याच प्रत्येक कृतीतून जाणवत होती. प्रत्येक जण आपापल्या परीने सुनेत्राचं कौतुक करीत होता. सुनेत्राही त्या लोकांशी जुळवून घेण्याचा प्रयास करीत होती. अशा वातावरणात राहण्याची सवयच नसल्यामुळे तिला जरा जडच वाटू लागलं. पण आपल्याला इथे राहायचं तरी किती दिवस?— असा विचार येताच ती पूर्ववत् व्हायची.

प्रदीपने पुण्याला एका छानशा कॉलनीत एक प्रशस्त फ्लॅट भाड्याने घेतला. हा फ्लॅट दोघांच्याही कॉलेजपासून जवळच होता. दोघेही एकच ठिकाणी भरपूर पगाराच्या नोकरीवर. दोघेही समंजस, हुशार व समजदार. त्यांचा संसार सुखाचा होणारच, यात काही तिळमात्रही शंका नव्हती. आपल्या हातून एक खूप छान काम पार पडले, याचा वीणाला मनस्वी आनंद होता. यानंतर दोघींची मैत्री आणखी वाढणार, यात तिळमात्रही शंका नव्हती.

उन्हाळ्याच्या सुट्ट्यांमध्येच लग्न आटोपले, त्यामुळे सुनेत्रा आणि प्रदीपला

लग्नासाठी वेगळ्या सुट्ट्या काही घ्याव्या लागल्या नाहीत. लग्नादरम्यानही प्रदीपचे बाबा आजारीच होते. सूनमुख पाहण्याची त्यांची खूप इच्छा होती; जणू त्या इच्छेकरिताच त्यांचा जीव घुटमळत असावा. लग्नानंतरचा सहावाच दिवस! त्या दिवशी सुनेत्रा अन् प्रदीप हनिमूनकरिता काश्मीरला जायला निघणार होते. खरं तर लग्न म्हणजे एक तडजोडच असते, याचा प्रत्यय सुनेत्राला पदोपदी येत होता.

उच्चभ्रू घरातल्या सुनेत्राला हे गावाकडचे दिवस जास्त कठीण जात होते. प्रत्येक गोष्टीत तिला गैरसोय वाटत होती. आता तर आपल्याला इथून निघायचंय. काश्मीरला जाण्यासाठी आणि तिकडून परत आल्याबरोबर पुण्याला जायचं आहे, आपल्या नव्या फ्लॅटवर— अशा विचारात असताना.... प्रदीपच्या बाबांची प्रकृती एकाएकी बिघडली. डॉक्टरांनी त्यांना पुण्याला केअर हॉस्पिटलमध्ये न्यायला सांगितले. लगेच ॲम्ब्युलन्स बोलवली गेली अन् बाबांना केअर हॉस्पिटलमध्ये ॲडमिट करावे लागले. झाले... सुनेत्राचा हनिमून रद्द! मनातल्या मनात सुनेत्राची फार तगमग झाली. पण वातावरणच असं निर्माण झालं की, तिला काहीच बोलता आलं नाही. प्रदीपला बाबांजवळ दवाखान्यात राहावे लागले. मोठी सून म्हणून सुनेत्राला गावाला घरी रहावे लागले. सतत दवाखाना ते घर, पुणे ते नारायणपूर अशा प्रदीपच्या चकरा सुरू झाल्या.

बाबांच्या उपचाराकरिता लागणारा पैसा, नुकतंच लग्न झाल्यामुळे पैशाची अडचण, अशा साऱ्या विवंचनेत प्रदीप फारसा काही सुनेत्राच्या वाट्याला आला नाही. उलट, प्रदीपच्या वागण्याची वेगळीच चिडचिड सुनेत्राला वाटू लागायची. गावाकडे घरी दिवसभर पसरलेली माणसं... काहीसा संकोची स्वभावाचा अबोल प्रदीप सुनेत्राशी विशेष बोलतही नसे. त्याचे हे रूप पाहून सुनेत्रा जाम वैतागली.

त्या दिवशी रात्री अकरा वाजता प्रदीप दवाखान्यातून गावाकडे परतला. प्रदीप पार थकून गेलेला होता. त्याच्या चेहऱ्यावर थकवा स्पष्ट दिसत होता.

"कशी आहे आता बाबांची तब्येत?" सुनेत्राने विचारले.

"तशीच आहे. डॉक्टर व्यवस्थित काही सांगत नाहीत. काही सुचायला मार्ग नाही." अतिशय खिन्नतेने प्रदीप उत्तरला.

"किती दिवस अजून ठेवणार बाबांना?"— सुनेत्रा.

"मला काही सांगता येत नाही." प्रदीप उत्तरला.

"म्हणजे, तोपर्यंत हे असंच चालणार का?"

"असंच म्हणजे?" प्रदीपने सुनेत्राकडे चमत्कारिकरीत्या पाहिले.

प्रदीपचा हा असा उग्र व संतापी चेहरा पाहून सुनेत्रा थरारून उठली.

किती तरी स्वप्नं डोळ्यांमध्ये घेऊन सुनेत्राने प्रदीपच्या संसारात पदार्पण केले होते. त्याच्या कौटुंबिक पार्श्वभूमीची तिला पूर्ण पूर्वकल्पना होती. पण आज आपण असे विचित्ररीत्या अडकून पडू, याची तिला मुळीच कल्पना नव्हती. त्यामुळे मनाची तयारीसुद्धा नव्हती. या सर्व वातावरणात एक प्रदीप तेवढाच आपला माणूस होता. पण आता या वेळी तोसुद्धा या प्रश्नात असा काही गुरफटला होता की, त्यातून बाहेर पडून पूर्णपणे सुनेत्राच्या वाट्याला येणं शक्यच नव्हतं... ती रात्र कशी तरी पार पडली. 'प्रदीपचा खरा स्वभाव हा असा का? असे प्रसंग तर येणारच. पण आपलं नव्यानं लग्न झालेलं. एका अतिशय सुसंस्कृत, श्रीमंत घरातली मुलगी आपल्या घरी आलेली आहे... तिचं मन-भावना याचा आपण काहीच विचार करीत नाही, याचं प्रदीपला भानच राहिलं नाही. काही बोलायला जावं तर भडकूनच उठतो. काय उग्र, संतापी स्वभाव आहे याचा! घरातील इतर स्त्रिया राहतात, तसंच तुला राहायला काय होतं?— असे त्याचे विचार. मनाची प्रचंड घालमेल... मनात सुरवातीला वादळच उठलं. काय करू? कुणाला सांगू ही व्यथा? कोण ऐकेल माझं? माहेरी तर कुणीच तयार नव्हतं या लग्नाला. आईचा किती विरोध होता! कशी सावरू यातून मी?' अशा विचारातच ती रात्र गेली.

दुसऱ्या दिवशी सकाळी नऊलाच प्रदीप पुण्याला निघून गेला.

"प्रदीप, मी येऊ का तुमच्यासोबत— दवाखान्यात?"

"नको. काय करशील तू? उगाच दिवसभर अडकून राहशील.

"मग मी जाऊन येऊ का आईकडे?"

तिच्या या प्रश्नावर त्याचे आग ओकणारे डोळे पाहून सुनेत्रा फार घाबरली. जणू त्याचे डोळे सांगत होते... माझे बाबा इकडे अशा अवस्थेत अन् ही या घरची सून आणि तिचं अशा वेळी माहेरी जाणं शोभतं का?

काहीही न बोलता प्रदीप पुण्याला निघून गेला. थोड्या वेळाने सुनेत्राच्या मोबाईल फोनची रिंग वाजली. पाहते तर, वीणाचा फोन! अशा प्रसंगी वीणाचा फोन आलेला पाहून सुनेत्राला खूपच आनंद झाला.

"हॅलो, बोल वीणा!"

"कशी आहेस सुनेत्रा? काय कुठे आहेस? श्रीनगरला की पहलगामला? खरं तर मी फोनच करणार नव्हते. म्हटलं, कशाला हनिमूनमध्ये उगाच डिस्टर्ब करायचं?"

"कसला डोंबल्याचा हनिमून अन् कसलं काश्मीर! आम्ही इकडेच आहोत गावाला."

"अरे! का?"

सुनेत्राने सारा वृत्तांत सांगितला. सारं ऐकून वीणाही विचारात पडली अन् म्हणाली,

"सुनेत्रा, प्रसंग फार नाजूक आहे. बघ— प्रदीपचंही बरोबर आहे अन् तुझंही! शांत राहा. थोडं धीराने घे!" बराच वेळ वीणा बोलत राहिली.

काही का असेना, वीणाशी बोलल्यामुळे सुनेत्राला फारच बरं वाटायला लागलं. मनावरचं ओझं हलकं झाल्याचा भास झाला. आता कुठं खरंच बरं वाटतंय, असा काहीसा भास झाला.

"वहिनी, चलता का आपल्या शेतात? इथे जवळच आहे." नुकतीच दहावीची परीक्षा दिलेली १५-१६ वर्षांची नणंद लता म्हणाली.

"हो ना लतातार्ई, जाऊ या. काय आहे आता आपल्या शेतात?"

"तसं आता विशेष काही नाही. आता उन्हाळ्यात तर काहीच नसेल शेतात. पण विहिरीजवळ आंब्याची दोन झाडं आहेत ना, त्यांना खूप आंबे लागले आहेत. बाकी संत्री, मोसंबी, पेरू, सागवान, फुलझाडं अशी झाडं आहेत."

शेताचं वर्णन ऐकूनच ती सुखावली. आज बरोबर वीस दिवस झाले होते लग्नाला. प्रदीप सकाळी उठून पुण्याला बाबांजवळ जातो, रात्री उशिरा परततो किंवा कधी कधी नाही परतत. दिवसभर झोपडीवजा घरात दिवस काढणे— साराच वैताग होता. त्यात लता शेतावर जायचं म्हणताच मन मोहरून आले. भर वैशाखात वसंत ऋतूचा भास झाला. चला, थोडी तरी मरगळ दूर होईल, असा विचार करून भराभर तयारी केली.

"चला लतातार्ई, झाले मी तयार."

"कुठे चालली गं सुनेत्रा?" जरा रागावूनच आई म्हणाल्या.

"आई, वहिनी अन् मी शेतात जाऊन येतो." लताने सांगितले.

"काय, शेतात? काही जायचं नाही शेताबितात. लता तर लहानच आहे; पण सुनेत्रा, तुला काही कळतं की नाही? नवी नवरी ना तू? सव्वा महिना झाल्याशिवाय असं शिवारात जायचं नसतं, हे तुला माहीत नाही का?"

सासूबाईंचं हे रूप पाहून वीणा अवाक् झाली. आतापर्यंत तिला असं काही त्या बोलल्या नव्हत्या. अतिशय मोकळ्या वातावरणात वाढलेल्या, मुक्त स्वभावाच्या सुनेत्राचे मन आतून आक्रोश करू लागलं. त्या दिवशी सुनेत्रा खूपच रडली. 'हे देवा, किती विचित्र त्रांगडं करून ठेवलंस रे तू? खरंच, काही काही गोष्टी स्वप्नातच राहू द्यायच्या असतात. त्यांना असं वास्तवाच्या पातळीवर आणलं की, त्यातलं सारं सौंदर्यच संपून जातं. त्या वास्तवाचे कणखर, उग्र अन् कठोर रूप पाहून मनाला

होणाऱ्या वेदना कोणालाच कळू शकत नाहीत. प्रदीपशी लग्न करताना मी आता घडत असलेलं काहीएक गृहीत धरलेलं नव्हतं. कसा कसा उजाडतो आहे प्रत्येक दिवस! मला नेमकं काय होतंय, कसलं दु:ख आहे, हे कुणीच कसं नेमकं समजू शकत नाही? कुणी कशाला समजून घेणार? ज्याच्यामुळे या घरात आले, त्या प्रदीपलाच माझं मन-भावना याचा विचार उरलेला नाही; तर इतरांचा काय विचार करू? किती युगासारखा जातो आहे काळ... अशा विचारात गढलेली असतानाच फोनची रिंग वाजली. प्रदीपचा फोन होता. प्रदीपचं नाव फोनच्या स्क्रीनवर येताच मन फुललंच नाही. काय झालंय मला? लग्नाआधी प्रदीपचा फोन आला की, किती किती मोहरून यायचं मन! आता तर नकोच वाटायला लागलाय हा फोन. काय झालं असं एकाएकी?' अशा विचारात फोन उचलला— मरगळलेल्या, निस्तेज मन:स्थितीत...

"सुनेत्रा, बाबांना दवाखान्यातून सुटी मिळते आहे. एक लाख ऐंशी हजार रुपये बिल काढलंय त्यांनी! ते भरल्याशिवाय बाबांना सुटी मिळणार नाही. माझ्याकडे इतके पैसे नाहीत. तुझ्याकडे असले तर बघतेस का?"

"किती हवे आहेत?"

"एक लाख तरी हवे आहेत."

काय करावे— द्यावेत की देऊ नये? विचारातच पडली. खरंच जीवनात शेवटी वास्तव महत्त्वाचं असतं. पण ह्या वास्तवापर्यंतचा प्रवास हळुवार, नाजूक प्रेमानं फुललेला असेल तर व्यवहार प्रेमाचा होऊन जातो. पण प्रेमाशिवायच व्यवहारापर्यंत पोचला जात असेल, तर भावनांचा पार चुराडा होऊन जातो अन् जीवनाचं कोंदण सांभाळणंच जगणं होऊन जातं. असे सारे विचार सुनेत्राच्या मनात क्षणात दाटून आले. 'माझ्या खात्यात असलेले सारे पैसे खरं तर आता प्रदीपचेच! पण त्यावर अधिकार मिळविण्याइतपत काय प्रेम दिलंय मला प्रदीपने? मी आता नाही म्हटलं तर उगाच नात्यामध्ये दरी पडेल...' अशा साऱ्या विचाराने सुनेत्रा म्हणाली, "हो, आहेत ना. पण बँकेतून काढावे लागतील."

"बरं, थँक्स हं सुनेत्रा!"

"मला काय थँक्स म्हणता तुम्ही? आता यापुढे जे माझं ते सारं तुमचं आणि तुमचं ते माझं. बाबा माझे कुणी नाहीत का?"

"सुनेत्रा, अगं, किती समजूतदार आहेस तू! नवं लग्न झालेलं आपलं अन् मी तुला वेळही देऊ शकलो नाहीये— ही माझी शोकांतिका!"

"बरं— बरं! सारं फोनवरच बोलणार आहात का? चला, या बाबांना घेऊन— लवकर घरी या."

"हो— हो, येतोच..."

'आज कुठे प्रदीप जरा नीट बोलला होता. पैसे दिल्यामुळे का असेना; पण ऐन अडचणीच्या वेळी मी कामात आल्याने प्रदीप फारच खजील झाला होता. खरं तर त्याच्या मूळ स्वभावात हे बसत नव्हतं. पण ऐनवेळी आलेल्या संकटाला सामोरं तर जायलाच हवं ना!'

दुसऱ्या दिवशी सकाळी दहा वाजेपर्यंत प्रदीप गावाला परतला— बाबांना घेऊन. बाबांची प्रकृती आता बरीच सावरली होती. सुनेत्रानं ऐनवेळी आर्थिक मदत केली, हे सासूबाईंनाही कळलं. एवढी शिकली-सवरली सून घरात आली आणि कशाचा गर्व नाही अन् तोराही नाही. आपल्यासारख्यांच्या घराशी संबंध जुळले, हे आपलं भाग्य! खरंच नशीब काढलं प्रदीपने... असंच आईला वाटून गेलं.

अशातच चार-पाच दिवस पार पडले. सुट्या संपतच आलेल्या. पुण्याला भाड्यानं घेतलेलं घर लावायचं होतं, म्हणून प्रदीप सुनेत्राला घेऊन पुण्याला आला.

राजा-राणीचा खऱ्या अर्थानं संसार सुरू झाला. सुनेत्राने आपल्या मनासारखं घर सजवलं. सारं सामान जिथल्या तिथं लावलं. लग्नानंतर खऱ्या अर्थानं एकमेकांना जाणून घेण्याच्या दिवसांमध्ये ठरविलेले सारे बेत रहित झाले, म्हणून चार दिवसांसाठी का होईना— महाबळेश्वरला जाण्याचा बेत आखला.

"सुनेत्रा, आवडला ना तुला प्रवासाचा बेत?"

'आता आवडून घेणार नाही तर काय करणार? दुधाची तहान ताकावर भागते आहे, हेही नसे थोडके!' सुनेत्रा मनातल्या मनातच पुटपुटली.

"रागावलीस सुनेत्रा? सुनेत्रा अगं, परिस्थितीच अशी निर्माण झाली होती की, मला कितीही वाटत असून काही उपयोगच नव्हता. मी घरचा मोठा मुलगा. इतक्या विपरीत परिस्थितीत बाबांनी मला शिकवलं, आयुष्यभर कष्ट केलेत, स्वत:च्या प्रकृतीकडे कधी लक्षच दिलं नाही. त्यांची प्रकृती अशी जेव्हा जास्त गंभीर झाली, तेव्हा मोठा मुलगा या नात्याने माझं कर्तव्य नव्हतं का? तूच सांग—"

"मी कुठे काही म्हणते आहे?"

"सुनेत्रा, तुझ्या मनाची अवस्था मला कळत होती. पण जेव्हा चारही बाजूंनी अशी कोंडी होते ना, तेव्हा माणूस हतबल होऊन जातो. स्वत:च्या इच्छा-आकांक्षांचा बळी देण्याशिवाय पर्यायच नसतो."

"ते सारं ठीक आहे हो, पण तुम्ही तर माझ्याशी धड बोलतही नव्हता. तेव्हा मला फार वाईट वाटायचे. खरं तर मी तुमची अवस्था समजत होते, म्हणूनच तुमच्याशी वादही घातला नाही."

“सुनेत्रा, मी गावातल्या शिवाराच्या वातावरणात वाढलेला मुलगा. घरात सारे असताना बायकोशी मनमोकळेपणानं वागणं मला जमलं नाही. त्यातल्या त्यात संकोची स्वभाव! इतरांचा मान जपताना तू दुखावली गेलीस, एवढं मात्र नक्की! पण सुनेत्रा, माझ्याबद्दल असा धगधगता निखारा तुझ्या मनात पेटत असतानाही माझ्या संकटात माझं बळ होऊन उभी राहिलीस— एवढी आर्थिक मदत केलीस, हे मी विसरू शकणार नाही.”

“हे काय प्रदीप! हे बघा— आता यापुढे हा विषय काढायचा नाही.”

“सुनेत्रा, अगं, नुकतीच नोकरी लागलेली. मला घरचंही बघावं लागतं. अन् आताच आपलं लग्नही झालेलं. त्यामुळे हाताशी पैसा काही उरलाच नाही.”

“काही नको प्रदीप, मी तुम्हाला स्पष्टीकरण मागितलं का? अहो, माझं ते तुमचं ना! मग का तुम्हाला असं ओझं वाटतंय... माझ्या मदतीचं? हे बघा, आता यानंतर हा विषय काढायचा नाही.”

“बरं बाबा, नाही काढणार! सुनेत्रा, मी फार भाग्यवान आहे गं— म्हणूनच मला माझं पहिलं प्रेम इतक्या वर्षांनंतर पुन्हा परत मिळालं.”

“म्हणजे, तुमचं प्रेम जडलं होतं तर माझ्यावर! मग का गेलात असे मला टाकून?”

“सुनेत्रा, अगं, जीवनाची कुठलीच बाजू पक्की नसताना प्रेमात पडणं म्हणजे कठीणच; नाही का? नियतीला आजचा हा दिवस आपल्या आयुष्यात नक्कीच आणायचा होता, म्हणून ते घडलं असावं.”

सुनेत्राचे मोठे डोळे प्रदीपला आणखीच लोभस वाटले. ह्या डोळ्यांच्या अथांग सागरात त्याला डुंबून-बुडून जावंसं वाटलं.

आज कॉलेजचा पहिला दिवस. तसा दोघांच्याही आगळ्या-वेगळ्या सहजीवनाचा पहिला दिवस. काल रात्रीच दोघेही महाबळेश्वरहून परतले होते. प्रवासाचा शीण होताच नाही म्हटलं तरी; कॉलेजला जाणेही आवश्यक होते.

सुनेत्रा सकाळीच लवकर उठली. नाश्त्यासाठी पराठे केले. चहा-नाश्ता घेऊन दोघेही कॉलेजला पोहोचले. सर्वांनीच त्यांचं खूप आगळं-वेगळं स्वागत केलं. तुम्ही दोघेही खूप भाग्यवान असल्याची पावती दिली. अतिशय आनंदात पहिला दिवस पार पडला. दिवस असेच फुलपाखरासम पंख लावून उडत होते. घरात नवा पाहुणा येण्याची चाहूल लागली. ही चाहूल दोघांनाही सुखावून गेली. प्रदीप तर सुनेत्राला इतका जपत होता की, कुठे ठेवू अन् कुठे नको!

अशा अवस्थेत घर, नोकरी सांभाळणे म्हणजे तारेवरची कसरत... म्हणून

खरं तर माहेरच्या सर्वांनाच फार कौतुक होतं.

लग्नानंतर जवळपास एक महिना सासरी घालवावा लागल्यामुळे सुनेत्राला खेड्यातल्या वातावरणाची कल्पना आलेली होती. आयुष्यात कधीही इतका काळ अशा वातावरणात न घालविलेल्या सुनेत्राने केवळ प्रदीपच्या खातर हे सारं केलं होतं. पण आता पुन्हा सासरी जायचा प्रसंग आला की, तिला नकोसंच वाटायचं. अशा वेळी दोघांची कुरबूर ही व्हायचीच.

त्या दिवशीही असंच झाल. दुसऱ्या दिवशी दसरा होता. सकाळीच प्रदीप म्हणाला,

"सुनेत्रा, उद्या दसरा आहे. आपण सायंकाळीच गावाला निघून जाऊ या, आई-बाबांना सोनं द्यायला."

"प्रदीप, माझी आई पण इकडे आलेली आहे, ताईकडे! तिला पण भेटायला जावं लागेल ना? मी तर विचार करत होते की, आईलाच आपल्या घरी बोलावून घेते."

"सुनेत्रा, आपण उद्या सायंकाळी परत येऊ ना, म्हणजे तुझ्या आईलाही सोनं देता येईल."

"नाही बाबा, आता अशा अवस्थेत माझ्याकडून जास्त तडतड होत नाही. तुम्हाला जायचंच असेल, तर तुम्ही जा, नारायणपूरला; मी थांबते इकडेच."

"सुनेत्रा, अगं— आपला पहिला दसरा सण आहे. अन् आपण असा वेगवेगळ्या ठिकाणी राहून साजरा करायचा का?"

काय करावे...? प्रदीपसमोर मोठा पेच निर्माण झाला व तो एकटाच गावाला गेला.

"का रे बाबा प्रदीप, एकटाच आलास?"

प्रदीपला एकटा आलेला पाहून आईने काळजीने विचारले.

"आई, सुनेत्राला थोडं बरं नाही, त्यामुळे एकटाच आलो."

"बरं, म्हणजे काय झालं तिला?"

"तसं काही विशेष नाही, पण अशा अवस्थेत तिच्याकडून जास्त धावपळ बरी नाही ना!"

"म्हणजे, मी आजी होणार तर! बरं झालं, नाही आली तर. काळजी घे बाबा तिची!"

गोड बातमीचा आनंद आईच्या चेहऱ्यावरून ओसंडून वाहताना दिसला.

सुनेत्रा सोबत आली नाही, याचे प्रदीपला मनातून वाईट वाटलेच. तिच्या

जिद्दी स्वभावाची अलीकडे अनेक लहान-लहान गोष्टींमधून कल्पना येत होती. ‘पण संसार म्हणजे तडजोड आलीच. शिवाय सुनेत्रा अतिशय सुशिक्षित वातावरणात वाढलेली. त्यामानाने आपल्या घरचे वातावरण थोडे मागासलेलेच. थोडा वेळ तर लागेलच तिला या सर्वांशी जुळायला—’ असा सारा विचार करून प्रदीपने तो विषय सोडून दिला.

दुसऱ्या दिवशी तो पुण्याला परतला. आईने सोबत घरचं तूप, तुरीची डाळ, पापड, शेतातल्या भाज्या— असं बरंच काही बांधून दिलं होतं. सुनेत्राची आई सकाळीच तिच्या घरी आलेली होती.

यापुढे आई, बाबा अन् सुनेत्रा असं सारं संतुलन साधताना प्रदीपला खूप तडजोड करावी लागत होती. त्यातून प्रदीपची आतल्या आत फार चिडचिड व्हायची.

पाहता-पाहता सुनेत्राच्या बाळंतपणाची वेळ आली. त्या दिवशी सुनेत्राने विषय काढला.

“प्रदीप, आई म्हणते— बाळंतपणासाठी तिच्याकडे माहेरी जावं. मलाही तेच योग्य वाटतं. इथे कोण बघणार माझ्याकडे?”

“सुनेत्रा, आई येणार आहे इथे, तुझ्या बाळंतपणाकरिता.”

“नको— नको प्रदीप, त्यांना नका त्रास देऊ. त्या बाबांकडे लक्ष देतात, ते काय कमी आहे का? त्यांना नका उगाच त्रास देऊ!”

“अगं, त्रास वगैरे काही नाही. ती स्वत:च फार उत्सुक आहे. मग तिला मी सांगू का, नको येऊ म्हणून? ते काही नाही, आई येणार अन् बाळंतपण इकडेच होणार पुण्याला.”

“अहो, पण माझ्या आईला मी माहेरी येण्याचं नक्की सांगितलं, त्याचं काय?”

“मला विचारून नक्की केलंयस का तू? अन् पुण्यासारखं शहराचं ठिकाण सोडून तिकडे सारंगपूरला... मला नाही पटत...” हा विषय अटीतटीचा झाला. सुनेत्राची इच्छा माहेरी जाण्याची, तर प्रदीपची बाळंतपण पुण्यालाच व्हावं अशी! शेवटी वातावरण चिघळू नये म्हणून सुनेत्राच्या आईने सुनेत्राला समजावले अन् बाळंतपण पुण्यालाच झाले. सुनेत्राला मुलगा झाला.

खरंच दोन भिन्न स्वभावाच्या, भिन्न आर्थिक पातळीच्या, भिन्न पार्श्वभूमीच्या दोन वेगवेगळ्या व्यक्तींनी विवाहबंधनात बांधलं जाणं आणि नंतर ते बंधन टिकावं यासाठी एकमेकांना जपत संसार करणं, हे सारं एखादं शिवधनुष्य पेलण्यासारखंच असतं. आताशा प्रदीप व सुनेत्राच्या संसारातही हेच घडू लागलं. बाळाचा जन्म इथेच

झाला, सुनेत्राच्या मनाविरुद्ध! प्रदीपची इच्छा आता बारश्याचा छानसा मोठा कार्यक्रम व्हावा, अशी होती. पण सुनेत्रा म्हणाली, ''कशाला खूप मोठं फंक्शन करायचं? काही आवश्यकता नाही!'' त्या दिवशी त्यावरूनच त्यांच्यात वादविवाद झाला.

प्रदीपची आई, बहिणी अन् नातेवाईक, सुनेत्राच्या बहिणी, एक वीणा अशा मोजक्या लोकांच्या उपस्थितीत बारसे पार पडले. दुसऱ्याच दिवशी सुनेत्रा तिच्या आईसोबत माहेरी गेली. बाळाचं नाव ठेवलं 'आकाश'! आकाश हुबेहूब प्रदीपसारखा!

आताशा आपला निर्णय चुकला की काय, असेच सुनेत्राला वाटू लागले होते. प्रचंड आत्मविश्वास अन् जिद्दी स्वभाव असलेल्या सुनेत्रास प्रदीपसोबत जगताना, मोकळा श्वास घेता येत नाही अन् जीव गुदमरतो आहे, असेच वाटू लागले. माहेरी गेल्यानंतर ह्याच गोष्टींना खतपाणी मिळत गेलं अन् दोघांमधला दुरावा उगाच वाढत गेला. हे लग्न करून आपण एक खूप मोठी चूक केली, असेच सुनेत्रास राहून-राहून वाटू लागले.

सुनेत्राला माहेरी येऊन जवळपास एक महिना होत आला होता, पण प्रदीपने एकदाही येऊन पाहिले नाही, याचेही सुनेत्राला नवल वाटू लागले. खरं तर प्रदीपच्या वडिलांची प्रकृती पुन्हा एकदा ढासळली. त्यांना दवाखान्यात ठेवावं लागलं. प्रदीपलाच बाबांच्या प्रकृतीकडे लक्ष द्यावे लागत होते. तसं फोनवर तर सुनेत्राशी बोलणं होतच होतं; पण तिला भेटायला गेलं पाहिजे, असं खूप वाटत असूनही त्याला जमलंच नाही. त्या दिवशी पहाटे-पहाटे प्रदीपचा फोन आला. ''सुनेत्रा, बाबा गेले. तू तुझ्या आईसोबत इथे येऊन जा.''

''अरे प्रदीप, बाळाला परवापासून खूप ताप आहे. डॉक्टरांकडे घेऊन जायचे आहे. तिकडून आले की, बघते येण्याचं कसं काय जमतेय.''

प्रसंगच असा होता की, सुनेत्राचे सासरी जाणे आवश्यक होते. पण बाळाला प्रथम गणपतीच्या देवळात घेऊन जाऊ आणि नंतर इतरत्र— इतकी साधी इच्छाही पूर्ण होऊ शकली नाही, याचे वाईट वाटले. सुनेत्रा आईसोबत बाळाला डॉक्टरांकडे घेऊन गेली आणि नंतर तयारी करून सासरच्या गावी जायला निघाली. सुनेत्राला पोचायला फार वेळ लागत होता. प्रदीपने बऱ्याचदा फोन केला, पण फोनच लागला नाही. अंत्यविधी उरकला आणि सुनेत्रा बाळासह पोचली. 'मी येईपर्यंत सासऱ्यांचे प्रेत ठेवले नाही' या गोष्टीचा सुनेत्राला फार राग आला. सुनेत्राची आई अन् बहिणी, जावई पण आले. कसे तरी हे मरणाचे पंधरा दिवस सुनेत्रा बाळाला घेऊन सासरी राहिली. साऱ्याच कुटुंबाची धुरा आता खऱ्या अर्थाने प्रदीपवर आली होती. आताही दवाखान्याचे बरेच बिल निघाले होते. कसे तरी करून प्रदीपने ते भरले होते. सुट्ट्या

संपल्यामुळे आता दोघेही नोकरीवर रुजू झाले. बाळाला सांभाळण्यासाठी लताला सोबत घेतलं. सकाळी सुनेत्राचे कॉलेज अन् दुपारी लताचे कॉलेज असायचे. आता लता राहते म्हणून आई, इतर नातेवाईक यांचे येणे-जाणे वाढले. या सर्वच गोष्टींचा सुनेत्राला अक्षरश: वीट येऊ लागला.

त्या दिवशी तर कळसच झाला.

सुनेत्रा कॉलेजमधून घरी पोचली. पाहते तर, घरासमोर लोकांची बरीच गर्दी... लताच्या हातातून बाळ निसटून खाली पडलं होतं. आठ महिन्यांच्या बाळाला डोक्याला मार लागला होता, रक्तही यायला लागलं होतं. लता घरी एकटीच होती. तिने शेजारच्या काकूंना सांगितलं. आता बाळही रडत होतं. त्याच्यापेक्षा जास्त लता रडत होती. काय करावे अन् काय नाही— काकूंना समजेना. एव्हाना सुनेत्राच्या येण्याची वेळ झाली होती. ''ती येईल एवढ्यात—'' असे काकू म्हणत होत्या. तेवढ्यात प्रदीप अन् सुनेत्रा दोघेही पोचले.

''प्रदीप, काय झालं आपल्या घरी? कसली गर्दी आहे ही?'' घाबरून सुनेत्रा म्हणाली.

''काय झाले, कळत नाही.'' म्हणत प्रदीपने गाडी थांबवली. ते धावत-पळतच घरात पोचले. लता खूपच रडत होती. बाळाचा आकांत तर फारच भयानक. बाळाला ताबडतोब दवाखान्यात नेले. बाळ पाळण्यातून उसळून पडले होते. 'लताला काहीच तर काम नसतं, एवढंही नीट करू शकत नाही?' म्हणून सुनेत्राने फारच वाद घातला.

''प्रदीप... नाहीऽऽ नाही शक्य मला हे सारं! माझ्या साऱ्या इच्छांचा दाह होतोय! नसत्या कारणांवरून तुम्हा लोकांचं हे असं वागणं...''

त्या दिवशी आतापर्यंतचा सारा त्रागा तिने प्रदीपवर काढला. प्रदीपही आता अक्षरश: वैतागून गेला होता. सुनेत्राने सासरच्या लोकांशी बोलणेच बंद केले. बोलायचं तर ते फक्त कामापुरतं.

◈◈◈

८

आता काहीही झाले तरी आकाशला सांभाळायला पुण्यात राहायला लता तयार नव्हती. सकाळचं कॉलेज. दोघांनाही एकाच वेळी बाहेर पडायचं. बाळाजवळ घरचं असं कुणी नाही. सुनेत्राने आठ दिवस सुट्ट्या घेतल्या. शेवटी सुनेत्राला आईलाच आणावे लागले. सुनेत्राच्या आईशी प्रदीप अजिबात बोलत नव्हता. कुणाच्याच स्वभावाच्या कुणाशी तारा जुळता जुळत नव्हत्या. त्या दिवशी आई वैतागूनच सुनेत्राला म्हणाली,

"सुनेत्रा, जावई माझ्याशी नीट बोलत नाही. तुमची दोघांची सतत धुसफूस सुरूच असते. माझा तर जीवच घुसमटतो बाई इथे राहताना."

"तूच सांग आई, मी काय करू? काही सुचत नाही."

"तूच घेतलेला निर्णय बाई! मी तरी तुला म्हणतच होते— आपल्या तोलामोलाचंच पाहावं अन् तोलामोलानेच राहावं, अन्यथा फार त्रास होतो. पण ते काही ऐकण्याच्याच मूडमध्ये नव्हतीस."

"आई, मला वाटलंच नाही, इतक्या सोप्या-सहज वाटणाऱ्या गोष्टी अशा तापदायक होत जातील."

घरातला सुसंवाद जणू संपलाच होता. त्या दिवशी बाळाला खूप ताप होता. डॉक्टरांकडे घेऊन जायचे होते. सुनेत्रा प्रदीपला म्हणाली, "उद्या तुम्ही सुटी घ्या."

"अगं, मला गावाला जाणं आवश्यक आहे. आईची प्रकृती बरी नाही, म्हणून फोन आलाय."

"अहो, तुम्हाला इकडची काही काळजी आहे की नाही?"

"तू आईंना घेऊन जा. मी डॉक्टरांशी बोललोच आहे."

आणि प्रदीप निघून गेला नारायणपूरला आईला भेटायला....

...लहान आकाशला सांभाळत नोकरी करताना सुनेत्राची अक्षरशः तारेवरची

कसरत होऊ लागली. दोघा पती-पत्नीमधील प्रेम तर जणू आटतच गेलेलं. प्रदीपचे गावाशी नाते सुटत नव्हते आणि सुनेत्राला हे अजिबात रुचत नव्हते...

एका विचित्र घुसमटीतून दोघेही जात होते. अशातच आकाश पाच वर्षांचा झाला.

कॉलेजच्या एका कॉन्फरन्सकरिता सुनेत्राला मुंबईला जायचे होते. 'गेले नाही तरी चालते, असे प्रदीप म्हणत होता; तर आलेली संधी सोडायची नाही, ही सुनेत्राची जिद्द होती.

मुळातच हुशार असलेली सुनेत्रा फार जिद्दीने प्रेझेंटेशनच्या तयारीस लागली. आकाशची जबाबदारी आईवर सोपवून ती जायला निघाली. तिची ती तयारी पाहून प्रदीप म्हणाला,

"म्हणजे, तू जायचेच ठरविले आहेस तर?"

"जायचे म्हणजे.....? जाणारच आहे."

"मी म्हणतो, जायचे नाही. तुला जायचेच असेल, तर मला अजिबात चालणार नाही."

"प्रदीप, तुम्हाला चालण्याचा प्रश्नच येतो कुठे? मी मुंबईला पेपर प्रेझेंटेशनला जावे, ही माझी प्रगती आहे. मी जाणारच."

प्रदीपने खूप भांडण केले. सुनेत्राही वैतागली..... अशाच मूडमध्ये ती निघाली.

मुळातच हुशार असलेल्या सुनेत्राने अभ्यासपूर्ण मांडलेला विषय वक्तृत्वाच्या बळावर पुढे नेत सभागृह जिंकले. तिचे प्रेझेंटेशन सर्वांत जबरदस्त ठरले. प्रत्येकच जण तिला भेटून शाबासकी देत होते. 'आपल्यातली ही बाजू किती तरी वर्षांनी आपल्याला कळली. प्रदीपसारखा नवरा, त्याचा आत्मकेंद्री स्वभाव अन् नीरस संसार ह्या सर्व रामरगाड्यात आपले जगणे आपण विसरूनच गेलो. नाही, आता प्रदीप सोबत राहणे शक्यच नाही... माझ्या प्रगतीच्या मार्गातले खरे अडसर कोण असतील, तर प्रदीप आणि त्याचे ते मागासलेले नातेवाईक.... छी:, कोणत्या अशुभ वेळी मला हे सुचले अन् मी प्रदीपशी लग्न केले...' अशाच अशा विचारांनी सुनेत्राला पार ग्रासल...

दुसऱ्या दिवशीच्याही सत्रात सुनेत्राचे प्रेझेंटेशन होते..... इथं राहण्याची फार छान व्यवस्था कॅम्पसमध्येच करण्यात आलेली होती. सायंकाळी कॉफी घ्यायला काही मैत्रिणींसोबत ती कॉफीहाऊसला पोचली.... एक रुबाबदार तरुण स्मित हास्य करून तिच्याजवळ आला. म्हणाला,

"मॅडम, तुमचं प्रेझेंटेशन फारच जबरदस्त झालं हो......"

"हो, का सर..... आपण कोणत्या कॉलेजमधून आलात?"

"नाही— नाही, मी प्राध्यापक वगैरे नाही. माझे नाव अविनाश. माझा एक्सपोर्ट-इम्पोर्टचा व्यवसाय आहे. मला आवड आहे सेमिनार अटेंड करायची. मी एमबीए केलेले आहे. मला इथले आमंत्रण होते. इथले प्राचार्य श्री. राघव शर्मा माझे चांगले मित्र आहेत. मी पुण्याला असतो.... व्यवसायाच्या कामानिमित्त मला नेहमीच मुंबईला यावं लागतं.... या वेळीही असंच झालं. त्यामुळे मला हे सेमिनार अटेंड करता आले..."

"अरे व्वा! सर, काय हा योगायोग— मी पण पुण्यालाच असते!"

"हो का? कुठलं कॉलेज आपलं?"

"महर्षी कर्वे महाविद्यालय."

"अरे! हो का? मॅडम, मी आपल्या कॉलेजमध्ये पण मागील वर्षीच्या परिषदेला आलो होतो. आपले आजचे प्रेझेंटेशन फारच जबरदस्त झाले. सारेच म्हणत आहेत ना."

"नाही, नाही— असं काही नाही...."

"नाही कसं म्हणता मॅडम... तुम्हाला कदाचित तुमच्यातील टॅलेंटची कल्पना नसावी, पण उपस्थितांना मात्र ते हेरता येते."

इतक्यात सोबतच्या मैत्रिणींनी आवाज दिला अन् सुनेत्रा निघून गेली.

"अरे सुनेत्रा, काय मस्त झालं ना, तुझं प्रेझेंटेशन! जो-तो तुला प्रतिक्रिया देत आहे." औरंगाबादहून आलेली कविता जोशी म्हणाली.... "आणि आतापर्यंत तू कधीच गेली नाही म्हणतेस... का करते तू अशी? अगं, हे आपले कार्यक्षेत्र आहे. इथे संधी मिळते. नव्हे, तर विद्यापीठाला खरे विद्वान अभ्यासू प्राध्यापक शोधायचे असतात. यापुढे नेहमी जायचे; एकही संधी सोडायची नाही."

"काय जायचे म्हणते कविता... नवऱ्याला आवडत नाही ना?"

"काय आवडत नाही? आवडण्याचा प्रश्न येतोच कुठे? हा तर आपल्या नोकरीचा अनिवार्य भाग. अगं, हो— त्याला माझं वक्तृत्व, नाट्य, अभिनय, लिखाण, इतरांशी मैत्री— काही काहीच आवडत नाही.... मी अगदी स्वतंत्र विचारसरणीची अन् तो कोत्या विचारांचा."

"काय बरं करतात ते?"

"तो प्राध्यापक आहे. आम्ही दोघंही एकाच महाविद्यालयात आहोत; फक्त विषय वेगळे आहेत."

“अरे, मग तर प्रश्नच नाही! त्यांनी तर तुला प्रोत्साहन दिले पाहिजे.”

“कसले प्रोत्साहन....? उलट, सतत निगेटिव्ह पॉइंट शोधत असतो अन् हे सारं टाळत असतो...”

“नाही— नाही सुनेत्रा, तू चुकते आहेस.... यामुळे तर उगाचच तू मागे राहशील; कुणाला तू कळणारच नाहीस.”

“संसार तुटू नये, घर मोडू नये याकरिता मी त्याचे ऐकत असते. आता या वेळी मात्र मी जिद्द करूनच आले. तो मला आता पण येऊ द्यायला तयार नव्हता.”

“फार चांगले केलेस सुनेत्रा, तू आलीस. पाहिलेस ना तू... तुझी तुला तर तू कळलीस ना....”

“नको तिथे मी हात जोडले, खरे जोडणे राहून गेले. माझ्यातल्या ‘मी’ला शोधणे राहून गेले. असंच आपण जगत असतो. एखादा क्षण आपले जगणे उजळून टाकतो. तो आपल्याला आपली जागा सांगतो...” कविता म्हणाली.

दुसऱ्या दिवशीचेही सुनेत्राचे प्रेझेंटेशन खूपच छान झाले... सर्वांनी अभिनंदनाचा वर्षाव केला. एक आत्यंतिक आत्मिक सुख घेऊन सुनेत्रा परतत होती. रात्री दहा वाजताची ट्रेन होती. ती मुंबईहून पुण्याला परतत होती.

आपला बर्थ शोधून सुनेत्रा आडवी झाली, पण झोप येत नव्हती... एवढा आनंद-यश घेऊन परतत आहे, पण प्रदीपला याचे काहीएक महत्त्व नसणार. तो काहीच चौकशी करणार नाही.... तर, खरंच हे यश खरं यश असेल का....? नक्कीच नाही.

‘आताशा प्रदीप फारच रुक्ष झालेला होता. अबोल तर तो आहेच, आता तर पूर्णच अबोल झालेला— जणू मी त्याला नकोशी झालेली...’ असा सुरू होता तिचा मनाचा मनाशी संवाद....

* * *

‘सुनेत्रा घरी नसताना हे घर जणू वाटतो आहे एक भकासवाडा... मी जाऊ नको म्हटलं तरीही सुनेत्रा गेलीच शेवटी... तिकडे गावाकडे आईची प्रकृती बरी नाही. सारखा निरोप येतो आहे... छोट्या आकाशला असं सासूबाईंच्या भरवशावर सोडून जाणं बरं वाटत नाही. काय वैताग आहे नुसता... सुनेत्राला जे करायचं ते ती केल्याशिवाय राहतच नाही... प्रत्येक वेळी नुसता आडमुठेपणा... सारा-सारा घोळ होतो आहे... केवळ हिच्या नोकरीमुळे... नोकरी सोडून दे म्हटलं, तर ऐकत पण नाही. आज तिसरा दिवस. खरं तर आज तिला पोचायला हवं होतं...” असा सारा विचार प्रदीपला पोखरून काढत होता...

अशातच सकाळी-सकाळी सुनेत्रा घरी पोचली. दारावरची बेल वाजली.... दार प्रदीपनेच उघडले.... पण चेहरा असा गंभीर अन् नजर अशी चिडलेली... जशी सुनेत्रा काही वाईट काम करायला गेली होती...

सुनेत्राचा आवाज ऐकताच.... आकाश जागा झाला. आईला येऊन बिलगला.... "हं, काय झालं आकाशला?"

"आई, यानंतर नाही जायचं तू असं! मी पण येणार तुझ्यासोबत." आकाश रडक्या सुरात म्हणाला.

"नाही रे सोन्या, नाही जाणार मी यानंतर अशी एकटी. आणि काय रे पिल्लू, मी गेले तरी तुझे बाबा होते ना...?"

"बाबा तर मला नुसते रागावतात. 'तू का नाही गेला आईसोबत?' असेच म्हणत होते."

एकूणच सारा त्रागा... 'किती कौतुक, किती यश आणि किती आनंदाचं पात्र घेऊन मी परतले.... पण हे काय— प्रदीपला माझं काहीच ऐकून घ्यायचं नाही.... असा कसा हा सहचर....? पती म्हणजे एकच नातं का? तो प्रियकर का होऊ शकत नाही.....? जणू काही प्रेमच उरलेलं नाही.... प्रदीप एक प्राध्यापक आहे. त्याच्या-माझ्या वाटा एकच आहेत. तो तर माझं हे यश चांगलं समजू शकतो, पण त्याला ऐकूनच घ्यायचं नाही.... असू दे.... त्याला काही देणं-घेणं नाही, तर मलाही काहीच करायचं नाही..... किती सारी अपरिचित माणसं किती भारावून बोलत होती.... तसं प्रदीपला थोडंसंही का वागता येऊ नये.....?' सारा विचार करून नकळत दाटलेल्या मनाचा भार अश्रुधारा होऊन डोळ्यांतून पाझरू लागल्या.... तिला असं रडताना पाहून आईला फार वाईट वाटले.

"सुनेत्रा, रडू नकोस अशी.... बाळाला जवळ घेऊन.... तुझ्याशिवाय तीन दिवस बघ कसं सुकून गेलं लेकरू.... आणि हे बघ सुनेत्रा, यानंतर मला असं तुझ्या घरी राहायला भाग पाडू नकोस... एखाद्या तुरुंगात राहिल्यासारखं वाटतं.... ते प्रदीपराव धड बोलत नाहीत.... काही सांगत नाहीत. तू गेलीस जणू काही वाईट कामाकरिता— असाच सारा त्यांचा आविर्भाव... मला तर फारच संकोच वाटतो...."

"आई, अगं जाऊ नको तर काय? मला माझ्या कार्यक्षेत्रात उंच जायचं असेल, तर अशा परिषदांना हजर राहणे आवश्यक आहे; ज्यामुळे आपल्या ज्ञानात व व्यक्तिमत्त्वात भर पडते, जे आवश्यक आहे."

"हो, मला कळलं गं बाई, पण तुझ्या नवऱ्याला सांग ना हे सारं—"

"आई, मला तेच तर दुःख आहे. साऱ्यांना कळू शकतं ते प्रदीपला का कळू

नये? किती कौतुक झाले माझ्या प्रेझेंटेशनचे... तिकडे काय झाले ते... माझं काहीच त्याला ऐकूनही घ्यायचं नाही....तो स्वत: तर काही प्रगती करत नाही अन् मलाही करू देत नाही. त्याला डबक्याच्या बाहेरच जायचं नाही आणि मला खळाळून वाहायचं आहे. काय करू, कळत नाही. हा मानसिक कोंडमाराही आता सहन होत नाही.... एका ठिकाणी नोकरी करतो, हा सामाजिक प्रश्न वेगळाच... विचार करून डोकं फुटायची वेळ आली. काही सुचत नाही...''

माय-लेकीचा असा सारा संवाद सुरू होता.... बाहेर गेलेला प्रदीप चोरपावलाने हॉलमध्ये केव्हा येऊन बसला— याकडे दोघींचेही लक्षच नव्हते... प्रदीपने सारे ऐकले.

''हो, नाही राहिलो आता मी तुझ्या लायकीचा! तिकडे आई इतकी आजारी आहे आणि मला आकाशमुळे घर सोडता आल नाही.''

''का सोडता आलं नाही? आई होती आकाशजवळ.'' सुनेत्राही जोरजोरानेच म्हणाली...

''आकाशलाही ताप होता. माहीत आहे का तुला? तुला तर फक्त तुझीच प्रगती महत्त्वाची ना! ना मुलाचं काही करायचं, ना माझं, ना माझ्या आईचं...!''

''हे बघा प्रदीप, ह्या साऱ्यांचाच विचार मी आजवर करत राहिले आहे. मला वाटत होतं, आपल्या वाटा एक आहेत. आपण काय करायचे, नाही करायचे याची चांगली जाण तुम्हास राहील... आपला संसार सुखाचा होईल; पण तुम्हाला माझे काहीच आवडत नाही, हेच खरे आहे..... स्वत:ही काही प्रगती करीत नाही आणि मी करते, तर तेही रुचत नाही.

''कसली आली गं प्रगती...? पेपर प्रेझेंटेशनच्या नावाखाली गावोगाव भटकायचं... यात कसली आलीय प्रगती....? मला नाही आवडत तो नाटकी भपकेबाजपणा अन् ते वरवरचं वागणं.... मी जसा आहे तसा आहे आणि तयारी कर— गावाला जायचं आहे. आईला खूपच बरं नाही.''

''मला नाही यायचं कुठे... तुम्हीच जा गावाला अन् घेऊन या आईला इकडे.... इथे दवाखान्यात दाखवू त्यांना.''

असा सारा विषय संपता संपत नव्हता.... शेवटी प्रदीप एकटाच निघून गेला गावाला.

दोन दिवसांनी प्रदीप घरी परतला. पाहतो तर काय— घराला कुलूप! जवळच्या चावीने कुलूप उघडले... समोरच टी-पॉयवर चावी ठेवायला गेला... पाहतो तर काय— एक कागद... सुनेत्राच्या हस्ताक्षरातच...

प्रदीप...

मी तुमच्याशी जुळवून घेण्याचा खूप प्रयास केला, पण आता ते शक्य होत नाही. माझं काही-काहीच तुम्हास भावत नाही आणि मला तर अशी बंधने मान्य नाहीत.... मी आकाशला घेऊन जात आहे.... आईकडे. मला आता परतच यायचे नाही.... तुम्हीही जगा तुमच्या मनाप्रमाणे आणि मलाही जगू द्या माझ्या मनाप्रमाणे.....

—सुनेत्रा.

प्रदीपला जणू हे अपेक्षितच होते.... तो शांतपणे खुर्चीत बसला. 'खरंच आपला निर्णय चुकला.... आपण साधारण परिस्थितीतून वर आलो... गाव... गावाकडची नाती.... माणसं... ते नातं सुटत नाही. त्याच्याशी सुनेत्राने जोडण्याचा खूप प्रयत्न केला. सुरवातीलाच थोडं वाटलं की जुळेल, पण हे काही शक्य झालं नाही. हिला माझं काहीच आवडत नाही.... माझी आई, भाऊ, बहिणी ते कुणी नकोत. ते लोक इथे शहरात यायला तयार नाहीत... आताच आईला इकडं बरं नाही.... "इथेच मरून जाईन, पण तुझ्या घरी येणार नाही" —अशी आईची भूमिका. काय करावे? काही सुचत नाही.... सुनेत्रासोबत माझी तार जुळणे शक्य नाही, हे मलाही जाणवत होतं.'

किती तरी वेळ प्रदीप खुर्चीत बसून राहिला.... नंतर उठला.... बाहेर गेला. गणेश मंदिराच्या पायरीवर किती तरी वेळ बसून राहिला.... सायंकाळी घरी परतला... घरी जावंसंच वाटत नव्हतं.... त्या घरात आता आकाशची किलबिल नसेल याचे वाईट वाटत होतं; पण सुनेत्राचा तो फणकारा नसेल, याचंही बरंच वाटलं.

◈◈◈

९

सुनेत्रा कॉलेजच्या आवारात पोचली. गाडी पार्कच करीत होती, तेवढ्यात प्रदीपही आला. नेहमी त्याची गाडी तिच्या बाजूलाच असायची.... आज तो पलीकडल्या पार्किंगमध्ये गेला, तिकडे गाडी पार्क केली.... दोघांनीही एकमेकांना टाळत हा पहिला दिवस पार पाडला...

सुनेत्रा घरी पोचली.... आई फार खिन्न होती....

''आई, का गं, काय झाले तुला?''

''काहीही म्हण बाई सुनेत्रा, मला काही हे योग्य वाटत नाही.''

''काय गं, कसले काय योग्य वाटत नाही...? बघ माझ्याकडे.... दिसते आहे ना फ्रेश? माझा तर दिवस इतका मस्त गेला की, विचारू नकोस.... एक बोजड ओझं उचलून चालताना किती थकले होते गं...! सारं-सारं ओझं फेकून दिल्यावर हलकं-हलकं वाटावं तसंच वाटत आहे... मी फार खूष आहे.''

''अगं, पण दोघंही एकाच ठिकाणी नोकरी करता; लोक काय म्हणतील?''

''म्हणू दे गं काय म्हणायचं ते. प्रदीपचं अन् माझं काम कुठेच क्रॉस होत नाही. त्याचे विषय, त्याचे पिरिअड्स सारंच वेगळं. तो पूर्णत: कला शाखेशी निगडित, तर मी पूर्ण भाषेशी... मला काहीच काम पडत नाही त्याच्याशी.... मी तर सुटकेचा नि:श्वास सोडला आहे.... आई, स्वातंत्र्याची अनुभूती अनुभवते आहे.... आता मला कशाकशात अडकायचे नाही.... मुक्तपणे विहरायचं आहे.... माझ्या मनातल्या किती तरी संकल्पनांना पूर्ण करायचं आहे.... केवळ पती म्हणून प्रदीपला सन्मान देऊन मी त्याला विचारावं अन् त्यानं मुद्दाम आडमुठेपणानं मला अडवावं, हे सारं-सारं आता संपलेलं आहे... हा आनंद शब्दातीत आहे.... आई, मी आज खऱ्या अर्थाने फुलपाखरू झाल्याचे तरलपण अनुभवते आहे.... माझं मन मला खूप-खूप काही करायचं म्हणतं आहे. खूप काही काही रंग लेवून घ्यायला खुणावत

आहे... त्या साऱ्या रंगांना मला माझ्या पंखांवर रंगवून घेत माझे पंख देखणे करायचे आहेत. माझं हे देखणेपणच माझं व्यक्तिमत्त्व सुंदर करणार आहे. म्हणून गं आई...

"मी फुलपाखरू होईन म्हणते
उंच भरारी घेईन म्हणते
नाजूक इवल्या पंखांवर
हे प्रखर ऊन मी पेलीन म्हणते
मी फुलपाखरू होईन म्हणते...

रंगीबेरंगी फुलांत शिरुनी
रंगात तयांच्या रंगीन म्हणते,
मनमोहक ते रंग लेवूनी
पंख देखणे करीन म्हणते
मी फुलपाखरू होईन म्हणते...

गंधित त्या साऱ्या फुलांनी
मी वेडीही होईन म्हणते
अस्तित्वाचं लेणं लेवून
मी सुंदरही होईन म्हणते
मी फुलपाखरू होईन म्हणते..."

अति आनंदात एक गोल गिरकी घेत.... तिनं चक्क आईला मिठीच मारली... खरंच, सुनेत्रा आज फार खूष होती. आज रविवार.... एक आठवडा लोटला.... या आठच दिवसांत किती वेगळं जगणं मी अनुभवलं. खरंच सुटले बाबा एकदाची... ती रोजची कटकट.... माझं काही तरी वेगळंच, तर त्या प्रदीपचं काही तरी वेगळंच... कुठे जाणं नाही.... येणं नाही. काही दुसरा विषय नाही... येऊन-जाऊन त्याचं ते गाव... गावाकडची गचाळ माणसं.... तो नात्यांचा गुंता..... सतत काही ना काही अडचणीमध्ये गुंतलेला. स्वत:ला एक मुलगा आहे.... त्यालाही भविष्य आहे— कशाकशाशी देणं-घेणं नाही...

"सुनेत्रा, अगं, आटप लवकर...." आईच्या आवाजानं सुनेत्रा भानावर आली...

"अगं, हो ना उठते ना! आज ताई येणार आहे ना?"

"हो ना, आता तासात पोचलीच म्हणून समज. चल, उठ लवकर."

'आज ताई येणार होती... परवा तिच्याशी थोडं-फार फोनवर बोलले... तेव्हा

तर घाबरलीच ती... रविवारी येते म्हणाली.... खरंच, अशी असते बहीण... लगेच तिचं मन तुटतं. जाणून घ्यावंसं वाटतं...

'आम्हा तीनही बहिणींमध्ये फार जिव्हाळा राहिला आहे..... मोठी ताई सुनंदा... तिचं लग्न फार आधीच झालं... तिचा मुलगाच आता इंजिनिअरिंगला गेला आहे.... ताई आपल्या संसारात इतकी मग्न की, कधी कोणाच्या अधे-मधे करणे तिला जमलंच नाही. तसं तिचं आयुष्यही साधं-सरळ राहिलेलं. कधी काही कुरकूर आमच्यापर्यंत आली नाही...

'ताईचं ती मॅट्रिक झाल्याबरोबर लग्न झालं.... तिचे यजमान बँकेत नोकरीला. सतत बदलीचा जॉब.... त्यामुळे त्यांची नोकरी, मुलांची शिक्षणं, नातीगोती सांभाळत आलेला संसार तीही गुण्यागोविंदाने करून राहिली.... सासर-माहेर दोन्हीही नाती फुलवीत राहिली.'

'झाला होता तो माझाच गोंधळ. सुनंदाताई आणि रंजनाताई सर्वांना सांगते— सुनेत्रा आमची बहीण नाही, भाऊ आहे... तिचं सारं वागणंच मुलासारखं... बाबांना तरी किती तिचा अभिमान... साऱ्यांना मोठ्या अभिमानानं सांगत असायचे— सुनेत्रा माझी मुलगी नाही, मुलगा आहे...'

'कशाचीही अपेक्षा नसलेलं आणि कर्तव्याची तेवढी जाण असलेलं मैत्रीसारखं दुसरं निर्मळ नातं नाही,' हे बाबांना पटवून देण्यात मी यशस्वी झाले होते. पुरुषी क्षेत्रातच माझा आत्मविश्वासाने वावर असेल, याची बाबांना खात्री होती.... नव्हे, तर एक स्वतंत्र अन् बाणेदार व्यक्तिमत्त्व घडविण्यात बाबांचाच वाटा अधिक. स्वातंत्र्य म्हणजे स्वैराचार नव्हे... मनमानी आणि पुरोगामित्वाचे लेबल लावणे नव्हे. आपल्या मनासारखं आयुष्य आपल्याला जगूनच घेतलं पाहिजे. मनासारखं न जगणे म्हणजे आपणच आपल्यावर अन्याय करणे होय. आपल्या जगण्याचा बाज आपल्याला तयार करताच आला पाहिजे. याकरिता कोणत्याच मुहूर्ताची गरज नाही, तर प्राप्त क्षणच मनासारखं जगण्याची सुरुवात करायला योग्य अशी घटिका असते. तेव्हा स्वतःचे जगणे सोपे व सुसह्य करण्यासाठी निर्णय घ्या.... हा निर्णय म्हटलं तर असेल सुखाचा वेदांत, म्हटलं तर होऊ शकेल स्वैराचाराची सनद; पण विचारांची पोथी हाती असेल, तर काहीही अनिष्ट होणार नाही. विचारांची शिकवणूक आचरणात कशी आणायची, हे ज्याचं-त्यानं ठरवायचं असतं. तत्त्वज्ञ फक्त विचार द्यायला बांधील असतात. प्रत्यक्ष व्यवहार ज्याचा त्यानं सांभाळायचा असतो... असे बाबांचे विचार होते.

'खरंच, आज बाबा असायला हवे होते. त्यांनी माझ्या या निर्णयाचं स्वागतच

केलं असतं. आपल्या गुणी लेकीच्या गुणांचा असा श्वास कोंडून कोंडमारा होतोय, हे पाहून नक्कीच माझ्या बाजूने उभे राहिले असते... आता तर मी प्रदीपसोबत राहूच शकत नाही... या आठ दिवसांत मला किती तरी वर्षांनी हायसं वाटलेलं आहे. माझा निर्णय आईला पटला नाहीय... बरोबर आहे. आई आहे ना ती! कोणाच्या आईला रुचेल— आपल्या मुलीचा संसार असा उद्ध्वस्त होणं... कुणाच्या आईला नाही..., आपल्याच विचारात सुनेत्रा मग्न झाली होती.

"ये गं सुनेत्रा, बघ— ताई आलीय बघ."

"अगं बाई, ताई तू पोचलीस पण!" म्हणत सुनेत्राने ताईला मिठी मारली....

"सुनेत्रा, कशी आहेस...?"

"एकदम छान! कशी दिसतेय तुला...? तू सांग, जिजू कसे आहेत? आणि सायली काय म्हणते...? राहुलला अजिबात सवड नाही अभ्यासातून...."

"हो गं बाई, सारेच अगदी बिझी.... अन् त्यांच्या वेळा सांभाळताना मीही! तुझ्याबाबत वेगळंच काही कळलं अन् आले बघ अशीच धावत."

"माझीच ताई ना तू? येणार कशी नाहीस!"

"हे काय गं सुनेत्रा, काय ऐकते आहे मी..."

"बरोबर ऐकले आहेस तू.... आता माझा निर्णय अगदी पक्का आणि ठाम आहे."

"म्हणजे?"

"अगं म्हणजे, मी आता घटस्फोट द्यायचाच ठरविते आहे. ताई, या आठ दिवसांत मी जे जगणं अनुभवते आहे ना, त्याला मी कित्येक दिवसांत मुकले होते. तो कोंडमारा, ती घुसमट झेलत आता यापुढे प्रदीपसोबत मी जगूच शकत नाही ताई."

"अगं, पण लग्न म्हणजे भातुकलीचा खेळ आहे का? वाटेल तेव्हा मांडला अन् वाटेल तेव्हा मोडून टाकला!"

ताई समजावणीच्या सुरात बोलत होती. पण सुनेत्रा मात्र आपल्या विचारावर ठाम होती. प्रदीपसोबत राहणे ही कल्पना आता मान्य करायचीच नाही, असेच जणू तिने ठरविले होते. तेवढ्यात आई चहा घेऊन आली.

"बघ बाई सुनंदा, ही सुनेत्रा काही तडजोडच करायला तयार नाही, आपण तर पूर्वीच या लग्नाला तयार नव्हतो. हिच्याच मनाने झाले आणि हीच मोडायला पण निघाली." आई म्हणाली.

"आई, मी माझ्या संसारात खूपच सुखी आहे का? सारं काही माझ्याच मनानं

होतं का? पण तडजोड करत जगावंच लागतं ना....'' सुनंदा म्हणाली.

''हे बघ ताई, तुझं जगणं आणि माझं जगणं यात फरक आहे. मला आलेले अनुभव तुला कधी आलेच नसावेत. तुझं आपलं सरळ-सरळ जीवन राहिलेले आहे...'' फणकाऱ्याने सुनेत्रा म्हणाली.

''हो बाई, आम्ही काय तुझ्याइतके शिकलेले? नोकरी करतो? तुझ्याएवढा पैसा कमावतो? त्याचा तुला आधार वाटतो... म्हणून या निर्णयापर्यंत आलीस. प्रदीपला समजून घ्यायला तयार नाहीस... त्याच्या कुटुंबाला आपलं मानायला तयार नाही... अन् म्हणूनच घ्यायला निघालीस इतक्या टोकाचा निर्णय.''

''ताई, हो— मी आता हा निर्णय घेतलेला आहे, घटस्फोट घेण्याचा... प्रदीपला माझं मोठं होणं आवडत नाही... माझं कुठं जाणं आवडत नाही— एकूणच माझी प्रगती आवडत नाही; आणि मलाही बंधन नकोत.''

''अगं, पण तुम्हीच आधी एकत्र आलात, विचार जुळले... सारं-सारं ठरवलंत आणि आता जुळत नाही— हे काय?''

''ताई, खरं सांगू का? वरवरच्या ओळखीने माणसाचा स्वभाव कधीच कळत नसतो, तो सहवासानेच कळतो. आता प्रदीप मला पूर्ण कळलेला आहे. हे गं कसलं लाईफ...? त्यानं माझ्याशी फक्त आंतरजातीय विवाह करून तो काही पुरोगामी विचारांचा ठरत नाही.... हे आपलं गं जगणं... अन् हे कसलं एकत्र येणं? मला तर वाटतं— ज्या स्त्री-पुरुषांच्या एकत्र येण्यात धड स्वातंत्र्यही नाही आणि परस्परांबद्दलची आदरभावनाही नाही, अशा स्थितीत रखडणं म्हणजे निसर्गाच्या विरुद्ध कृती करणंच होय.... याचा विस्फोट झाला, तर नक्कीच काही तरी अघटितच घडतं. त्यामुळे मी आता घेतला तो निर्णय अगदी योग्य आहे, असे मला वाटते...''

''आई, सुनेत्राला आता समजवण्यात काही अर्थ नाही. तिने पूर्णत: मानसिक तयारी केली आहे एकटं जगण्याची. तेव्हा होऊ द्यावं तिच्याच मनानं. आपण काय करणार? स्त्रियांना अशा परिस्थितीत प्रश्न असतो तो आर्थिक...! तिला तो प्रश्नच नाही.''

''अगं हो, पण ही अशी एकटी कशी जगणार? मी किती दिवस हिला पुरणार? आकाश अजून इतका लहान; त्याचं कसं होणार? तसा प्रदीपही इतका वाईट नाही. त्याचंही ऐकून घेऊ या... त्या डॉ. महेश सावळेकाकांशी बोलते. तुझ्या वडिलांच्या चांगल्या मित्रांपैकी आहेत. काही तरी मार्ग निघेल, तर बरं होईल.''

तशी सुनेत्रा चिडली.

''हे बघ आई, तुम्ही कोणी ओळखत नाही इतकं मी प्रदीपला ओळखलं

आहे. त्याला माझा पैसा हवा आहे, पण माझं जगणं नको आहे. पण माझ्या जीवनाप्रति काही निष्ठा आहेत. मी माझ्या आयुष्यात प्राधान्य देते, ते फक्त निष्ठेला. मी आजवर निष्ठेचीच तरफदारी केली आहे. निष्ठेनच वागले अन् जगले. पण आता जेव्हा वाटू लागलं की, माझ्या निष्ठांना किंमत दिली जात नाही अन् भविष्यातही दिली जाणार नाही, तेव्हाच मी प्रदीपपासून दूर होण्याचा निर्णय घेत आहे. कारण जीवननिष्ठांशी प्रतारणा करत जगणे यापुढे मला शक्यच नाही.''

सुनेत्राच्या निर्णयाचा शेवटी विजय झाला... तिने प्रा. प्रदीप विरुद्ध घटस्फोट केस ॲड. अनंत परचुरेंमार्फत टाकली. प्रदीप तर जणू निराश होऊन गेला होता. सुनेत्राच्या एकाही आक्षेपावर काहीही प्रतिक्रिया न देता, कोणताही वाद उपस्थित न करता सहजच बाजूला झाला... नव्याने उभे होऊन जगणे स्वीकारले... तक्रार न करता...

सुनेत्राच्या एका नव्या जगण्याला प्रारंभ झाला. एव्हाना महाविद्यालयात सर्वांनाच कळून चुकले होते. सुनेत्राचा स्पष्ट, स्वतंत्र व करारी स्वभाव... कुणीही मधे पडून तडजोड करण्याचा प्रयास केला नाही... तसेही या दोघांचे विषय वेगळे... काम वेगळे, म्हणून क्रॉसिंग कुठेच होत नव्हते. त्यातल्या त्यात सुनेत्रा फार खबरदारी घेत होती. गाडी पार्किंगचे विंग वेगळे... वर्ग वेगळे... सारंच विश्व वेगळं होतंच; पण जास्त अलिप्त कसं राहता येईल याचा प्रयास करत होती... कॉलेजमध्ये इतके लोक आहेतच; सर्वांशीच कुठं रोज काम पडतं... अशा विचारांनी वागणे अंगवळणी पाडून घेतले होते.

◈◈◈

१०

अशातच एक वर्षाचा काळ निघून गेला... सुनेत्रा त्या दिवशी आकाशला घेऊन शॉपिंगला गेली. आकाशचा वाढदिवस होता, त्याची खरेदी करायला. मॉलमध्ये फिरताना अचानक एक चेहरा समोर आला.....

"अरे, हॅलो सुनेत्रा मॅडम...! ओळखलंत का मला?"

"हो, ओळखलं ना सर! आपली भेट मुंबईला कॉन्फरन्समध्ये झाली होती...!"

"काय, खरेदी करताय? आणि हा गोड मुलगा कोण?"

"हा माझा मुलगा आकाश. ह्याचा उद्या वाढदिवस आहे. त्याच्याकरिता आलेय खरेदीला.

"अरे व्वा! छान! Happy Birthday आकाश! ॲडव्हान्समध्ये देतो आहे हं तुला Wishes!" असं बराच वेळ बोलले...

"मी इथे कामानिमित्त आलो होतो. इथल्या अनेक शॉपमध्ये माझा माल येतो. मला इकडे यावंच लागतं."

"अरे, हो— तुमचा इंपोर्ट-एक्सपोर्टचा व्यवसाय आहे म्हटला होतात, नाही का?"

"आकाश, तुला माझ्याकडून काय हवंय?"

"काका, मला ती सायकल हवी आहे. आई नाहीच म्हणतेय!"

"अरे, त्यात काय— चला, आपण बघू या."

"नाही— नाही! सर, त्याला काय कळतंय!"

"हो आकाश, मम्मीचं बरोबर आहे."

"राहता कुठे मॅडम आपण?"

"मी शिवाजीनगरला. स्वप्नपूर्ती अपार्टमेंट, फ्लॅट नं. ३१५."

"हो का...? चला, भेटू या. हे घ्या माझं कार्ड..."

असे म्हणत दोघांनीही निरोप घेतला. आकाशच्या मनासारखे कपडे अन् उद्याच्या वाढदिवसाची तयारी— अशी सारी खरेदी करून माय-लेक घरी परतले. सुनेत्रा गाडी चालवत होती. पण मन मात्र वारंवार भूतकाळात का जात होतं, कळत नव्हतं... लगेच आठवला मागील वर्षाचा आकाशचा वाढदिवस... 'तिसरा वाढदिवस चांगला मोठा करायचा माझी इच्छा.... आकाशचं ना बारसं झालं, ना एकही वाढदिवस... चांगलं मोठं फंक्शन करायची माझी इच्छा होती.'

'प्रदीपसमोर विषय मांडला, पण त्यावर त्याची काहीच प्रतिक्रिया नाही.'

"प्रदीप, मी म्हणते— खूप दिवस झालेत, आपल्याकडे एकही कार्यक्रम झाला नाही.... सगळे कॉलेजमधले अन्य इतर नातेवाईक मला नेहमीच म्हणतात... कधी बोलवत नाही म्हणून.... करू या ना.... आकाशाचा वाढदिवस धूमधडाक्यात...."

"हो, कर ना.... पण माझ्या कोणत्याच नातेवाइकांना मी बोलावणार नाही...."

"का?..."

"नको, मला नाही बोलवायचं त्यांना."

"अहो, पण का? चांगलं दिसेल का? सर्वांना बोलवू अन् त्यांना नाही?"

"मी, सांगितले ना तुला, ते कोणीही येणार नाहीत."

"पण का?"

तसा प्रदीप काय उसळला होता... त्याचं ते रौद्र रूप मी प्रथमच बघत होते. जणू मनात साठलेला आगडोंब व्यक्त करण्याची संधीच मिळाली होती.....

"माझे अशिक्षित गरीब लोक तुला चालत नाहीत... असतील ते अडाणी, पण स्वाभिमानी आहेत. आईने तर चक्कच सांगून टाकले की, आमच्यामुळे तुझ्या संसारात कटकटी नकोत. त्यामुळे मीही म्हणालो की, ती मंडळी कुणीच येणार नाहीत."

"अहो, पण मी इतकी वाईट आहे का... उलट, मी प्रत्येकच वेळी ॲडजस्टमेंट करतेच ना...? मी त्यांच्याकडून थोड्या मदतीची अपेक्षा केली, तर त्यांना राग येतो... त्यांना जमत नाही. पण मीच का म्हणून प्रत्येक वेळी माघार घ्यायची? आता हा विषय साऱ्या आयुष्यभर पुरणार... त्यांच्यापायी तर माझं जगणं अक्षरशः नरक होऊन गेलंय. एक सर्वसामान्य जीवनही वाट्याला येऊ नये, म्हणजे काय?"

'असा सारा वाद प्रदीपने घातला होता.... माझाही मूडच गेला. म्हणून मीही काही वाढदिवस साजराच केला नव्हता.... माझं तर जाऊ दे, पण आपल्या पोटच्या गोळ्याचंही कौतुक नाही, हे पाहून माझा खूपच त्रागा व्हायचा...

‘आता कसं एकदम मोकळं वाटत आहे... त्या घरातून निघाल्यापासून प्रत्येकच दिवस मी आनंदात जगते आहे.’

सुनेत्राने आकाशच्या वाढदिवसाची धूमधडाक्यात तयारी केली. सारे मित्र, मैत्रिणी, नातेवाईक यांना आमंत्रणं दिली.... सेलिब्रेशन हॉलमध्ये कार्यक्रम ठरला. पत्रिका पण छापल्या... आकाश व माझ्याकरिता सारे-सारे येणार... अनुपस्थिती असेल ती फक्त प्रदीपची... अं.... हो, ती तर असणारच... दुःखाला कुरवाळत तरी किती बसायचं ना....?

“आई बघ— आपल्या दारापुढे कोणी तरी उभं आहे.”

विचारांची तंद्री तुटली आकाशच्या आवाजानं. घरापर्यंत कशी पोहोचले, कळलंच नाही.

“मिसेस सुनेत्रा दीक्षित आपणच का?”

“हो, मीच.”

“मी मे. रमेशचंद्र कंपनीतून आलोय... ही छोटी सायकल आहे.... ती घ्या अन् कागदावर सही करा.”

“सायकल? मी तर नाही खरेदी केली...”

“ते मला माहीत नाही... ही बिलाची प्रत बघा.”

बिल अविनाश सरकारच्या नावाचे होते. सुनेत्राला साराच प्रकार कळायला वेळ लागला नाही. सही करण्याशिवाय पर्यायच नव्हता.

आकाशच्या आनंदाला पारावार नव्हता... “माझी आई किती छान आहे... घेऊनच दिली मला सायकल...” साराच गोंधळ! काय करावे, सुनेत्राला काही कळत नव्हते....

“अरे व्वा...! छान... तर सायकल मिळालीच शेवटी पिल्लूला ना!” आजीने आकाशला जवळ घेत म्हटले....

“हो ना आजी, बघ किती छान आहे ना— रेड-रेड कलरची माझी सायकल?”

“सुनेत्रा, अगं, एक फोन आला होता. कुणी अविनाश सरकार बोलत होते. तू घरी पोहोचलीस का, म्हणून विचारत होते.” आईने सांगितले...

“हो का? अगं आई, मुंबईच्या कॉन्फरन्समध्ये भेटलेले होते ते. इथलेच आहेत... आज मार्केटमध्ये अचानक भेट झाली...” सुनेत्राने अविनाश सरकारबद्दल सांगितले...

तेवढ्यात फोनची रिंग वाजलीच... फोन सरकारांचाच होता....

"हॅलो मॅडम, मी अविनाश सरकार बोलतोय... माफ करा... थोडा आततायीपणा झाला, पण आकाशचा बर्थ डे आहे... बर्थ डे गिफ्ट देण्याचा प्रत्येकालाच अधिकार आहे. त्यामुळे मी तो अधिकार तेवढा वापरला... राग येऊ देऊ नका... प्लीज, आकाशच्या बाबांनाही हे सांगून टाका."

काय बोलावे, सुनेत्राला काही कळत नव्हते. तरी म्हणाली, "सर, आपण उगाच एवढा खर्च केलात. मी पुढच्या वर्षी घेऊन देणारच होते."

"मॅडम, मी काही केले नाही... आकाशला काही प्रॉब्लेम नाही, तो आरामात चालवेल ही सायकल. उगाच काळजी करू नका...."

"बरं, ठीक आहे. उद्या या आकाशच्या वाढदिवसाला..."

"उद्या जमेलसं वाटत नाही... खूप महत्त्वाची मीटिंग आहे. पण येण्याचा प्रयास करतो."

"या सर, आपण आलात तर छान वाटेल."

"हो, प्रयत्न करतो येण्याचा..."

"कोण होते गं सुनेत्रा?"

मार्केटमध्ये घडलेला सारा प्रकार सुनेत्राने आईला सांगितला.

आकाश सायकलमध्ये पूर्ण मग्न झाला होता. सायकलचा एक फार वेगळा आनंद त्याच्या चेहराभरच नव्हे, तर शरीरभर व्यापून होता. शेजारच्या कुणालला बोलावून आजच त्याचं सायकलशी खेळणं सुरू झालं होतं!

एवढ्याशा ओळखीनंतर... केवळ दुसऱ्याच भेटीनंतर अविनाश सरकारचं आकाशला एवढं मोठं गिफ्ट देणं... जरा वेगळंच वाटलं सुनेत्राला... रात्री झोपतानाही उद्याच्या आयोजनाचा विचार करताना... नकळतच डोळ्यांसमोर अविनाशचाच चेहरा येऊ लागला.

'एक अगदी अनोळखी माणूस... का आठवावा आज आकाशचा वाढदिवस... किती दिवसांनी होतो आहे, एक आनंदोत्सव साजरा! ताई आणि रंजनाताई दोघीही मुलांसह कालच आल्यात. घरात सर्वांचा धुमाकूळ... गजर. सारंच छान वाटत होतं. आकाशच्या आनंदाला जणू उधाण आलं होतं... सारं-सारं जणू माझ्याच मनासारखं सुरू होतं. पण नाही म्हटलं, तरी प्रदीप मनात डोकावून जातच होता...'

'कॉलेजमध्ये सर्वांना निमंत्रणपत्रिका वाटल्या... प्रदीपला पण वाटू दे. तसाही त्याला कुठे हुरूप होता काही करण्याचा? कधी केले आकाशचे मनापासून लाड...

कधी आठवत नाही त्यानं आकाशवर प्रेमाचा वर्षाव केल्याचं... आकाश तरी कुठे आठवण काढतो बाबांची? जणू त्यालाही त्या कोंडवाड्यातून सुटका झाल्याचा आनंदच होतो की काय?'

सायंकाळी पाच वाजताच सुनेत्रासह सारे हॉलवर पोहोचले... केटरिंग, सजावट साऱ्यांचीच ऑर्डर दिलेली. काहीच बघायचं नव्हतं. तरी सुनेत्राची मैत्रीण वीणा, तिचे यजमान सारं काही जातीनं बघत होते. एवढ्या पसाऱ्यात एक जीवाभावाची सखी 'वीणा' या शहरात आहे, याचा फारच आधार होता. वीणाच एक अशी होती, जिला सुनेत्राच्या प्रत्येक घटनेशी नियतीनं जुळवून ठेवलं होतं. वीणाही आपल्यापरीने एका खऱ्याखुऱ्या मैत्रिणीचं कर्तव्य पार पाडत, मैत्रीच्या नात्याला न्याय देत होती. प्रदीप-सुनेत्राचं पहिलं-पहिलं अंकुरलेलं प्रेम... कित्येक वर्षांनी झालेल्या भेटीचं विवाहातलं परिवर्तन... त्यांच्या वैवाहिक जीवनातील वाटेवरचा प्रवास... त्या प्रवासात आलेले खाचखळगे... ते निस्तरण्याचा तिच्या परीने तिने केलेला प्रयास— या सर्वांत वीणा पार जुळलेली होती. शेवटी ज्याचं-त्याचं आयुष्य ज्यानं-त्यानं जगायचं असतं... इतरांनी केलेली धडपड महत्त्वाची नसतेच. एक मैत्रीण या नात्यानं वीणा आताही सुनेत्राच्या बाजूने उभी होती.

तसा प्रदीप वाईट नव्हता अन् नाहीसुद्धा. पण सुनेत्राला वाटत होतं की, तो तिच्या प्रगतीत अडसर आहे... जगण्याच्या आनंदातला अडसर आहे... तेव्हा तिच्या वैयक्तिक निर्णयात बोलण्याचा मला तरी काय अधिकार? असं सारं वीणाचं मत... तरीही सुनेत्रा अन् प्रदीपचे संबंध तुटले याचे ज्या खूप-खूप जणांना वाईट वाटलं... अशांच्या यादीत वीणा होती, एवढं मात्र नक्की!

संध्याकाळ झाली.. एक-एक करून सारी निमंत्रित पाहुणेमंडळी आली. बच्चे कंपनीच्या जल्लोषाला तर खूपच उधाण आलेलं होतं.

सुनेत्राने गुलाबी रंगाची साडी नेसली होती. तिचे मोठे डोळे... टोकदार नाक... रेखीव बांधा... लांबसडक केसांची वेणी... कपाळावरची बट... मुख्य म्हणजे चेहऱ्यावरचा आनंद... आज सुनेत्रा फारच सुंदर दिसत होती. सुनेत्राला इतकं प्रफुल्लित पाहून आई आणि दोघी बहिणींनाही खूप छान वाटत होतं. जणू तिच्या संसारातली काजळी दूर सारली जाऊन एक स्वच्छ प्रकाश पडला होता!

साडेआठ वाजले असावेत...

तेव्हा अविनाश सरकार आले. सुनेत्राचं लावण्य पाहून अविनाश स्तंभितच झाला.

"अरे, आपण आलात! या. आई, हेच ते अविनाश सरकार." सुनेत्राने

आईशी त्यांची ओळख करून दिली.

"हो, तेच ना— ज्यांनी आकाशला सायकल गिफ्ट पाठवली?"

"ते मी तुम्हाला कालच फोनवर सांगितलं. हे बघा मॅडम, बर्थ डे आकाशचा आहे. कुणालाही काहीही गिफ्ट देण्याचा अधिकार असतो. आता आज अनेक लोकांनी आणलंच ना गिफ्ट?" —अविनाशचे स्पष्टीकरण.

तेवढ्यात आकाश धावतच आला...

"अंकल, सायकल खूप छान आहे... ती बघा— तिथे ठेवलीय... चला ना— तुम्ही पण."

"अरे व्वा आकाश! तुला आवडली ना, झालं."

अविनाशने आकाशला उचलून घेतले. किती वेळ आकाश अविनाशसोबतच होता.

"अरे आकाश, अंकलना जेवू देशील की नाही?" सुनेत्राने आकाशला आवाज दिला....

"मॅडम, आकाशचे बाबा कुठे आहेत? त्यांच्याशी परिचय करून द्या ना—"

"सर, सॉरी..... ते इथे नाहीत."

अविनाश एकदम स्तब्ध झाला.

"सॉरी मॅडम..." अविनाश त्यापुढं काही बोलला नाही.

जेवण घेतलं व सुनेत्राचा निरोप घेऊन निघाला.

कार्यक्रम खूप छान आटोपला. आकाश कितीही चमचमणाऱ्या चांदण्यांनी भरलेल असलं तरी लक्षात राहून जातो तो दिमाखानं मिरवणारा चंद्रच! तसाच 'अविनाश' सुनेत्राच्या नजरेपुढं तरळून जात होता.

...आणि अविनाशची स्थितीही काही वेगळी नव्हती.

◈◈◈

११

'काय झालंय मला... सुनेत्रा डोळ्यांसमोरून जाता जात नाही... काय झालं असेल तिच्या संसारात? का तिचा नवरा कार्यक्रमात नसावा? अशा साऱ्या विचारांचं मोहोळ हे एवढं का उठलं...?' अशी सारी अविनाशची अवस्था होऊन बसली होती.

अविनाशच्या आयुष्यातही बरेच खाचखळगे होते. आर्थिक बाजू मजबूत होती, पण मानसिक पातळीवर बरीच पडझड झालेली होती... वडिलोपार्जित व्यवसाय बराच सुधारत आणत आज व्यवसायाचे पूर्ण स्वरूप बदलवून टाकलेलं होतं... तीन बहिणींचा अविनाश हा एकुलता एक भाऊ... दहावीत असतानाच आईचं निधन झालेलं... दोन मोठ्या बहिणी व एक लहान बहीण— अशी ही बरोबरीची चौघं भावंडं... त्यामुळे आईनंतर बहिणींनी घर सांभाळलं...

व्यवसायाचा व्याप सांभाळतच अविनाशचं शिक्षण पूर्ण झालेलं. त्याने एम. कॉम. नंतर एम.बी.ए. केलं. अविनाश एम. कॉम.च्या गुणवत्तायादीत झळकलेला... काम व्यवसायाशी निगडित असलं तरी शिक्षणक्षेत्रातील मित्रांमुळे व स्वत:ला आवड असल्यामुळे महाविद्यालयीन परिषदा.... व्याख्यान.... समारंभ यांच्याशी जुळून राहिला. एक यशस्वी उद्योजक म्हणून तोही अनेकदा व्याख्यानाकरिता जात असे.

मोठ्या दोन बहिणींची लग्नं झाली. आता अविनाशचे लग्न करावे, या विचारातच बाबा होते की— अचानक हार्ट ॲटॅकने त्यांचे निधन झाले... त्यामुळे अविनाशच्या लग्नाकडे जातीने लक्ष देणारं कुणीही राहिलेलं नाही... नाही म्हणायला, बहिणी तगादा लावायच्या, पण त्या दोघींच्याही घरी फारच वेगळं वातावरण... बिचाऱ्यांची त्यांचा संसार सांभाळता-सांभाळता दमछाक होणार... त्यामुळे इच्छा असूनही भावाकरिता काही करू शकल्या नाहीत... सतत बहिणींचा वावर.... त्या आईच्या मागे घर सांभाळतच गेल्या. त्यामुळे घराला एका वेगळ्या बाईची गरज भासली नाही. पण लहान रूपालीच्या लग्नाचा विषय सुरू झाला, त्या वेळी दोन्ही

मोठ्या बहिणींनी विशेष लक्ष देऊन अविनाशच्या मागे लागूनच त्याला लग्न करण्यास बाध्य केले.

अतिशय रूपवान, सुशील, पदवीपर्यंत शिकलेली, सुसंस्कृत घरातली साधना सोनपावलांनी एका शुभ मुहूर्तावर अविनाशच्या आयुष्यात आली. सुखाचा संसार सुरू होता. पुढल्याच वर्षी... लहान बहीण... रूपालीचेही लग्न झाले. साऱ्या जबाबदाऱ्या पार पाडणारा एक सज्जन मुलगा व सहृदयी भाऊ अशीच अविनाशची इमेज होती...

लग्नाला पाच वर्षं झाली, तरी पाळणा हलत नव्हता... साधनालाही आई होण्याची तीव्र इच्छा होती. सर्व प्रकारचे उपाय व उपचार झाले... शेवटी डॉक्टरांच्या प्रयत्नांना यश आले. साधनाला दिवस गेले. 'बाळाची चाहूल' हा कालखंड दोघांच्याही आयुष्यातला अतिशय सुखाचा अन् तरल प्रेमाचा काळ होता. अविनाश आपल्या परीने साधनाची काळजी घेत होता. दिवस फुलपाखरासारखे उडत होते. आता पाच महिने झाले होते... कुलस्वामिनीच्या आशीर्वादानं हे घडलंय... तिच्या दर्शनाला जायलाच हवं... ही साधनाची सतत भुणभुण.... पण कामाच्या अतिव्यापामुळे काही शक्यच होत नव्हतं... जायलाच हवं, हे अविनाशलाही वाटत होतं... या वाटण्यातूनच तो साधनाला म्हणाला... "साधना, उद्या आपण कोल्हापूरला जायचंय... देवीच्या दर्शनाला..." साधनाच्या आनंदाला पारावार राहिला नाही.... सध्या रूपाली काही दिवसांकरिता माहेरी आली होती.... सोबत तिचा छोटा चार वर्षांचा मुलगाही होता— तेजस! त्यांनाही सोबत घ्यायचं ठरलं... सारी तयारी करून आता झोपायला जाणार तसा अविनाशचा फोन वाजला.... फोन जॉन रॉबर्ट यांचा होता. ते लंडनहून मुंबईला आले होते. अविनाशसोबत सुरू असलेल्या एका महत्त्वाच्या कराराबाबत त्यांना भेटायचे होते. उद्या रात्री ते निघणार होते... जॉन रॉबर्टला भेटणे नितांत गरजेचे होते. त्यांनी त्यांच्या अशा अचानक येण्याचे पूर्वी काही कळविले नव्हते. एवढ्यात कधी तरी येणार, एवढेच माहीत होते. खिन्नपणे अविनाश साधनाला म्हणाला, "साधना, बघ— हा रॉबर्ट आत्ताच उगवला.... त्याला भेटणं नितांत गरजेचं आहे... त्यामुळे मला असं वाटतं, तू आपल्या ड्रायव्हरसोबत... कोल्हापूरला जाऊन ये. रद्द करू नकोस... अनायसे रूपालीपण सोबत आहे. बघ— पुण्याहून कोल्हापूरला जाणं खरं तर किती सोप्पं! पण एवढी साधी गोष्टही कठीण होत आहे."

"नाही हो, मला नाही जायचं असं एकटं... तुम्ही सोबत नाही, तर मला पण नाही जायचं..."

"अगं, एकटी कुठे? रूपाली आहे ना सोबत. हे बघ साधना, आता उद्या तू जाच. मला जमलं तर आपण पुढे नक्की जाऊ या... नाही तर तुझे दिवस वाढत

जात आहेत... अन् जाण्यातही इतके अडथळे येत आहेत, त्यामुळे तू आता जाच...''

"अहो, तुम्हाला मुंबईला जायचं म्हणता; तुम्हाला नाही का गाडी लागणार?''

"तो काही प्रश्न नाही. मी मागावून घेतो बाहेरून गाडी. तू नको जास्त विचार करूस. आपल्या विवेकवर माझा पूर्ण विश्वास आहे. त्याला गाडी केव्हा, कशी चालवायची याचे पूर्ण ज्ञान आहे.''

इतक्या साऱ्या मंथनानंतर साधना तयार झाली.

दुसऱ्या दिवशी सकाळी-सकाळीच साधना, रूपाली, छोटा तेजस... ड्रायव्हर विवेकसोबत निघाले कोल्हापूरला जायला...

अविनाशने त्यांना निरोप दिला.

"साधना, देवीला सांग— लवकरच मी अविनाशला घेऊन येणार आहे.''

"तुमचं काही खरं नाही हो... वेळेवर तुमचं काय काम येईल, सांगता येत नाही.... तेव्हा मी देवीला वाट पाहत ठेवणार नाही. मी माझ्यापुरतं काय ते सांगीन.''

"बरं रे दादा... मी सांगीन, तू काही काळजी करू नकोस आमची.'' रूपाली म्हणाली.

"बरं बरं, या हं. नीट जपा...''

अविनाश स्वत:च्या तयारीला लागला...

दुपारी दोन वाजताची वेळ ठरली होती रॉबर्टला भेटण्याची... तोपर्यंत अविनाश आरामात मुंबईला पोहोचला... मनासारखं सारं बोलणं होऊन पुढची एक मोठी ऑर्डर पण मिळाली... दिवसभरात दोन-तीनदा साधनाशी बोलणं झालं होतं... बहुतेक ती अन् मी एकाच वेळी पुण्यात पोहोचणार होतो, अशा विचारात असताना जवळपास सायंकाळी सातच्या दरम्यान... अविनाशचा फोन वाजला...

"हं, बोल साधना...?''

"आपण कोण बोलत आहात?'' पलीकडून एका अनोळखी पुरुषी आवाज...

"अहो, हा मोबाईल माझी पत्नी साधनाचा आहे. आपणच कोण बोलताय, ते सांगा.''

"तुमचे बरोबर आहे. मी बंगलोर-पुणे हायवेवरून शिरवळ गावाजवळून श्रीनिवास काळे बोलतोय... इथे पांढऱ्या रंगाच्या ६२८९ नं.च्या कारचा अपघात झालाय... आता पोलीस अजून यायचे आहेत. हा मोबाईल गाडीमधून बाहेर फेकला गेला. आतील सारेच गाडीत अडकले आहेत... हा लेटेस्ट डायल नंबर होता, म्हणून मी डायल केला.''

पुढचं ऐकायला अविनाश भानावरच नव्हता. "अरे बापरे! हे काय झालं!''

तो जवळजवळ किंचाळलाच!

"काय झालं साहेब?" ड्रायव्हरने विचारले.

एका मोठा आवंढा गिळून म्हणाला, "फार वाईट झालंय. माझ्या फॅमिलीचा अपघात झाला शिरवळजवळ... तू तिथेच चल... चल, फास्ट घे गाडी..."

अगदी काही वेळातच अविनाश तिथे पोचला... ट्रकसोबत अपघात होऊन कारमध्ये चारही जणांचा जागीच मृत्यू झाला होता... अविनाशच्या दु:खाला पारावार राहिला नाही... काही लोकांना— मित्रांना त्याने फोन करून कळविले होते. ती मंडळी घटनास्थळी पोचली. अविनाशचे सांत्वन कसे करावे; कुणालाच कळत नव्हते. एकाच वेळी प्रिय पत्नी साधना, लाडकी बहीण रूपाली, तिचा गोड छोकरा तेजस, अतिशय समंजस ड्रायव्हर विवेक... सारे आप्त त्याला सोडून गेले होते.

वाळवंटात मृगजळ सापडावे, अशी साधना अविनाशच्या आयुष्यात आली अन् आभासासारखं जगणं देऊन काळाआड झाली... अविनाशचा साऱ्या जगण्यावरचा विश्वासच उडाला. पण अतुलसारखा मित्र, त्याची पत्नी मनीषा, अतुलचे आई बाबा यांनी अशा प्रसंगात सावरून धरले... अविनाश म्हणजे जणू आता अतुलची जबाबदारी... खरंच, संकटाच्या काळात पाठीशी असणारा अतुलसारखा मित्र मिळायलाही भाग्य लागतं, याचा अनुभव या काळात अविनाश अनेकदा घेत होता... खरंच, काळाजवळच साऱ्या प्रश्नांची उत्तरे असतात आणि काळच माणसाला जगणं शिकवितो.

आता जवळपास दोन वर्षं होत आली होती. अतुलचं सतत लक्ष अन् मनीषाची दखल घेण्याची वृत्ती यामुळे अविनाश बराच सावरला... आत्ता-आत्ता अतुलने त्याला मनाली टूरला नेले. त्या मनमोहक त्या निसर्गास भेटून आल्यापासून खरंच जीवन फार सुंदर आहे, ते न्याहाळता आले पाहिजे— हा दृष्टिकोन अविनाशच्या मनात निर्माण झाला होता. नव्हे, बरंच नैराश्य कमी झाल्याचं तो अनुभवू लागला होता. स्वत:मधला हा बदल त्यास जाणवू लागला होता. याचे सारे श्रेय तो मनीषावहिनीस देत होता. अलीकडे मनीषाने एक हट्ट पकडला होता— अविनाशने पुन्हा दुसरं लग्न करावं. याकरिता ती त्याच्या मागे लागली होती... पण अविनाशच्या मनातून साधना जाता जात नव्हती...

कामाचा वाढलेला व्याप... त्यानिमित्त सतत करावा लागणारा प्रवास.... अतुल व मनीषासारखी सभोवतालची माणसं... दोन मोठ्या बहिणीचं सतत असलेलं लक्ष... निरनिराळ्या सेमिनारना उपस्थित राहण्याची आवड यात अविनाशचा वेळ निघून जात होता... घराच्या चार भिंतींत साधनाच्या आठवणी त्रस्त करतात, म्हणून तो जास्तीत जास्त वेळ असाच घालवीत होता...

अशातच मनीषावहिनीचे सतत दुसऱ्या लग्नाबद्दलचं म्हणणं अजिबात मनावर घेत नव्हता. पण सुनेत्राची भेट झाल्यापासून... 'माझ्या नकळत माझं मन तिचा विचार करू लागलं.' हे अविनाशला जाणवलं... 'काय असेल सुनेत्राचं गतायुष्य?...का नसेल तिच्यासोबत तिचा नवरा?...' हे सारं-सारं जाणून घेण्याची उत्सुकता निर्माण झाली होती.

कधी कधी नियतीच सारं घडवून आणत असावी. असंच झालं... त्या दिवशी अचानक सुनेत्राचा फोन आला.

"हॅलो अविनाशजी, मी सुनेत्रा बोलतेय."

"हं, बोला सुनेत्राजी, काय म्हणता? कशी काय आठवण केलीत?"

"आम्ही आमच्या कॉलेजमध्ये विद्यार्थ्यांकरिता दोन दिवसांचे सेमिनार ठेवले आहे. एकूण सहा सत्रांमध्ये होणाऱ्या या सेमिनारमध्ये एका सत्राचा विषय आहे, 'आजचे शिक्षण स्वयंरोजगाराभिमुख आहे'— आपण या विषयावर बोलण्यास यावे, असे मला वाटते..."

"सुनेत्राजी, विषय छान आहे आणि मी एक उद्योजक असल्यामुळे मला या विषयावर बोलायला नक्कीच आवडेल. पण मी त्या दिवशी इथे आहे का, हे बघतो आणि सांगतो."

"बरं, ठीक आहे. अविनाशजी, पण शक्यतो पॉझिटिव्हच बघा. आपण आलात, तर मला खूप आवडेल."

"ओ.के., ओ.के. शक्यतो येण्याचा प्रयास करतो."

फोन बंद झाला. अविनाशच्या आनंदाला पारावार राहिला नाही... त्या दिवशी खरं तर त्याची बाहेरची टूर होती, पण ती टाळता येण्यासारखी होती. म्हणून त्याने टाळली आणि लगेच सुनेत्राला फोन केला व सुनेत्राचे आमंत्रण स्वीकारले.

महाविद्यालयातील या आयोजनाची संपूर्ण धुरा या वेळी सुनेत्राने सांभाळली होती... कित्येक वर्षांत अशा प्रकारचे काम केलेले नव्हते, त्यामुळे हे एक आव्हानच होते. हा कार्यक्रम यशस्वी व्हावा, या प्राचार्यांनी टाकलेल्या विश्वासास पात्र ठरावे, याकरिता सुनेत्रा प्रयत्नशील होती.

कार्यक्रमाची पत्रिका घेऊन स्वतःच जावे, असा विचार करून सुनेत्रा अविनाशच्या ऑफिसच्या पत्त्यावर पोचली.... पत्त्यानुसार दर्शन हाईट्स नावाच्या इमारतीसमोर सुनेत्रा उभी होती.... फाटकावरच्या दरबानाने पुरेपूर चौकशी केल्यानंतरच आत जाऊ दिले. प्रशस्त लॉन... सुंदर बगीचा... फुललेली फुलझाडं... रम्य वातावरण, मनाला प्रसन्न करणारं... अन् नजरेत भरणारं... अविनाशच्या केबिनमध्ये पोहोचेपर्यंतचा सारा

परिसर, ऑफिस आणि कामाचा अफाट पसारा पाहून सुनेत्रा आश्चर्यचकितच झाली.... खरंच, इतका मोठा माणूस... पण साधेपणा किती! असं कसं होऊ शकतं? पैसा असला की नम्रता संपून अहंकार वास्तव्यास येतो म्हणतात; पण असंच सारं असतानाही अविनाशसारखी माणसंही असू शकतात, याचं आश्चर्य वाटू लागलं. अशा साऱ्या विचारातच ती अविनाशच्या केबिनपर्यंत पोचली. पुन्हा केबिनवरच्या शिपायाला विचारावं लागलं.

तो म्हणाला, "मॅडम, आपलं नाव काय?"

"प्रा. सुनेत्रा दीक्षित आल्यात म्हणून सांगा..."

लगेच शिपाई आला. "मॅडम, जा आपण आत."

"सर, आत येऊ का?"

"अरे, हे काय विचारणं झालं? धन्य भाग्य आमचं, तुम्ही आलात!"

सुनेत्रा आपल्या ऑफिसमध्ये आल्याचा आनंद अविनाशच्या चेहऱ्यावरून ओसंडून वाहत होता. सुनेत्राने आज फिक्क्या पिवळ्या रंगाची, त्यावर लाल फुलं असलेली प्युअर सिल्कची साडी घातली होती. अविनाशचा सारा थाटबाट पाहून तीही प्रभावित झाली होती. एका चांगल्या व्यक्तीशी ओळख झाल्याचा आनंद तिचाही चेहरा लपवू शकत नव्हता...

"ही घ्या निमंत्रण पत्रिका आणि या. मी निघते..." घाईतच सुनेत्रा म्हणाली.

"अहो सुनेत्राजी, अशा आल्या आणि अशा चालल्या? थांबा की जरा..." तेवढ्यात शिपायानं पाणी आणलंच.

"कॉफी घेतल्याशिवाय तुम्हाला जाता येणार नाही."

"नको अविनाशजी, खूप कामं आहेत. याच भागात पुन्हा एक पत्रिका द्यायची आहे..."

"कोणाला द्यायची आहे...?"

"माझी कॉलेज लाईफमधली मैत्रीण वीणा देसाई."

"म्हणजे अॅड. सुमंत देसाईंच्या कुणी का?"

"हो, त्यांच्या मिसेस...."

"सुमंत देसाई माझे खूपच चांगले मित्र आहेत." हरखून अविनाश म्हणाला.

"बघा— काय योग आहे हा! वीणा माझी मैत्रीण आहे आणि सुमंत तुमचे मित्र..."

"हो ना, यालाच म्हणतात योगायोग!"

तेवढ्यात कॉफी आली... कॉफी घेऊन सुनेत्रा निघाली....

''या हं सर, मग वेळेवर. मी तसा पुन्हा करेनच फोन!''

''हो, चालेल...''

सुनेत्रा गेली.... अविनाशही सुनेत्रासोबत नकळतच बाहेरपर्यंत आला.

ऑफिसमधल्या लोकांना जरा आश्चर्यच वाटले... साहेब असे कुणाला सोडायला आलेले पाहून! किती तरी वेळ सुनेत्राच्या पाठमोऱ्या आकृतीकडे अविनाश बघत होता...

अविनाशचे आज कामातले लक्ष पार उडाले होते. सुनेत्राचे येणे, बोलणे— सारेच त्याला भावले होते... 'हे काय झालंय मला; काही कळत नाही. पण झालंय काही तरी.... किती हुशार, स्मार्ट आहे सुनेत्रा... आणि हा काय योगायोग— सुमंतच्या बायकोची मैत्रीण आहे? म्हणजे, माझ्या सर्व प्रश्नांची उत्तरे मला लगेच मिळणार तर...!'

अविनाश अक्षरश: उतावीळ झाला होता, सुनेत्राबद्दल सारं जाणून घ्यायला... त्याने घड्याळाकडे पाहिले. दुपारचे दोन वाजत होते. चारनंतर सुमंतला फोन करणे योग्य राहील. आत्ता तो कोर्टात असेल, एखाद्या केसमध्ये अडकलेला...

चार वाजता अविनाशने सुमंतला फोन केला... उचलला गेला नाही. सायंकाळी सहाच्या दरम्यान सुमंतचा फोन आला.

''काय म्हणतोस अविनाश? तुझे तीन-चार मिस कॉल्स आहेत. मी एका केसमध्ये बिझी होतो, त्यामुळे फोन उचलता आला नाही.''

''अरे सुमंत, मला थोडी माहिती हवी होती— वीणावहिनींकडून...''

''कसली रे? मग ये की घरी! आता मी घरीच आहे.''

अविनाश लगेच सुमंताकडे गेला. त्याने सुमंतला सांगितले,

''आज माझ्याकडे कर्वे कॉलेजच्या मॅडम आल्या होत्या— प्रा. सुनेत्रा दीक्षित... त्यांच्या कॉलेजमध्ये मला गेस्ट लेक्चरर म्हणून बोलावले आहे.''

''मग जा की! त्या सुनेत्रा मॅडम म्हणजे वीणाची कॉलेज मैत्रीणच की!'' वीणा लगेच म्हणाली, ''हो ना अविनाशभाऊजी, माझी कॉलेजमधली मैत्रीण आहे ती... पण तुम्ही कसे काय ओळखता?''

अविनाशने मुंबई सेमिनारपासून आजच्या निमंत्रण पत्रिकेपर्यंतचा सारा प्रसंग सांगितला.

''पण सुनेत्रा मुलाला घेऊन वेगळी का राहते?''

या प्रश्नाचं उत्तर देताना वीणाने सारंच सांगितलं.

''सुनेत्राने प्रा. प्रदीपसोबत घटस्फोट घेतला. खरंच, त्यांच्या दोघांच्याही

संमतीनेच हे लग्न झालं.... दोघेही आपापल्या जागी योग्य आहेत. पण नंतर-नंतर काही विचार जुळले नाहीत. दोघेही एकाच ठिकाणी नोकरीस आहेत, पण विभक्त झालेत अन् दोघांनाही त्याचे वाईट वाटत नाही. त्यामुळे माझ्यासारखी मैत्रीणही आताशा उगाच वाईट वाटून घेत नाही.... कारण शेवटी हा ज्याचा-त्याचा वैयक्तिक प्रश्न आहे. पण अतिहुशार, महत्त्वाकांक्षी सुनेत्राला प्रदीप दीक्षित अन् त्यांच्या अडाणी-अशिक्षित गावाकडच्या नातेवाइकांशी जुळवून घेता आलेच नाही, हे विदारक सत्य आहे...''

अशी सारी सविस्तर पण तितकीच महत्त्वाची माहिती अविनाशला मिळाली होती.

आज सेमिनारचा पहिला दिवस. सारी जय्यत तयारी झालेली होती. सारेच सहकारी आपापल्या परीने मदत करीत होते; पण तरीसुद्धा काळजी तर वाटतेच ना! कोसा कलरच्या साडीला डार्क राणी कलरचे काठ असलेली नितांत सुंदर साडी, त्यावर साजेसा, हलकासा मेक अप आणि मॅचिंग ज्वेलरी या सर्वांमुळे सुनेत्राचं सौंदर्य खुललं होतं.

उद्घाटन सत्राचे सूत्रसंचालन सुनेत्राकडेच होते. जे अतिशय प्रभावी, नेटके व दमदार झाले होते. अविनाश सुरवातीपासूनच कार्यक्रमास उपस्थित होता... अविनाश पण आज खूपच स्मार्ट दिसत होता... सुनेत्राची प्रत्येक लकब, प्रत्येक हालचाल टिपणे हाच जणू आज त्याचा व्यासंग झाला होता... सुनेत्राचे सूत्रसंचालन खूपच छान झाले. प्रथम सत्र आटोपताच सर्वांनीच तिला पावती दिली.

लगेच दुसऱ्या सत्रातच अविनाशचा सहभाग होता... या वेळी सुनेत्रा अगदी समोरच बसली होती... परिसंवादाचा विषय विद्यार्थ्यांच्या जिव्हाळ्याचा होता. का कोण जाणे— सुनेत्राला कळत नव्हते; पण अविनाशचं सारं काही आवडत आहे, त्याच्याबद्दल एक अनामिक ओढ वाटते आहे... हे घडतच होतं. विद्यार्थ्यांच्या प्रचंड टाळ्या घेतच अविनाशचे भाषण संपले. सुनेत्राला त्याच्या ह्या वक्तृत्वाचे कौतुक वाटले... या सत्रानंतर भोजनावकाश सत्र होते.... इतर पाहुण्यांकडे लक्ष देतानाही सुनेत्राने अविनाशकडे जातीने लक्ष दिले...

"अविनाशजी, काय सुंदर बोललात आपण— साऱ्यांनाच जिंकून घेतलंत!''

"हो का?'' चमत्कारिकरीत्या अविनाशने सुनेत्राकडे पाहिले— जणू नजर म्हणत होती— आणि 'तुम्हाला?'

अविनाशचे दिलखुलास हास्य सुनेत्राच्या मनात घर करून गेले...

"बरं, मी निघतो आता.'' अविनाश म्हणाला.

"सर, प्लीज थांबा ना थोडा वेळ. आता तिसऱ्या सत्रात वक्ते फार चांगले

आहेत.''

सुनेत्राच्या आग्रहामुळे अविनाश थांबला. या सत्राची सारी काही व्यवस्था सुरळीत लावून सुनेत्रा अविनाशच्या बाजूला जाऊन बसली....

नाही-नाही म्हणता अविनाश संपूर्ण दिवसभरच थांबला.

दुसऱ्या दिवशीही सकाळच्या दोन सत्रांनंतर समारोप होता. अविनाश समारोप सत्राच्या काही वेळ आधीच हजर झाला. त्याच्या अनपेक्षित येण्याचा सुनेत्राला खूपच आनंद झाला... तिने तसे अविनाशला म्हटलेही... निघताना अविनाशचा पाय निघत नव्हता.

''सर, आपण इतक्या आपलेपणाने आलात, वावरलात; मला खूपच छान वाटले.''

''आता तुमच्यासारख्यांनी निमंत्रण दिल्यानंतर यायलाच हवं ना!''—अविनाश.

''मी आता नेहमीच तुम्हास त्रास देणार!''

''व्वा, का नाही? मला शक्य असेल तेव्हा तेव्हा मी जरूर येईन... आणि सुनेत्राजी, तुमचे नियोजन व आयोजन सारेच अतिव्यवस्थित होते. साराच कार्यक्रम अतिशय दर्जेदार आणि नीट पार पडला.''

''अरे व्वा, थँक्स! संपूर्ण आयोजनाची माझी पहिलीच वेळ होती. प्राचार्यांनी संधी दिली आणि आपल्यासारख्यांनी सहकार्य केले, त्यामुळेच माझ्यातली 'मी'ही मला कळू शकली. कॉलेजमध्ये असताना हे सारं मी करत असे, पण...''

''पण काय?''

''असू द्या.''

''नाही, बोला... पण काय?''

''पण दरम्यानच्या काळात जरा हे सारं बंदच झालं होतं. मनाला जणू मरगळच आली होती.''

''नाही— नाही सुनेत्राजी, तुमच्यात खूप क्वालिटीज आहेत. त्यामुळे त्यांचा वापर केला जाणे नितांत गरजेचे आहे. त्याचा इतरांना लाभ होत असेल, तर सृजनशील माणसानं ते केलंच पाहिजे. तुमचं वक्तृत्व, दिसणं, असणं— सारं-सारं आणि तुम्ही निर्माण केलेला हा प्रचंड लोकसमूह हे सारंच बोलकं आहे. लोभस आहे.''

''थँक्यू, थँक्यू अविनाशजी! आपले शब्द माझं बळ वाढवितात. खरंच, कालपासून मी माझ्याबद्दल हे सारं ऐकत आहे; तेव्हा एखादी हरविलेली वस्तू सापडावी, असा हर्ष मला होतो आहे.''

सुनेत्रावर सर्वांकडून होणाऱ्या अशाच अभिनंदनाच्या वर्षावात ती न्हाऊन

निघाली. जणू हा कार्यक्रम तिची मरगळ काढून गेला.

यानंतर सुनेत्रा थांबलीच नाही. आता तर कॉलेजमध्ये कोणतेही आयोजन असो; सुनेत्राच्या सहभागाशिवाय होतच नव्हते.

अशातच एक वर्षाचा काळ लोटला. या काळात सुनेत्रा म्हणजे महाविद्यालयाच्या महत्त्वपूर्ण व्यक्तींमधली एक झाली. जवळपास सहा वेळा ती बाहेर संशोधन पेपर वाचण्याकरिता जाऊन आली. एक हुशार, कार्यक्रमनिष्णात व विद्यार्थिप्रिय... अशी तिची ओळख निर्माण झाली. याच काळात अविनाशशी परिचयही वाढतच गेला. ती त्याला व तो तिला कळत गेला.

त्या दिवशी सुनेत्राची सखी वीणा भर दुपारी काहीही न कळवता सुनेत्राच्या दारात उभी होती.

"हे काय वीणा, अशी अवेळी!" आश्चर्याने सुनेत्रा म्हणाली.

"हो, तुला सरप्राईजच द्यायचं ठरवलं होतं, म्हणूनच आले. अगं, आम्ही जातोय काश्मीर टूरला येत्या मेमध्ये. तू पण चलावं... अशी माझी इच्छा आहे. प्रसाद टूर्स ॲन्ड ट्रॅव्हल्सने जायचं ठरलं आहे. मेमध्ये तशा तुलाही सुट्ट्या असतात... असं सोबत आपण कधी बाहेर गेलोच नाही. मला मनापासून वाटतं तू यावंस." वीणाने खूपच आग्रह केला.

"हो, यायला तर काही हरकत नाही. मला पण छान वाटेल. बिचारं माझं पिल्लू— त्याच्या तरी वाट्याला काय जगणं आलं पाहा— त्यालाही चेंज वाटेल... मलाच त्याची आई अन् बाबा व्हावं लागतं..." सुनेत्रा म्हणाली.

"बाबा! तूच म्हटलं म्हणून विचारते— काय गं, प्रदीपचं कसं काय सुरू आहे?"

"त्याचं काय— त्याला काहीच फरक पडला नाही. आधीही तसंच होतं. त्याचं अस्तित्व कॉलेजमध्ये आहे काय आणि नाही काय! त्याचं डिपार्टमेंट वेगळं, त्याचे विषय वेगळे. एवढेच काय— कॉलेजमध्ये त्याचा येण्याचा रस्ता वेगळा, गाडी पार्किंगची जागा वेगळी... सारंच एका कॉलेजमध्ये असून काहीही संबंध नाही. स्टाफरूम एक असल्यामुळे काही फरक पडत नाही. तसंही आपण प्रत्येकाशीच बोलतो, असं थोडंच...? पण आताशा दारू प्यायला लागला आहे, असं कळलं. ज्याचं-त्याचं लाईफ आहे. त्याने कधीच पुढाकार घेऊन जोडण्याचा प्रयास केला नाही... मला तर जोडायचंच नव्हतं.... खरं सांगू का वीणा, माझ्या निर्णयाचं मला अजिबात दुःख वाटत नाही, उलट आनंदच वाटतो. बरं झालं मी त्या गुंत्यातून बाहेर पडले. मी माझ्या मनाप्रमाणे जगते आहे. आताच बघ— तू काश्मीरला जायचं

प्रपोजल ठेवलंस. मी लगेच तुला 'हो' म्हटलं... त्याच्यासोबत असते ना... तर, ना तो सोबत आला असता, ना त्याने मला जाऊ दिले असते. त्याच्या त्या नातेवाइकांचंच काही आजारपण, नाही तर आणिक काही निघालं असतं अन् त्यानं पद्धतशीरपणे सारं रद्द करायला भाग पाडलं असतं. खरंच, इतकी नीरस अन् आत्मकेंद्री माणसं कशी असू शकतात, याचं मला आश्चर्यच वाटतं. वीणा, हे बघ... तुला जेवढं माझं आयुष्य माहीत आहे, तेवढं कोणीही जाणू शकत नाही.'' खूप-खूप दिवसांनी आज सुनेत्रा मोकळेपणाने हे सारं बोलत होती.

''सुनेत्रा, तू 'हो' म्हटलंस मला; खूप बरं वाटलं. आता पुढचं 'हे' सारं बघणार.''

''पण वीणा, तारखा कोणत्या म्हणतेस?''

''हे बघ, २८ मे रोजी निघून १० जूनला आपण परतणार.''

''अगं, पण २७ मे रोजी तर मी अमृतसरला जाते आहे. तिथे इंग्रजीच्या कॉन्फरन्सकरिता जायचे आहे.''

''हे बघ सुनेत्रा, तुझं हे असंच असतं. अगं, आता एखाद्या वेळी नाही गेलं, तर नाही चालणार का?''

''नाही वीणा, अजिबात नाही. चार महिन्याआधीच मी त्यांना येण्याचं कबूल केल आहे.'' असं सारं सुरू असतानाच सुमंतचा वीणाला फोन आला.

''हॅलो वीणा, अगं, तू विचारलं का सुनेत्राला, त्या काश्मीर टूरबाबत? त्या टूरिस्ट कंपनीतून मला फोन येतो आहे.''

''अहो, मी आता सुनेत्राकडेच आले आहे. घ्या— तुम्हीच बोला तिच्याशी.''

''हं भाऊजी, बोला. काय म्हणता? अहो, बघा ना— माझं नाही जमत ना. मी तर त्या वेळी अमृतसरला जातेय.''

''अगं सुनेत्रा, मग तर सोळा आणे जमलं बघ! तसंही आपण सारे सर्वप्रथम अमृतसरलाच जाणार होतो... अमृतसर... गुलमर्ग... पहलगाम... वैष्णोदेवी.... जम्मू..... दिल्ली.... परत— असाच आपला कार्यक्रम आहे. म्हणजे तू तर आमच्याही आधीच अमृतसर इथे पोहोचलेली असशील बघ. नियतीनेच ठरविली ही टूर! तुझं काम २७ ला संपतंय. एक रात्र थांब, दुसऱ्या दिवशी आम्ही सकाळी तिथे पोहोचतोच. तुला सोबत घेतो...''

''अरे व्वा, हे तर फारच छान झालं!''

◈◈◈

१२

आकाश आता पाच वर्षांचा झाला होता. ''आपले बाबा आपल्यासोबत राहत नाहीत, ते त्यांच्या आईसोबत राहतात आणि मी माझ्या आईसोबत राहतो,'' असे तो सर्वांना सांगायचा... आकाशला वडिलांचा लळा लागावा, असे प्रदीपचे काही वर्तनच नव्हते. त्यामुळे त्याला बाबांबद्दल काही वाटण्याचे कारणच नव्हते...

कधी कधी अविनाश घरी येत असे. अविनाशचे येणे आकाशला खूपच आवडायचे. खरंच, माणूस प्रेमाचा भुकेला असतो. आकाश-अविनाशचे अनामिक नाते तयार झाले होते. या नात्याला एक ओढ होती.... एव्हाना सुनेत्राच्या पूर्वायुष्याची संपूर्ण कल्पना अविनाशला व अविनाशच्या पूर्वायुष्याची सुनेत्राला आली होती, कारणं वेगळी असली तरी दोघेही समदु:खी होते...

अविनाशच्या मनात सुनेत्राबद्दलचे विचार स्पष्ट होते; नव्हे तर, तो तिच्यात संपूर्णच गुंतला होता. पण सुनेत्राचे लग्न, नवरा याबाबतचे परखड विचार पाहून त्याची हिंमत होत नसे... एकदा बोलताना सुनेत्रा म्हणालीच होती—

''माझी खरी ओळख माझ्या बाबांनाच पटली होती. माझ्या जगण्याला भरारीचे पंख देणारा पुरुष भेटला, तरच ठीक... अन्यथा सारं कठीण... हे बाबांनी पुरतं ओळखलं होतं... आणि तेच खरंही झालं... मी एकदा विषाची परीक्षा घेऊन पाहिली... मला पुन्हा आता त्यात पडायचे नाही. प्रदीप काय, अन्य दुसरा कोणी काय— शेवटी पुरुषच ना.... ह्यांचा अहंकार सांभाळता आला नाही, तर स्त्रीची पूर्ण बाहुली होऊन जाते.... मी हे सारं अनुभवलेलं आहे. त्या बाहुलीपणातून बाहेर पडता आलं याचा मला खूपच आनंद आहे. काहीही झालं तरी मला आता कुणाच्या हातातली बाहुली व्हायचे नाही. आणि मी तर म्हणेन— कोणत्याही स्त्रीचं अस्तित्व फुलविताना तिचा कोंडमारा होणार नाही, याची खात्री पटल्यानंतर लग्न करावं; अन्यथा या भानगडीत पडूच नये.''

पण आताशा अशा ठाम विचारांनाही तडे जाऊ पाहत होते.... ‘का कोण जाणे.... एक व्यक्ती मनात डोकावू लागली होती.... एकांतात असताना अलबत हा अविनाश दार ठोठावून मनाच्या गाभाऱ्यात का प्रवेशतो? कळतच नव्हतं... त्याचं असणं, हसणं, बोलणं आणि त्याची ती लोभस नजर... असं काय आहे, त्या नजरेत, जी मला ओढ लावते... नको— नको... मला नाही गुंतायचं यात; पण या वेड्या मनाचं काय करू...?’

‘आवरता आवरत नाही... सारी सैरभैर मनाची अवस्था...’

अशा विचारात असतानाच फोनची रिंग वाजली... अरे, अविनाशचाच फोन...?

“हॅलोऽ बोला, काय म्हणता....?”

“आज माझ्या घरी एक छोटंसं गेट टूगेदर ठेवलंय...”

“कशानिमित्त?”

“काही नाही, असंच. बऱ्याच दिवसांत या घरान असं काही अनुभवलं नाही म्हणून... बस्स, एवढंच!”

“आणखी कोण कोण आहेत— अर्थात, माझ्याशी रिलेटेड?”

“आहेत ना! ॲड. सुमंत आणि तुमची सखी— माझ्या वीणावहिनी.”

“हो का? अरे व्वा, छान! येते हं...”

सायंकाळी सारेच पोचले तरी अजून सुनेत्रा पोचली नाही. अविनाशची तगमग वाढत चालली होती... जी नेमकी वीणानं हेरली...

“हं, काय अविनाश... कोणाची वाट पाहताय एवढी....? कसली ही बैचेनी?”

“कुठे हो वहिनी, काही नाही...!”

“नाही? सुनेत्रा अजून आली नाही, पण येईलच की एवढ्यात... एवढं काय त्यात कासावीस व्हायचं.”

“तुमचं आपलं काही तरीच वहिनी... अहो, तो आइस्क्रीमवाला पोचला नाही अजून, त्याची वाट पाहत होतो मी.”

“हो का...?”

तशी पोचलीच सुनेत्रा. पांढरा आणि गुलाबी कॉम्बिनेशनचा फार सुरेख रंगसंगती असलेल्या सलवारसूटमध्ये सुनेत्रा फारच मोहक दिसत होती. मोकळे केस... थोडी वेगळी तयारी... अगदी सर्वांच्या नजरेत भरणारी...

सुनेत्राची गाडी थांबताच आकाश उतरला अन् धावत सुटला.

“अंकल... व्वा: किती छान आहे तुमचा बंगला...”

“म्हणून तर तुला बोलावलं...”

सुनेत्राकडे पाहत अविनाश म्हणाला...

आतापर्यंतच्या तगमगीमधला अविनाशचा चेहरा आता पार उजळून गेला होता जणू.... सुनेत्राच्या येण्याने सारी-सारी मरगळ निघून गेली होती. त्याच्यातला क्षणातला बदल वीणासकट साऱ्यांच्याच लक्षात आला.

खरं तर आज अविनाशचा वाढदिवस होता. किती तरी वर्षांनी तो आपला वाढदिवस हा असा साजरा करत होता...

आणि या साऱ्या आयोजनामागे होती वीणा! अविनाश आणि सुनेत्रा एकमेकांत गुंतत चाललेत, हे वीणाने हेरले होते. तसं ती त्या दिवशी सुमंतला म्हणाली,

“अहो सुमंत, बघा— काय योग आहे. तुम्हाला वाटतं का, अविनाशला सुनेत्रा आवडायला लागली आहे?” वीणा म्हणाली.

“हो ना! वीणा, मला अगदी त्या पहिल्या दिवसापासूनच— म्हणजे तो सुनेत्राची चौकशी करायला संध्याकाळी आपल्या घरी आला होता, त्या दिवसापासूनच— जाणवतंय. इतक्या घराजवळ असूनही आपले एकमेकांना भेटणे होत नाही. पण त्या दिवशी तो मुद्दाम वेळ काढून आला होता... अन् त्यानंतरच्याही त्याच्या प्रत्येक भेटीत सुनेत्राचा होणारा उल्लेख... त्यामुळे वाटत चाललंय. वीणा, मी म्हणतो— बघ अविनाश आणि सुनेत्रा एकत्र आले, तर काय हरकत आहे...?”

“हो, चांगलेच होईल... पण सुनेत्रा तयार होईल की नाही, शंका वाटते. कारण प्रदीप आणि पुरुषवर्ग याबद्दल ती कायमच विरुद्ध बोलत असते. फार करारी आणि स्वतंत्र विचारांची तसेच तडकाफडकी निर्णय घेणारी आहे...”

“अगं वीणा, मला नाही वाटत प्रदीपबाबत तिचा निर्णय चुकला. खरंच, किती हुशार आहे ना ती! आणि तिच्या व्यवसायाशी जे निगडित आहे, तेच करायचं म्हणत होती ती... किती जुजबी आणि रास्त होती तिची मागणी... इतकं साधस स्वातंत्र्यही तो तिला देऊ इच्छित नव्हता ... खरंच, फारच कोंडमारा झाला असेल सुनेत्राचा. आणि काय रुक्ष माणूस गं तो...! आपल्याशी तरी जुळला का तो कधी? त्याचं आपलं वेगळंच विश्व... एकलकोंडा... अबोलपणा! लोकांमध्ये न मिसळणारा...! सुनेत्रा एकदम मोकळ्या विचारांची आणि तो एकदम बंदिस्त... जोडीदार हे समविचारांचे असतील, तर त्याला सहजीवन म्हणणं योग्य आहे; अन्यथा असतं ते नुसतं रखडणं.... असं रखडत जगण्यापेक्षा सुनेत्रा बाजूला झाली, ते छानच झाले...”

“हो ना सुमंत, आताशा मलाही हे योग्य वाटतं.... सुरवातीला नाही पटला

हो मला तिचा निर्णय... मला वाटतं, लग्न म्हणजे एक तडजोड. सारंच आपल्या मनासारखं कुठं होतं? एकटा नवरा म्हणजे लग्न नसतं ना... त्याच्यासोबत त्याच्या नातेवाइकांना घेऊन चालावंच लागतं... मी नाही का, तुमच्या साऱ्या चित्र-विचित्र नात्यांना सांभाळलं...''

''हं, तू एक बाईच ना— आलीच शेवटी ह्या मुद्द्यावर! विषय कोणता, तू चाललीस कुठे?''

''अहो, तसं नाही म्हणत मी! पण साधंच उदाहरण पाहा. अंजली राहिलीच ना आपल्याकडे? लहान का असेना, नणंद म्हणून तिने राबवलंच ना मला... मी कुठे कमी पडले का...? कशी कशी वागली हो ती माझ्याशी? पण मी पेशन्स ठेवले ना... आता पाहा बरं— तिचं लग्न होऊन ती सासरी गेली, तेव्हा कळू लागलंच ना माझं महत्त्व... असं आहे, प्रत्येक नात्याला थोडा वेळ हा द्यावाच लागतो; तेव्हाच ती फुलतात व नंतर बहरतात...''

''अगं हो, तुझं ते सारं खरं आहे. पण आता यांच्याबद्दल काय वाटतं तुला? पडायचं का आपण या दोघांच्या मधे...''

''अहो सुमंत, बघा— काय योगायोग असतात, नाही? सुनेत्राच्या प्रदीपसोबतच्या संबंधातही माझाच सहभाग होता आणि आता या वेळीसुद्धा.''

''हं U R great.....! नियतीने तुझीच नियुक्ती केली असेल सुनेत्राबाबत या कामासाठी!'' दोघंही खळाळून हसली.

अलीकडे सुमंत व वीणा हे दोघंही सुनेत्रा आणि अविनाशबद्दल खूप चर्चा करू लागले होते. त्या दोघांनाही मनापासून वाटत होते, हे लग्न व्हावे.

त्या दिवशी सुमंतने अविनाशला सरळ-सरळच विचारले, तेव्हा अविनाशनेच सुमंतला प्रतिप्रश्न केला, ''सुमंत, तुला काय वाटतं...?''

''मला तर वाटतं, तुम्ही दोघेही एकाच वाटेवरचे पांथस्थ आहात. पुढचं जगणं सुसह्य व्हावं याकरिता एकत्र आल्यास काहीच हरकत नाही.''

त्यानंतरच्या बराच वेळच्या चर्चेनंतर अविनाश पूर्णच तयार असल्याचं जाणवलं; पण सुनेत्राच्या मनाचा काही थांग लागत नाही, असे म्हणाला.

वीणानेही सुनेत्राला याबाबत जाणून घ्यायचा प्रयास केला. पण प्रदीपच्या वागण्यानं पोळलेली सुनेत्रा त्यातून बाहेरच येत नव्हती....

फोन वाजला.... वीणाचा होता...

''हं बोल वीणा, काय म्हणतेस?''

''अगं, काश्मीर टूरची तिकिटं आली... सारं व्यवस्थित नियोजन झालं

बघ.''

"खरंच वीणा, खरी मैत्रीण आहेस तू माझी! किती विचार करतेस माझ्या भावनांचा, मनाचा आणि जगण्याचा.''

"अरे, सुनेत्रा असं काय त्यात— तू आहेसच तशी! हे बघ, आम्ही सारे तुला अमृतसरला भेटतो २८ जूनला. तोपर्यंत तुझंही काम आटोपेल आणि मग पुढे आपली टूर सुरू.

"खरं तर आपली टूर सुरूच होणार होती अमृतसरपासून... अमृतसरचे सुवर्णमंदिर, जालियनवाला बाग आणि वाघा बॉर्डर या स्थळांना भेटी देऊनच आपण पुढे काश्मीरला जाणार.... काय योगायोग, नाही का....?''

"हो ना वीणा. त्या विधात्याच्या मनात होतं, मी या ट्रिपला तुझ्यासोबत असावं. म्हणूनच सारं घडलं.''

"बरं चल, ठेवते आता हं!''

"ओके, बाय! मलाही कॉलेजला निघायला हवं...''

अमृतसरला पेपर रीडिंगला जायचे, तिथूनच पुढे या ट्रिपला जॉईन व्हायचे. आकाशचं कसं करायचं? आईला न्यावंच लागणार होतं. सुनेत्राने आई व आकाशची तिकीटं (अमृतसर) बुक केली.

त्या दिवशी दुपारी अचानक दारात आकाश आणि सुनेत्राच्या आईला पाहून वीणाला आश्चर्यच वाटलं...

"या ना काकू, या आत! फार छान वाटतंय मला, तुम्हाला आलेलं पाहून.''

"अगं वीणा, खूप दिवसांचा विचार करतेय, तुला भेटावं. पण आज आलेच बघ...''

"हं, बसा काकू. मी पाणी आणते...''

आकाश प्राचीसोबत खेळण्यात मग्न झाला.

"हे बघ वीणा, माझ्या मनातलं बोलायला आले बघ. अगं, त्या दिवशी अविनाशकडे पार्टीला जाऊन आले ना, त्या दिवसापासून आकाश सारखं त्यांच्याबद्दल बोलतो. 'आई, अंकल किती छान! आपण पुन्हा कधी जाऊ या?' असं काही— म्हणजे त्याच्या बोलण्यात अविनाश अंकल सतत असतात... त्यावर सुनेत्रा न चिडता त्याच्या प्रत्येक प्रश्नाचं उत्तर देते. वीणा, तुला सांगू का?''

आणि त्या थांबल्या.

"काकू, बोला ना... का थांबल्या?''

"अगं वीणा, कसं बोलू? काही कळत नाही.''

"काकू, बोला. त्यात काय?"

"वीणा, मला वाटतं, मी म्हातारी. पिकलं पान— कधी गळेल, नेम नाही.... माझ्यानंतर सुनेत्रा आणि आकाशकडे कोण पाहणार? तेव्हा वाटतं, सुनेत्राने दुसऱ्या लग्नाचा विचार करायला हवा. प्रदीपसोबत तडजोडीकरिता तर तयार होण्याचा प्रश्नच नाही.... तो विषयच आता संपला. पण दुसऱ्या लग्नाचा विचार करायलाच हवा... आणि त्याकरिता अविनाशशिवाय दुसरी व्यक्ती योग्य असेल, असं वाटत नाही. पण माझी तर काय बाई, सुनेत्राशी असं काही बोलायची हिम्मतच नाही. तुला काय वाटतं ते बघ."

"काकू, तुम्ही अगदी माझ्या मनातलं बोलतात. हे सारं मलाही वाटतं, पण... माझी पण तिच्याशी हे सारं बोलायची हिंमतच होत नाही. पण हे असं झालं तर फारच छान होईल. अविनाश ह्यांचा मित्र आहे. त्याच्या पत्नीचा अपघातात मृत्यू झाला...."

"पण आता काय म्हणतो तो?"

"आता-आता, अविनाश तयार झालाय."

"तयार झालाय म्हणजे, मुली शोधतोय का? त्याला काय सहजच मुलगी मिळेल. आता एक-दीड वर्षापासून मी बघते आहे त्याला. खूपच चांगला, सहृदयी माणूस आहे. बघ बाई वीणा, तूच लावू शकते या विषयाचा सोक्षमोक्ष...

"बरं, मी निघते आता. इकडे भाजी घ्यायला आले होते. तुझ्याशी हे मला बोलायचं होतं... सुनेत्राला बोलू नकोस. मी असं काही बोलल्याचं तिला आवडणार नाही."

"काकू, तुम्ही काळजी करू नका, मी नाही बोलणार तिच्याकडे."

* * *

'खरंच, आज समाधान मिळालंय... काय ती भव्यता, काय ते कॉलेज, तिथले लोक! मी तर घाबरलेच होते. पण मग प्रेझेंटेशनला जाताच माझ्या पद्धतीने प्रेझेंट केले... कल्पनाच नव्हती, माझं इतकं कौतुक होईल...' गेस्ट हाऊसला पोचताना अशा साऱ्या विचारांचे समाधान सुनेत्राच्या चेहऱ्यावर झळकत होते. 'आज २७ मे.... आज माझं प्रेझेंटेशन झाले. अमृतसरच्या महाविद्यालयात... आजची संध्याकाळ छान घालवू.' आई आणि आकाश वाटच पाहत होते... जेवणं आटोपली आणि आकाशचा हट्ट... "मम्मा, तू म्हणाली होतीस ना, आज आपण फिरायला जाणार...?"

"हो माझ्या राजा बेटा, आज जाणारच आपण... आज मी पूर्ण फ्री झाले..."

माय-लेकाच्या संवादाने आणि सुनेत्राच्या चेहऱ्यावरील आनंद पाहून आईचाही चेहरा उजळून निघाला.

सायंकाळी आकाश आणि आईसमवेत सुनेत्रा अमृतसर मार्केटमध्ये फिरायला गेली. सोबत विविध ठिकाणांहून आलेल्या चार मैत्रिणी होत्याच...

छोट्या-मोठ्या काही वस्तूंची खरेदी केली. आता आकाशला जराही रागवायचं नाही, असं सुनेत्राने ठरवूनच टाकलं... एका दुकानात त्याने खूप सुरेख 'A' अक्षर असलेली की-चेन खरेदी केली. दुसऱ्या दुकानात त्याहीपेक्षा सुरेख 'A' ची की-चेन होती. ती पण घेतो, म्हणून हट्ट केला.

"अरे, तू घेतलीस ना— आता ही कशाला? काय करणार आहेस तू दोन-दोन की-चेनचं?"

"काय करणार म्हणजे, मी ही अविनाश अंकलला देणार. त्यांनी मला इतकी छान सायकल दिली, मग मी दिली तर काय झाले?"

काय बोलावे, ते सुनेत्रास कळत नव्हते. इतक्या अल्प परिचयातच अविनाश आकाशला खूप आवडतो, हे सुनेत्राला सतत जाणवत होते. त्याच्या घरी पार्टीला जाऊन आल्यापासून तर हे फारच वाढले होते.

"बरं बाबा, घे. पण तुझ्या अविनाश अंकलला आवडेल का ही इतकी छोटी वस्तू? त्यांनी तर तुला मोठी सायकल दिली!"

"मम्मा, त्यांना आवडेल. तू काळजी करू नकोस. मला माहीत आहे, काकांना खूप आनंद होईल."

अलीकडे आकाशला अविनाश खूप आवडू लागलाय, हे सुनेत्राने हेरले होते...

दुसऱ्या दिवशी सकाळी दहा वाजता ही रूम सोडायची होती आणि वीणाने दिलेल्या हॉटेलच्या पत्त्यावर पोचायचे होते. वीणा आणि त्यांचा सारा ग्रुप तिथेच येणार होता... त्यानुसार सुनेत्रा पोचली... फोनवरून ती वीणाशी सतत contact मध्ये होतीच...

सुनेत्रा हॉटेलवर पोचली. बाहेर वीणा आणि सुमंत वाटच बघत होते.

"अरे व्वा! तुम्ही लोक आलात पण!" सुनेत्रा त्यांना पाहून म्हणाली.

"हो, आम्हाला येऊन दोन तास झाले..."

"कोण कोण आले आहात...?"

"सारा सुमंतचाच मित्रपरिवार आहे. तूच बघ आता— कोण कोण आलंय ते..."

बोलत-बोलत वीणाने तिला हॉटेलच्या आतमध्ये नेले. तिला तिची रूम दाखविली.... सामान ठेवले... हॉटेल खूप छान होते.

"हे बघ सुनेत्रा, आता आपण सारे जाणार आहोत सुवर्णमंदिर बघायला. सगळे तयारच आहेत... तुझीच वाट बघत आहोत आम्ही..."

"अरे, हो का वीणा? मी काय तयारच आहे! आई व आकाशचं पण सामान ठेवलं की निघाले..."

"नाही गं, खाली हॉलमध्ये सारे जेवण घेत आहेत, तिथेच ये तू..."

"हे काय, आकाश दिसत नाही."

"अगं, तो ह्यांच्यासोबत आहे.... आतापासून अशी करू नकोस."

"आई, हे बघ— मी कोणाला सोबत आणलंय!"

आकाशच्या हाकेने मागे वळून पाहिले, तर पाहतच राहिली.... आकाश चक्क अविनाशच्या कडेवर...

"अविनाश...! तुम्ही कसे?"

"कसे म्हणजे, मी पण आलोय या ट्रॅव्हल्स टूरसोबत. का बरं? सुनेत्रा मॅडम, तुम्हाला आवडलं नाही का माझं येणं...?"

"अहो, न आवडायला काय झालं? पण मला माहीतच नव्हतं तुम्ही येता आहात ते, म्हणून त्यामुळे जरा आश्चर्यच वाटलं."

"काय सुनेत्रा, तुला आवडलं की नाही माझं सरप्राईज?" हसत-हसत वीणा म्हणाली.

"म्हणजे?" सुनेत्राने डोळे विस्फारून विचारले.

"अगं, अविनाशभाऊजी नाहीच म्हणत होते. ह्यांनी आणि मी खूप आग्रह केला, तरी तयारच होत नव्हते. मग त्यांना तू येते आहेस सांगितले, तर पट्कन तयार झाले. पण तुला आधी सांगितलं तर तुझी रिॲक्शन काय होईल याचा काही अंदाज नव्हता ना... म्हणून तुला काहीच सांगितले नाही."

सोबत अतुल हा अविनाशचा मित्र, त्याची पत्नी व मुलासोबत आलेला होता. एकूण आता त्यांच्या ग्रुपमध्ये सुमंत, वीणा, प्राची, अतुल, मनीषा, अर्णव, अविनाश, सुनेत्रा, आकाश व सुनेत्राची आई असे एकूण दहा लोक होते...

सुनेत्राच्या आईलाही अविनाशला पाहून खूपच आनंद झाला, जो त्यांच्या चेहऱ्यावर दिसत होता.

आता इथून खऱ्या अर्थानं प्रसाद ट्रॅव्हल्सच्या बसने प्रवासाला सुरुवात होणार होती... सारे बसमध्ये बसले... आकाश तर अविनाशला पक्का चिकटला होता...

अविनाशला पाहून त्याला झालेला आनंद अक्षरश: धबधब्यासारखा ओसंडून वाहत होता.

हे सारं पाहून सुनेत्रा मनोमन तृप्त होती. खरंच, जीवन किती क्षणभंगुर... पण साध्या-साध्या क्षणांवरही आपला हक्क नसतो. कुणी तरी सांगतं, त्यानुसार आपण जगण्याचं वेळापत्रक सांभाळत जगत असतो. न आवडणाऱ्या अनेक गोष्टी कुणासाठी तरी करीत असतो. न आवडणारी नाती लोढण्यासारखी पेलत असतो. जणू एक ओझं होऊन जातं जगणं; फक्त मरण येत नाही, म्हणून जगायचं... अगदी नीरस, कंटाळवाणं...

खरंच, खरा जगण्याचा आनंद द्यायचा मला, असंच ठरवलं दिसतंय नियतीनं. किती खूष आहे ना आकाश... एक तर इतक्या लांबच्या प्रवासाला जातो आहे, म्हणूनच खूष होता. ज्याला-त्याला 'आम्ही काश्मीरला जाणार' म्हणून सांगत होता आणि आता मनापासून आवडणारी माणसं सोबत आहेत. अगदी मनाला जे मनापासून हवं, ते जगण्याची मजा काही औरच... मी आकाशचा विचार करतेय; पण माझं काय? मलाही तर हे सारं खूप छान वाटतं आहे. खरंच, किती आभार मानू त्या वीणाचे! अगदी माझ्या मनातला कप्पान् कप्पा जपते ती! खरी मैत्रीण असल्याची भूमिका जगते... अगदी मनातून...!

"काय सुनेत्रा, कसला विचार करतेस? आलं बघ सुवर्णमंदिर. उतरायचं आपल्याला बसमधून, चल..." वीणाच्या आवाजाने सुनेत्रा भानावर आली.

"हं— हो, चल चल. चल गं आई." सुनेत्रा आईला घेऊन उतरली... आकाशचं तर टेन्शनच नव्हतं. तो अविनाशकडेच होता.

सुवर्णमंदिराचा भव्य परिसर, अत्यंत स्वच्छ पाण्यातील सुवर्णमंदिराची उभारणी, प्रचंड गर्दी... तरीही गर्दीला एक शिस्त... एका शांत रांगेने सारेच गाभाऱ्यात पोचले...

सारा ग्रुप सोबतच होता. प्रत्येकाने डोके झाकणे येथे बंधनकारक आहे...

प्रत्येक व्यक्ती अतीव श्रद्धेने... पुढे नतमस्तक होत होती..... साऱ्यांनी आपली मनोकामना... ठेवली... पण किती वेळ झाला तरी अविनाश डोळे लावून अगदी तळहात उघडे करून श्रद्धेने अगदी लीन झाला होता. किती तरी वेळ... त्याची ही लोभस मुद्रा सुनेत्रा डोळ्यांत अक्षरश: साठवून घेत होती..... काय मागत असावा हा? संभ्रमात पडली. पण... असेल काही... मला काय त्याचे, म्हणून लगेच विचार झटकून टाकला. सारे मंदिराच्या बाहेर पडले... गर्दीमध्ये सारेच मागे-पुढे झाले होते. अर्थात, सारेच पुढे होते, मागे राहिले ते अविनाश आणि सुनेत्रा...

"अविनाश, एक विचारू का?"

"हं, विचारा की."

"इतकं तल्लीन होऊन काय मागत होतात?"

"तुला मागत होतो." क्षणाचाही विलंब न होता त्याच्या तोंडातून शब्द बाहेर पडले.

सुनेत्राचा चेहरा लाजेने लालीलाल झाला. अगदी अनपेक्षित उत्तराने ती गोंधळली. काय बोलावे, काहीच सुचेना....

"हो सुनेत्रा.... मी तुलाच मागितले. हे देवा, मला आजवर तू खूप छळलंस; पुढचं आयुष्य सुखाचं जावं असं वाटत असेल, तर मला सुनेत्रा हवी आहे. तुझी मर्जी असेल, तर दे!"

"मग, काय म्हटला तुमचा देव?"

"बघू या, त्याच्या मनात काय आहे...! माझ्या मनातलं त्याच्यापुढं ठेवून मी मोकळा झालोय. पुढचं सारं— त्याची मर्जी."

"अंकल, चला ना लवकर बाहेर! किती हळूहळू चालता तुम्ही?" पुढे गेलेला आकाश मागे आला आणि पुन्हा अविनाशला ओढू लागला.

"अरे, येतो की! चल सुनेत्रा... नव्हे, चला सुनेत्रा मॅडम."

सुनेत्रा अविनाशकडे बघतच राहिली....

आज प्रवासाचा तिसरा दिवस.... या तीन दिवसांत किती तरी मंदिरं... सारा बर्फमय निसर्ग न्याहाळताना.... झेलम.... रावी... सतलज... या नद्यांचं जलवैभव पाहताना मन प्रसन्न होऊन गेलं होतं... आज गुलमर्गला जायचं होतं... तिकडेच जायला निघालो होतो... या तीन दिवसांत अविनाश फार जवळ आला होता आणि हे काय... त्याचं हे जवळ येणं आईसकट सर्वांना आवडलंय, असं जाणवू लागलं होतं. जणू या साऱ्या-साऱ्यांनी मिळून हे घडवून आणलं की काय, असं भासत होतं... जाऊ दे आता, आणलं तरी नको हा विचार... पाहू या पुढे काय करायचं ते... सुनेत्रा विचार करू लागली.

गुलमर्गला वर घोड्यावरून जायचे ठरले... सर्वांनी गरम कपडे, गरम बूट अशी तयारी केली... आज सकाळपासून आकाशला जरा टेंपरेचर जाणवत होतं... माझी तर आता इथे येण्याची हिंमतच नव्हती. पण ह्याचाच उत्साह दांडगा... काय करणार....

अशातच एक वाईट घडले... आकाश घोड्यावरून खाली पडला. बहुतेक त्याच्या पायाला हेअर क्रॅक गेली होती. तो प्राणांतिक वेदनांनी तळमळत होता.

अविनाशने त्याला दोन्ही हातांवर घेतले. अक्षरश: धावत सुटला इमर्जन्सी मेडिकल सेंटरकडे. डॉक्टरनी त्याला ताबडतोब प्लास्टर केले.

साऱ्यांचा पिकनिकचा मूडच गेला... पण अविनाशने सारं-सारं सांभाळलं. पूर्ण वेळ आकाशजवळ थांबला... सुनेत्रालाही थांबू दिले नाही... 'मी यापूर्वी तीनदा आलेलो आहे, माझं सारं बघून झालेलं आहे' असे म्हणत पूर्ण वेळ रूमवरच आकाशसोबत थांबला. आकाशच्या औषधांच्या वेळा... झोपेच्या वेळा, जेवणाच्या वेळा अविनाशशिवाय कुणालाच ठाऊक नव्हत्या.

अविनाशचं हे रूप पाहून सुनेत्रा थक्क झाली. प्रदीपने स्वत: जन्मदाता पिता असूनही आकाशला कधीच इतकं प्रेम दिलं नाही... आणि आज हा कुठला कोण, अनोळखी माणूस अगदी देवासारखा वागतो आहे... खरंच— ज्याच्यावर विश्वास ठेवावा, तेच विश्वासघात करतात; तर पुष्कळदा ओळखीपेक्षा अनोळखीच संकटात हात धरतात, याचा जिवंत प्रत्यय सुनेत्रा घेत होती...

जणू काही झालंच नाही इतक्या आनंदात आकाश राहिला... साऱ्या पिकनिक टूरमध्ये ॲड. सुमंत, वीणा, अतुल, मनीषा या साऱ्यांचा अविनाश व सुनेत्राची मने जुळावीत, हा एकच प्रयास होता. याकरिता ते मुद्दामच त्या दोघांना वेगळं सोडत किंवा त्यांना चिडवत... किंवा बोलत. आज वैष्णोदेवीचं दर्शन करून मग सारे जम्मूला पोचणार होते. तिथून दिल्ली व मग... परत... पुणे...!

वैष्णोदेवीला वर... १९कि.मी. वर- आकाशला घेऊन जाणे शक्य नव्हते...

"सुनेत्रा, तुम्ही जा देवीला; मी आकाशजवळ थांबतो." अविनाश म्हणाला.

"नाही— नाही अविनाश, मी थांबते. तसेही मला माझ्या गुडघ्यामुळे शक्यच नाही. मी इथूनच देवीला हात जोडते." आई म्हणाली.

सुनेत्रासोबत अविनाश आणि बाकी सारे वैष्णोदेवीला गेले. संध्याकाळी सहाला निघालेले सारे दुसऱ्या दिवशी सकाळी दहा वाजता रूमवर परतले.

"सुनेत्रा, बघ बाई, देवीला म्हण... सारं काही पुढे नीट होऊ दे. इथं आलेल्या प्रत्येकाची इच्छा पूर्ण होते म्हणे. तू मागून घे... जे तुला मागायचं असेल." वीणा म्हणाली.

वीणासोबतच मनीषाही आता सुनेत्राला चिडवायला लागली होती. एव्हाना अविनाशने सुनेत्राच्या मनाचा ताबा मिळविला होता. सर्वांचेच शब्द सुनेत्राला हवेसे वाटू लागले होते. त्या शब्दांना धार नव्हती, तर आधार होता... कारण धार असलेले शब्द मन कापतात आणि आधार असलेले शब्द मन जिंकतात... हे सारे शब्द तर मन जिंकणारे होते...

◈◈◈

१३

साराच प्रवास अतिशय सुखकर झाला होता. आता दिल्लीहून विमानाने पुण्याला पोचायचे होते... त्यानुसार सायंकाळी पाच वाजता आकाश आणि आईसोबत सुनेत्रा घरी पोचली. शेवटपर्यंत अविनाश सोबत होता.

अविनाश पुढेही सोबत असावा, असे आता सुनेत्रालाही वाटू लागले. 'माझ्याकरिता नव्हे, तर आकाशकरिता तरी हा निर्णय योग्य राहील,' असे वाटू लागले होते.

रात्री झोपताना आई म्हणालीच—

"सुनेत्रा, बघ— किती छान झाली ना आपली सहल? एक आकाशचे पडणे सोडले, तर बाकी सारं नीटच झालं आणि अविनाशने किती जीवाच्या आत सांभाळलं ना त्याला... त्यामुळेच तुला आणि मला काही जाणवलं नाही."

"हो ना आई! बघ, किती सहृदयी माणूस आहे गं."

अविनाशबद्दलच सुनेत्राचं असं मत ऐकून आई हरखून गेली. लगेच म्हणाली,

"हे बघ सुनेत्रा, अविनाशची इच्छा असेल तर हा संबंध होऊन जावा, असे मला वाटते."

"हं, बघू या. आता तरी काही निश्चित नाही..." सुनेत्रा म्हणाली.

दुसऱ्या दिवशी सकाळीच वीणाचा फोन आला...

"सुनेत्रा, आज सायंकाळी माझ्याकडे जेवायला यायचं. आई आणि आकाशला घेऊन ये." लगेच वीणाने फोन कट केला... सुनेत्राला नकाराला संधीच मिळाली नाही.

'सायंकाळी वीणाच्या घरी जेवण म्हणजे पिकनिकनंतरचे एक गेट टूगेदरच होते. खरंच दहा लोकांचा जणू एक परिवारच झाला होता, इतके जवळ आलो होतो आम्ही...

'गुलमर्गच्या बर्फात तिथल्या इलेक्ट्रिक उडनखटोलाने वर गेल्यानंतर एकाएकी वादळ-वारं सुटलं. मी घाबरले, धावत सुटले... तशी अविनाशवरच आदळले. त्याने मला सावरले, लगेच म्हणाला, "अगं, अशी घाबरू नकोस— मी आहे ना!" आता असं तो मला एकेरीच संबोधू लागला होता, जे मलाही आवडू लागलं होतं... आणि मग किती वेळ त्याने मला तसेच पकडून ठेवले. किती आधार वाटला होता ना त्याच्या त्या स्पर्शसुखात...

'खरंच, जगण्यास सर्वांत आवश्यक आहे ते म्हणजे प्रेम... कुणी तरी आपल्याला आपलं म्हणणारं, मनापासून प्रेम करणारं असं नसेल... तर त्या नीरस, रुक्ष जगण्यास काहीच अर्थ नाही.... मलाही हवं आहे हे सारं... मग मी का टाळते आहे...? कुणासाठी...? हे आयुष्य माझं आहे. माझ्या मनासारखं मी का जगू नये...?' अशा विचारांचा विजय झाला. सुनेत्रा आपोआपच अविनाशमध्ये गुंतत गेली... हे उरात नव्यानं अंकुरलेले प्रेम रुजू पाहत होतं... त्याला बहरायचं होतं.

सारा घटनाक्रम जणू नियतीच ठरविते की काय? ते लगेच आकाशचे पडणे, हाताला हेअर क्रॅक... अविनाशची धावपळ.... आकाशकडे जातीने लक्ष देणे... सारं सारं मनात साठवताना... त्याच्याप्रति मन भरून येतं. अविनाशही जीवनाच्या प्रवासात एकटा आहे, मीसुद्धा... तेव्हा बस्स, केला मी विचार पक्का... असं सारं सुनेत्राने ठरवूनच टाकलं होतं... जेवण आटोपली. सारे हॉलमध्ये बसले.... अन् सुमंतने सरळ-सरळ विषयालाच हात घातला.

"हे बघ सुनेत्रा, मी तुला सरळच विचारतो. अविनाशबद्दल तुझं मत काय आहे, ते स्पष्ट सांग..."

सुमंत इतकं सरळ-सरळ विचारतील, अशी सुनेत्राला मुळीच अपेक्षा नव्हती. ती काही बोललीच नाही...

आईच बोलली, "हे बघा सुमंत, मला तर वाटते— अविनाशची इच्छा असेल तर संबंध घडून यायला काहीच हरकत नसावी. मला वाटते सुनेत्राची.... पण हरकत नसावी."

"पण आई, तुम्ही बोलता; सुनेत्राला सांगू द्या ना—" सुमंत म्हणाला.

"माझी हरकत नाही, पण अविनाश काय म्हणतात? त्यांनाही विचारा ना."

"त्याने मला सारे सांगितले आहे. तो तयार आहे. काय अविनाश? आहे ना, तू या लग्नाला तयार..."

'काय बोलावे?' या प्रश्नाला चेहऱ्यावर घेऊन अविनाश म्हणाला, "हो, मला हे लग्न मान्य आहे."

सुनेत्राने अविनाशकडे पाहिले... जणू साऱ्या जगण्याचा आधार असलेली ती नजर त्याला भासली.

"हे घ्या पेढे... मी पेढ्यांचा हा बॉक्स आणूनच ठेवला होता!" म्हणत वीणाने सर्वांना पेढे दिले....

"म्हणजे वीणा, आजचं हे नियोजन याकरिताच होतं तर!"

"हो... असंच समजा..." वीणा म्हणाली.

सर्वानुमते हे लग्न पक्के झाले. आता आपण अविनाश अंकलच्या बंगल्यात राहायला जाणार, एवढंच काय ते समजणाऱ्या आकाशच्या आनंदाला पारावार नव्हता...

कोर्टात नोंदणी करून विवाह पार पडला... अगदी मोजक्या लोकांना बोलावून एक स्वागत समारंभ आटोपून आता सुनेत्रा अविनाशच्या जीवनात आली....

दि.२८ मे ते २८ जून या एका महिन्याच्या काळात सुनेत्राचे जीवन पार बदलून गेले होते. सुनेत्राच्या आईनेही पूर्वीप्रमाणेच सुनेत्रासोबत राहावे, असा अविनाशचा आग्रह... पण नाही, 'आता तुमचा संसार तुम्ही सांभाळा... गरज पडली तर मी आहेच... मीही जरा माझ्या घराकडे लक्ष देते,' असं म्हणत आई गावातच असलेल्या आपल्या घरीच थांबली... सुनेत्राच्या नव्या जीवनाला सुरवात झाली...

अविनाशच्या कामाचा व्याप प्रचंड होता. सकाळी दहाला गेलेला अविनाश रात्री उशिराच परत येई... सुनेत्राला जास्तीत जास्त वेळ कसा देता येईल, याकडेही त्याचे लक्ष असे... या लग्नामुळे अविनाशच्या दोन्ही मोठ्या बहिणी फार खूश होत्या. सुनेत्रासारखी गुणी आणि सुशिक्षित भावजय मिळाली याचा आनंद होता.

आज कॉलेजचा पहिला दिवस. सुनेत्राचं अविनाशची पत्नी म्हणून या कॉलेजच्या आवारात पडणारं पहिलं पाऊल... का कोण जाणे... पण प्रदीपचे विचार येतच होते...

स्वागत समारोहाला कॉलेजमधल्या सर्वांनाच निमंत्रण दिले होते. फक्त प्रदीपला सोडून..

आता त्याचा विचार करण्याचं काय कारण? मी वेगळी झाले... घटस्फोट झाला... काही फरक पडला नाही... आता मी लग्न केलं... काय फरक पडणार...?

करावं त्यानंही लग्न... आणावी एखादी गावाकडची काकूबाई— डोक्यावर पदर घेऊन त्याच्या मागे-पुढे करणारी...

"कसला विचार करतेस सुनेत्रा...? मी सोडतो तुला कॉलेजमध्ये." अविनाश म्हणाला...

"अहो, सोडाल, पण घ्यायला याल का?"

"त्यात काय, येईन ना! नाही तर ड्रायव्हरला पाठवून देईन. तू आता सुनेत्रा अविनाश सरकार झाली आहेस... लक्षात आहे ना... सरकार फर्मची मालकीण..."

"बरं बाबा, कबूल. चालेल... चला लवकर! उशीर होतो आहे..."

आकाशला शाळेत पाठविलं होतं. खरंच नव्या घरी नव्यानं वावरताना जरा वेगळंच वाटतं. पण हे काय... सारं कसं सहजच घडत गेलं होतं... सर्व कामांना नोकर-चाकर, बायका आहेत. स्वयंपाकाला पंडित आणि पूर्णवेळ राहणारी शांताबाई. सारेच आपापली कामं यंत्रवत् करतात. शांताबाई तर आकाशला इतकं सांभाळतात की, मला काही बघायलाच नको... खरंच खूप भाग्यवान आहे मी— अविनाशसारखा सहृदयी माणूस माझ्या आयुष्यात आला....

अविनाशने कॉलेजमध्ये सोडले. सुनेत्रा कारमधून उतरली... "बाय बाय... सुनेत्रा, येतो हं घ्यायला."

सुनेत्रा समोर यायला वळली, तोच कधीही नजरेस न पडणारा प्रदीप एकदम समोर... नजरानजर होऊ न देण्याच्या प्रयासात सुनेत्रा झट्‌कन बाजूने निघून गेली... 'का आली असावी ही सुनेत्रा माझ्या आयुष्यात? हिला संसार म्हणजे तर भातुकलीचा खेळच वाटला. वाटलं तेव्हा मांडला, वाटलं तेव्हा मोडला...' अशा विचारातच प्रदीप कॉलेजमध्ये पोचला, तो काय कधी नव्हे तो ते दर्शन घडले आता तिचे... प्रदीप अंतर्बाह्य ढवळून निघाला.

'एक रुक्ष, भयाण जीवन माझा पिच्छा सोडत नाहीय.... असंच असतं का जीवन? आणि अशीच असतात का नाती? काही कळत नाही...' अशा विचारातच स्टाफरूममध्ये पोचला... आज कॉलेजचा या सेशनचा पहिला दिवस... प्रदीपला पाहताच सारेच वरमले... जणू एक भयाण दुःख अवतरले... प्रदीपने एक वर्तमानपत्र घेतलं व एका कोपऱ्यात वाचत बसला. कोणालाच काय बोलावे, काही सुचत नव्हते. बरेच लोक सुनेत्राच्या रिसेप्शनला उपस्थित होते. त्यांना उगाच अपराध्यासारखं वाटलं... तेवढ्यात प्रा. अनिल गोरे— राज्यशास्त्र विषयाचे प्राध्यापक आले...

"प्रदीप, कसा आहेस?"

"छान... एकदम छान..." प्रदीप म्हणाला, "तू बोल, कशी गेली सुट्टी?"

"माझी सुट्टी छान गेली... पण चला... एका मोठ्या जबाबदारीतून बाहेर पडलो... चांगलं स्थळ मिळालं... प्रदीप माझ्या बहिणीच्या लग्नाची जबाबदारी माझ्यावर होती. ती व्यवस्थित पार पाडता आली, याचे समाधान आहे. नक्षत्रासारख्या सुंदर आणि सालस स्वभावाच्या सुरभीला तसाच देखणा, व्यवसायाने डॉक्टर

असलेल्या नीलेशने पसंत केले याचे खूप समाधान वाटते.''

''वा छान! छान काम केलेस तू!''

प्रा. अनिल हा प्रदीपचा जवळचा मित्र.... स्वभावाने अतिशय चांगला, प्रदीपची सारी सुख-दुःखं जाणणारा... सुनेत्राने त्यालाही लग्नाला बोलावले नव्हते. न राहवून त्याने विषयाला हात घातलाच— ''प्रदीप, सुनेत्राने चांगले नाही केले... एकाएकी सारे पाश तोडून लग्न करून मोकळी झाली... थोडा तरी विचार करायला पाहिजे होता....''

''हे बघ अनिल, मला या विषयावर काहीच बोलायचे नाही... पण माझे काही चुकले, असे मला मुळीच वाटत नाही...'' शांतपणे प्रदीप म्हणाला.

''अरे, हो ना... घर आहे... घरातली माणसं आहेत. त्यांचे वेगवेगळे स्वभाव आहेत. तडजोड करतच संसार करावा लागतो... इथे सर्वांनाच तडजोड करावी लागते... तिने असा एकाएकी टोकाचा निर्णय घ्यायला नको होता...'' अनिल बोलला.

''अरे अनिल... तिला तडजोड माहीतच नाही... तिला माझी आई नको, माझ्या बहिणी नको... कुणाशीच प्रेमाने वागणे नको... तिला तिचं स्वच्छंदी वागणं आणि तिच्या अस्तित्वाचा अहंकार आहे... मी माझ्या परीने तडजोड करण्याचा खूप प्रयास केला, पण शक्य झाले नाही... जे झाले त्याचे मला वाईट वाटत नाही; पण आकाशची आठवण आली की, जीव गलबलून जातो रे... शेवटी बाप आहे मी त्याचा!''

''हो ना प्रदीप... या अशा प्रसंगात सारी कुतरओढ होते, त्या लोभस जीवाची...''

''पण अनिल, आम्ही दोघेही एकाच ठिकाणी नोकरीला— रोज-रोज तोच विषय, तेच लोक, लोकांची ती कुजबूज... नको वाटते रे!''

''हे बघ प्रदीप... ती एक स्त्री आहे... तिने तसा विचार केला नाही, तू कशापायी करतोस? ती तर लग्न करून मोकळी पण झाली. आपल्या नव्या संसारात मग्न असलेल्या तिला तुझे काहीच करायचे नाही. तेव्हा तू पण तिचा विचार करू नकोस आणि आपले नवे जगणे सुरू कर...'' प्रदीपशी बराच वेळ अनिल बोलत राहिला... प्रदीपला बरे वाटले... हो ना, जे जगणे वाट्याला आले, ते तर जगावेच लागेल... जगताना प्रत्येक गोष्ट आपल्या मनासारखी घडत नसते ना...!

कॉलेज संपताच अविनाश सुनेत्राला घ्यायला आला... सुनेत्रा कारमध्ये बसताच म्हणाला, ''काय मॅडम, कसा गेला आजचा पहिला दिवस...?''

"कसा म्हणजे, छानच गेला... म्हणायचा..." खरं तर सुनेत्राला कुणीच काही विशेष असं विचारलं नाही. एक तर समवयस्क एकही मैत्रीण नाही... अन्य प्राध्यापिका आहेत, त्या फार सिनिअर आहेत. त्यांनी 'काय सुनेत्रा कशी आहेस?' एवढे विचारले... आणि विचारणार तरी काय...? एकूणच सुनेत्राच्या नव्या जीवनाला सुरवात झाली... आताही सारं काही सुनेत्राच्याच मनासारखं झालं होतं.

अविनाशचा कामाचा प्रचंड व्याप... सुनेत्राची नोकरी... आकाशची शाळा.... सारं काही अपेक्षेप्रमाणे सुरू होतं... अविनाश व सुनेत्रा दोघांनाही एकमेकांची साथसंगत म्हणजे नियतीने घडवून आणलेली नियती, असंच वाटत होतं. दोघेही एकमेकांप्रति समाधानी होते... दिवसांमागून दिवस जात होते.

◈◈◈

१४

त्या दिवशी आकाशच्या शाळेत एक कार्यक्रम होता... त्यात तो ब्रेक डान्स करणार होता... सुनेत्रा आणि अविनाश यांनी यावं, असं त्याला सारखं वाटत होतं; पण सुनेत्राला कॉलेजमध्ये परीक्षा असल्यामुळे जाता येणं शक्य नव्हतं... तिने अविनाशला म्हटले, 'तुम्ही जा ना आकाशच्या शाळेत...,' 'तर, मलाही शक्य नाही' असे तो बऱ्याच वेळा म्हणाला; पण सुनेत्राचा सतत तगादा लागला, तेव्हा एकदम चिडला व म्हणाला, "मला जमत नाही आणि जायचे पण नाही."

"अहो, जमत नाही हे ठीक आहे; पण जायचेच नाही, हे का?"

"का म्हणजे? नाही जायचे! सारं काही तुझ्याच मनाप्रमाणे होईल का?"

"अहो, पण आपण दोघांपैकी कुणीच गेलो नाही, तर आकाशला काय वाटेल?"

"वाटेल ते वाटू दे...!"

अविनाशचे आजचे हे रूप पाहून सुनेत्रा अवाक्‌च झाली.

त्या दिवशी शेवटी सुनेत्रालाच सुटी घेऊन जावे लागले...

त्यानंतर किती तरी छोटे-छोटे प्रसंग असेच घडत गेले... आकाशसुद्धा अविनाशपासून जरा अंतर राखूनच वागू लागला...

अशातच दोन वर्षांचा काळ निघून गेला. आता आकाश प्रायमरी तिसऱ्या वर्गात होता. त्याला बरंच काही कळत होतं... अविनाशने आताशा आकाशशी खूपच तुटक वागण्यास सुरवात केली होती....

खरं तर या जगात प्रत्येकाला हवं असतं निखळ, निर्व्याज असं प्रेम... याकरिता प्रत्येकाची अव्याहत धडपड सुरू असते. पण ते गवसत नाही, तेव्हा त्याच्या मनाची पडझड सुरू होते....

अलीकडे अविनाश खऱ्या अर्थाने सुनेत्राला कळू लागला होता. त्याला

त्याच्या व्यवसायानिमित्त बऱ्याच वेळा बाहेर प्रवास करावा लागे.... त्यामुळे त्याचे बाहेर जाणे असायचे... निरनिराळ्या लोकांसोबत मीटिंग असत, त्यामुळे बऱ्याचदा रात्रीचे जेवण बाहेर असायचे. रात्री उशिरा परत येणे. उशिराचं एक वेळ ठीक आहे, पण ते दारू प्यायलेल्या अवस्थेतच. सुनेत्राने प्रश्न विचारलेले त्याला आवडत नसे.... एकदा तर कडाक्याचं भांडणच झालं... रात्रीचे दोन वाजत आले, तरी अविनाशचा पत्ता नाही.... जवळपास तीन वाजता तो घरी आला, तो पार झिंगलेल्या अवस्थेत!

"हे काय अविनाश? तुम्ही किती दारू प्यायला आहात?"

"मग तुला काय म्हणायचे— नको पिऊ?"

"अहो, पण काही मर्यादा असायला हवी ना!"

"तू कोण मला मर्यादा शिकवणारी? तू किती पाळल्यास गं मर्यादा?"

"मी? काय केले मी?"

"काय केले म्हणे.... तो कोण डेव्हिड— तुझा मित्र... किती भेटायला येतो गं सरळ घरी? काय काम असतं गं तुला त्याच्याशी?"

"अहो, तो तर माझा फार जुना मित्र आहे.... आणि तुम्हाला हे सारं माहीत आहे ना? ही अशी इतकी साधी गोष्ट इतक्या रात्री तुम्ही विचारता?"

"हे बघ सुनेत्रा, तूही झोप आणि मला पण झोपू दे...."

अशा प्रकारचे वाद आता नित्याचेच झाले... अविनाशचे खरे रूप, खरा स्वभाव हळूहळू कळू लागला.... तो फारच संशयी होता. त्याला सुनेत्राचे असे अनेक मित्र असणे आवडत नव्हते... तिने जोपासून ठेवलेली किती तरी नाती त्याला आवडत नव्हती.....

सुनेत्राच्या नोकरीला तर अगदीच हीन समजत होता.

"चल, सोडून दे ती नोकरी... कसली गं तुझी ती नोकरी.... मी एका डीलमध्ये कमावतो तेवढे पैसे...!"

आताशा आकाश सुनेत्राकडे राहायला तयारच नसायचा.... त्या दिवशी त्याने इतका गोंधळ घातला की, त्याला आईकडे सोडावेच लागले.

"आई, हा आकाश बघ सारखा हट्ट करतोय— तुझ्याकडे (आजीकडे) नेऊन दे... आई, किती झेलतेस गं मला...!"

"काय करू बाई झेलू नको तर? माझ्याकडून होते तोपर्यंत करणार... पण माझ्यानंतर काय...? आणि हे काय गं सुनेत्रा, एवढ्या अविनाशच्या अंगाखांद्यावर

असलेला आकाश आताशा अवि अंकल नकोच का म्हणतो...?''

"काय सांगू आई, काही कळत नाही मला... अगं, आजकाल अविनाश आकाशशी फारच तुटक आणि तुसड्यासारखे वागतात... धड बोलणार नाही... पूर्वीसारखे लाड करत नाही, की त्याच्यासोबत खेळणं नाही...''

"काय झालं? त्यांना तू विचारलं नाहीस का?''

"अगं, काय विचारणार अन् केव्हा विचारणार? सकाळी माझं College, तेव्हा ते झोपलेलेच असतात.... रात्री ते घरी येतात, तेव्हा मी झोपलेली.... काही बोलायला गेलं की, मला नोकरी सोड हा एकच तगादा... शनिवार-रविवार आला की दौराच असतो... काय बोलावे?''

आईला काही सुचेना. "काय बाई सुनेत्रा...''

सुनेत्रा एकाएकी रडायलाच लागली.

"आई, तुला खरं सांगू का? माझं मन माझ्या नकळत प्रदीप आणि अविनाशची तुलना करायला लागतं. प्रदीप कधीच मला घालून-पाडून बोलला नाही.... आकाश लहान असल्यामुळे त्याच्याकडे दुर्लक्ष होऊ नये म्हणून मला तो 'हे करू नको, ते करू नको' म्हणत होता. पण मी कायम वेगळाच अर्थ काढत राहिले. मी जराही आर्थिक मदत केली की, त्याला त्याचे खूप महत्त्व वाटायचे. अविनाशच्या लेखी तर माझा पैसा काहीच नाही; उलट माझी नोकरी, माझा पैसा त्याला तुच्छच वाटतो...''

"हे बघ सुनेत्रा, सारे-सारे निर्णय तुझेच... आता प्रदीपचे चांगुलपण आठवून काय उपयोग? तुला मी आणि तुझ्या दोन्ही बहिणी किती समजावत होतो; पण काहीच ऐकून घेण्याच्या मन:स्थितीत नव्हतीस तू... आता तूच असा मार्ग निवडलास; तोच तुला योग्य आहे, असेच मानावे लागेल आणि त्यावरूनच चालावे लागेल...''

"हो ना आई, आता मला पर्यायच नाही. आई, आकाशकडे लक्ष दे... काही अडचण आल्यास फोन कर...''

"आकाश, बाळा, आईला त्रास द्यायचा नाही.''

"आई, तू पण थांब ना इकडेच... तू नको जाऊस... अविनाश अंकलच्या घरी...''

"अरे बाळा, ते आपले घर नाही का?''

"नाही, ते आपले घर नाही. नको जाऊ ना आई तू—''

आकाश रडायला लागला. सुनेत्राला काही कळेनासे झाले.... पण भारावलेल्या

मनाने ती परतलीच.

घरी परतली... पाहते तर अविनाशची गाडी बाहेर उभी होती.

'अगं बाई! आज कसे काय इतक्या लवकर आले? आता तर सहाच वाजलेत?'

सुनेत्रा घरात पोचली... हॉलमध्ये सोफ्यावर अविनाश एका मॉड बाईसोबत नको ते चाळे करत बसला होता. सुनेत्रा आली, याकडेही त्याचे लक्ष नव्हते...

सुनेत्रानेच पायांचा आवाज करून आल्याची चाहूल दिली.

"अविनाश, हे काय? आणि ही बया कोण?"

"ही बया नाही, माझी मैत्रीण आहे, जुनीच— मेरी डिसुझा."

"मग ही होती, तर माझ्याशी लग्न कशाला केलेत?"

"कशाला म्हणजे, तुला हौस होती ना.... म्हणून केले... आणि हे बघ सुनेत्रा, लग्न केले म्हणजे माझ्या पर्सनल लाईफमध्ये ढवळाढवळ करण्याचा अधिकार दिलेला नाही तुला मी..... you can go. "

सुनेत्रा आपल्या रूममध्ये गेली.

त्या दिवशी तिने खूप रडून घेतले... काय करावे, तिला सुचत नव्हते...

* * *

आताशा एक नीरस जीवन सुनेत्रा जगत होती. आकाश आता सातव्या वर्गात गेला होता... तो कसा म्हणून सुनेत्राकडे राहतच नव्हता.... आजी आणि आकाश यांचं एक वेगळंच नातं होतं... आता तर आजीही आकाशशिवाय राहत नव्हती... आई व आकाशची आपल्या परीने सुनेत्रा खूपच काळजी घेत होती.

आईने पण आपल्यासोबत राहावे, असेच आकाशला वाटायचे. पण अविनाश एकही दिवस सुनेत्राला तिथे राहू देत नसे...

एकदाच आकाशला खूप ताप होता, म्हणून सुनेत्रा थांबली; तर अविनाशने नको तेवढा गोंधळ घातला....

आता अविनाशचे बाहेरगावी जाणे म्हणजे सुनेत्राला सुटका वाटायची. या काळात ती मनमोकळेपणाने आकाशसोबत वेळ घालवायची, राहायची... एकूणच अविनाशशी लग्न करून मोठी चूक केली याची वेळोवेळी जाणीव व्हायची...

आकाश आणि अविनाश या दोन नात्यांना सांभाळताना सुनेत्राची अवस्था सँडविचसारखी होऊ लागली...

अविनाशला सोडून द्यावे आणि आई व आकाश सोबत राहावे, असेच

वाटायचे. पण अविनाशच्या आक्रस्ताळ्या स्वभावामुळे ते शक्यच नव्हते... आणि पुन्हा जगाने काय म्हटले असते, हाही विचार होताच. कारण राहायचे ते याच जगात. नाही त्या विचारांनी सुनेत्राचे जगणे ढवळून निघाले होते.

'तुला तुझ्या मित्रांना भेटायचे असते, म्हणून तुला तिकडे राहायला पाहिजे,' असे काहीबाही आरोप करणे नित्याचेच झाले.

नको तो उगाचच मन:स्ताप, म्हणून सुनेत्रा वादाचे विषय टाळत असे. पण अविनाशच्या लेखी सुनेत्राची किंमत काहीच उरली नव्हती. तिच्या शारीरिक सौंदर्याचा व आकर्षणाचा पूर आता ओसरल्यामुळे त्याच्याकडून तिला नीरस वागणूक देणे सुरू होते.

त्या दिवशी सुनेत्रा मुद्दामच वीणाला भेटायला गेली...

तशी दोघींचीही घरे जवळजवळच... जाता-येता भेटी व्हायच्या; पण आज मात्र सुनेत्राला वीणाची खूपच गरज वाटली. ती वीणाकडे गेली. तिला पाहताच वीणा आनंदाने म्हणाली,

"ये सुनेत्रा. काय म्हणतेस? बरं झालं तू आलीस; मी तुला बोलावणारच होते!"

"हो का? का बरं? कशासाठी?"

"अगं, काही नाही, हे बंगलोरला गेले होते. त्यांनी दोन साड्या आणल्यात माझ्यासाठी... त्या दाखवायच्या होत्या तुला..."

असं म्हणत लगेच वीणाने त्या आणल्यासुद्धा...

"वा! काय सुंदर चॉईस आहे ना सुमंतरावांचा! खरंच वीणा, फार सुंदर दिसतील ह्या दोन्ही साड्या तुझ्या अंगावर. फार भाग्यवान आहेस वीणा तू... किती प्रेम करतात ना सुमंतराव तुझ्यावर!"

"हो सुनेत्रा, परमेश्वराने मला ही गोष्ट फार भरभरून दिली... अगं, एक तर बाहेरगावी जायला टाळतात. अनेकदा तर मला जावंच लागतं त्यांच्यासोबत.... मी म्हणते, तुम्ही तुमच्या केसच्या कामाकरिता जाता; माझे काय काम? तरी ऐकतच नाहीत... मी सोबत गेले की, माझ्या मनासारखं शॉपिंग असतं अन् नाही गेले तरी काही तरी वस्तू असतेच माझ्यासाठी.... नाही काही, तर तिथली स्पेशल साडी असणारच..."

"बघ, आवडल्या ना?"

"हो वीणा, खूप आवडल्या!"

"हं बोल, तू काय म्हणतेस? काय म्हणतात आमचे अविनाशराव?"

"काय म्हणायचं वीणा? माझं नशीब— दुसरं काय?"

"का गं, असं का म्हणतेस? काय झालं?"

"हे बघ वीणा, काय मेलं आपलं नेहमीचं रडगाणं सांगायचं तुला, म्हणून मी काही बोलले नाही... पण आता..."

"अगं बोल सुनेत्रा, सारं ठीक आहे ना? काय झालं? काही बोलला का अविनाश तुला?"

"अगं, अविनाश काही बोलत नाही, हाच तर प्रॉब्लेम आहे... म्हणजे त्याला वेळच नसतो... वेळ असतो त्या वेळी झिंगलेल्या अवस्थेत असतो.... काही म्हणायला गेले तर.... माझा इतका काही पाणउतारा असतो की, मग मीच बोलयचे टाळते."

"अरे, हे तर फार वाईटच.... मला वाटलं, तुमचं छान सुरू आहे.... आता तर सारं काही तुझ्या मनासारखं झालं... आणि तू कधी बोलली नाहीस, की भासवलं नाहीस. आता पाहता-पाहता दहा वर्षं झालीत. सर्व नात्यांना घट्ट करायचं काम काळ करीत असतो ना?"

"हो वीणा, अगदी बरोबर आहे तुझं.... माझं दिसणं, हसणं, बोलणं हे सारं अविनाशला भावलं आणि विशेष म्हणजे, आकाशला तो व त्याला आकाश खूप आवडतात असे वाटले; म्हणून मी ह्या दुसऱ्या लग्नाचा विचार केला... पण आता वाटतं, सारंच चुकलं..."

"का गं...? हे बघ सुनेत्रा, आकाश तुझ्याकडे राहत नाही, हा आता सर्वत्रच चर्चेचा विषय झालाय... सुमंतही यावर मला विचारत होते.... पण उगाच जखमेची खपली काढल्यासारखे होईल, म्हणून मी तुला काही विचारले नाही."

"वीणा, आकाश आता मोठा झालाय. आता ११व्या वर्गात आहे... अविनाशचे दारूच्या व्यसनातील रूप, त्या अवस्थेतील माझ्याशी वादविवाद, त्याच्याशी फटकून वागणं हे स्पष्ट कळायला लागल्यापासूनच आकाश माझ्यापासून तुटत गेला... आता तर तो माझ्याशी नीटसा बोलतही नाही."

"हे बघ सुनेत्रा, तुझी फरपट मला स्पष्ट कळते; पण आता तुला तडजोडीशिवाय पर्यायच नाही, हेही खरेच ना?"

"हो ना वीणा, ते तर कळतं. मी आताही अविनाशला सोडायचे म्हटले तर सोडू शकते; पण जग काय म्हणेल? आई, माझ्या बहिणी, माझे इतर नातेवाईक,

कॉलेजमधली मंडळी... या साऱ्या-साऱ्यांचे चेहरे डोळ्यांसमोर येऊन फेर धरू लागतात. माझं डोकं अक्षरश: गरगरायला लागतं... म्हणजे, या अविनाशसोबत तडजोड करत जगासमोर हसऱ्या चेहऱ्याने राहण्याशिवाय पर्यायच नाही, हे अगदी खरे... मी हे मान्य करूनच जगते आहे... पण आता अगदी सार पराकोटीस गेलंय... अविनाशची सारी थेरं मी सहन करू शकते, पण...''

''पण काय सुनेत्रा...?''

''पण त्याची बाहेरच्या बायकांशी लफडी... अगदी असह्य होतं... तुझा नवरा बंगलोरला गेला, तुझ्यासाठी साड्या आणल्या आणि अविनाश काय आणतो, माहीत आहे...? त्याने बाहेर त्या बाईसोबत रात्री घालवल्या— तिच्यासोबतचे अश्लील फोटो, कंडोम हे दाखवितो.... मी काही बोलायला गेले, तर मला डेव्हिडचं उदाहरण देतो. कधी कधी येतात त्याचे फोन... तर कधी कधी घरीही येतो ना! हे त्याला आवडत नाही. कधी कधी तर प्रदीपच्या नावानेही काहीबाही बरळत असतो... त्याला कसं सांगावं? कसं बोलावं? मला काही कळतच नाही. तो जबरदस्त बाहेरख्याली आहे. एका पैसेवाल्या, व्यसनाधीन, बाहेरख्याली आणि अहंकारी माणसाशी माझी गाठ पडली. माझ्यातील शारीरिक आकर्षणानंतर मी त्याला नकोशी झालेय, हेच खरे आहे. खूपच वाद वाढला, तर मला 'निघून जा' म्हणायला कमी करत नाही... 'माझ्या संपत्तीवर डोळा आहे का? याद राख, तुला काहीही मिळणार नाही' असं म्हणतो... एक वेड्या माणसाशी माझी गाठ पडलीय गं वीणा...!'' सुनेत्रा हमसाहमशी रडू लागली.

काय बोलावे, वीणाला सुचेना.

''खरंच सुनेत्रा... फार वाईट वाटलं हे सारं ऐकून... पण सारे-सारे निर्णय तुझेच ना.... खरंच, तुझ्यासारख्या आपल्या ग्रुपमध्ये सर्वांत हुशार, सर्वांत देखण्या, सर्वांत जास्त शिकलेल्या तुझी अशी गत व्हावी याचे वाईट वाटते. सुनेत्रा, अविनाश कुणाचे ऐकणाऱ्यांपैकीही नाही, की त्यास समजवावे. त्याला त्याच्या एकूणच सर्वांचा खूप अभिमान आहे. तरी तू म्हणत असशील, तर मी ह्यांच्याशी बोलते...''

''नको— नको वीणा... काही असे करू नकोस. उलट, मी हे तुला सांगितले म्हणून मलाच नको-नको ते बोलेल. खरं तर मी तुलासुद्धा हे काही सांगणारच नव्हते. पण काल त्याने मला त्याची बॅग साफ करायला सांगितली. त्याच्या बॅगेत मला कंडोम सापडले. त्यावर विचारले, तर प्रवासात ह्याची नितांत गरज असते, असे छद्मीपणाने हसत म्हणाला.... आता माणसं लफडी करतही असतील, पण बायकोचा सन्मान

राखून... तो मला बायकोच समजत नाही, हेच माझं दुःख आहे. स्त्रीत्वाचा हा मला अपमान वाटला. कुठे तरी बोलल्याशिवाय चैन पडणार नाही याची मनाला जाणीव झाली... म्हणूनच मन हलके करायला तुझ्याकडे आले...''

"सुनेत्रा, तुझं दुःख जगावेगळेच आहे. पण आता काय करते; तडजोडीशिवाय पर्याय नाही.''

"हो ना वीणा... मीही माझे जगण्याचे धोरण ठरवून टाकले आहे... त्याच्याशी ना त्याच्या व्यवसायाबद्दल बोलणे, ना कुठे जाण्याबद्दल, ना त्याच्या दौऱ्याबद्दल.... घर आणि नवरा जगास तर चांगला दिसतो, तसाच दिसू द्यायचा!'' जरा वेळ थांबून सुनेत्रा घरी परतली.

◈◈◈

१५

आजच सायंकाळी निघायचं होतं. नाशिकला ताईच्या मुलीचं लग्न— सायलीचं...! खरं तर कमीत कमी चार दिवस आधी तरी जाणं आवश्यक होतं. पण शक्यच झालं नाही... अविनाश बाहेरगावी गेला होता... तो येतो म्हणाला होता.... मग त्याला टाकून कसं जाणार...? कित्ती फोन केले... फोन पण उचलला नव्हता... शेवटी आज पहाटे आला.... मलाच म्हणाला, ''जायचंच होतं तर गेली का नाही? माझं नाही जमत... मला कामं आहेत... महत्त्वाची...! आणि नाही तरी त्या सुधीर कदमांनी (ताईचा नवरा) काय नातं ठेवले गं माझ्याशी? तुझं नातं आहे, तू सांभाळत बस...! मला काही गरज नाही त्यांची.''

उगाच वाद नको, म्हणून सुनेत्रा काहीच बोलली नाही.

रात्री ८ वाजता निघायचं होतं. सायंकाळी सर्व तयारीनिशी आईकडे पोचली.

''काय हे आकाश, झाली की नाही तुमची तयारी?''

''कसली तयारी? तुला काय फिकीर माझ्या तयारीची....? तुला तर सारी फिकीर असते फक्त अविनाश अंकलची आणि स्वत:ची!'' फणकाऱ्याने आकाश म्हणाला.

काय बोलणार? आकाश व अविनाशचं नातं सांभाळताना सुनेत्रा अक्षरश: भरडली जात होती. दोघांचाही तिच्यावर वेगळाच राग आणि वेगळाच क्षोभ....!

आताशा सुनेत्राने आकाशशीही बोलणे कमीच केले होते. आकाशला दहावीला ९२% गुण मिळाले, पण अविनाशने तोंडभरून कौतुक केले नाही. तिकडे प्रदीपने मात्र कॉलेजभर पेढे वाटले... आता तर प्रदीप आकाशला बाहेर भेटतो, असेही मला कळले होते आणि हे अविनाशलाही कळले.... त्याने किती तुफान वाद घातला माझ्याशी...!

आकाशला याबद्दल म्हटले, तर तोही भांडला...

“हो भेटलो, बाबांना! काय म्हणायचे तुला? आणि हे बघा सुनेत्रा मॅडम, यापुढेही माझ्या बाबांना भेटणारच... काय करशील तू...?”

अक्षरश: तोंड दाबून बुक्क्यांचा मार...! एक विचित्र कोंडी, एक विचित्र नैराश्य... जणू साऱ्यांची अपराधी... प्रत्येक नात्यासाठी जळत राहिली, पण तिचे जळणे म्हणजे प्रत्येकालाच तिचे स्वत:साठी जगणे वाटत गेले; कुणालाच ती आपली वाटली नाही... विचार करून-करून डोकं फुटायची वेळ आली होती.... त्यामुळे कुणाशीच जास्त न बोलता... एवढी बोलकी अन् फुलपाखरासारखी भिरभिरणारी सुनेत्रा अबोल आणि गलितगात्र झाली होती.

लग्नघरी सारेच सुनेत्राची वाट पाहत होते.

“काय गं मावशी, एवढ्या उशिरा आलीस... आणि अविनाश अंकल कुठे आहेत गं?”

तोंडाचा चंबू करीत नवरी पोर सायली म्हणाली.

“अगं सायली, ह्यांना वेळेवरच मीटिंग आली. ते लग्नाच्या वेळेस येणार आहेत.” सारेच्या सारे लग्नघर सुनेत्राभोवती गोळा झाले...

“का गं सुनेत्रा, अशी का दिसतेस? तब्येत ठीक नाही का?” ताईने काळजीच्या सुरात विचारले.

“नाही— नाही, मला कुठे काय, काहीच झालेले नाही.”

सुनेत्राने उगाच सावरासावर करीत लग्नघरच्या वातावरणात मिसळण्याचा प्रयत्न केला.

आज सायलीला हळद लागणार होती. कुळाचाराची पूजा पण आजच होती. एक-एक करून बाहेरगावचे नातेवाईक उतरणार होते...

सायली... ताईची मोठी मुलगी इंजिनिअर झाली होती. पुण्याच्याच एका कंपनीत नोकरी असलेल्या समीरशी तिचे लग्न जुळले होते. म्हणजे आता सायली लग्न होऊन पुण्याला येणार तर... एक मावशी म्हणून मी किती तिच्या अपेक्षेस उतरणार, शंकाच वाटते... खरंच अविनाशसोबतच्या या दुसऱ्या लग्नाने मला काय दिले? तर, फक्त एक विचित्र कोंडी...

अशा विचारांनी सुनेत्राच्या मनात काहूर माजविले. इतकं गजबजलेलं लग्नघर, पण मी मात्र एकटी.... हे एकटेपण मला आतल्या आत ग्रासत आहे. ह्यातून बाहेर येण्याचा मार्गच गवसत नाही, जणू सारे रस्ते बंद झालेत.... नुसता विचारांचा कल्लोळ... जो चेहऱ्यावर दिसू न देण्यासाठी करावी लागते कसरत.... जणू आता चार लोकांमध्ये— आणि त्याही आपल्या लोकांमध्ये वावरणे जरा कठीणच...

चट्कन येऊन जातं डोळ्यांत पाणी...

"काय गं मावशी, कसला विचार करत असतेस गं एकसारखी? मी कालपासून तुझ्याकडे बघते आहे, तू पूर्वीची सुनेत्रामावशी राहिलीच नाहीस. मावशी, बोल ना— काय झालं तुला?" सायली लाडिकपणे विचारू लागली.

"कुठे गं सायली? काहीच झालेलं नाही. तुला आपल उगाच वाटतं."

"तिला नाही, मला पण वाटतं. पण सुनेत्रा, उद्या आम्ही तुला एक सरप्राईज देणार आहोत..." ताई म्हणाली.

"कसलं सरप्राईज?"

"आता नाही, उद्याच कळेल. ते आता सांगितलं, तर ते सरप्राईज कसलं? हो किनई सायली..." दोघीही माय-लेकी हसल्या.

"बरं बाई, नका सांगू. नाही विचारत मी. बघू या उद्याच काय ते!"

दुसऱ्या दिवशी सकाळी दहाचा मुहूर्त होता. लग्न वेळेवर लागलं पाहिजे, याकडे भाऊजींचा कटाक्ष होता.

सर्वांना ते सतत सूचना देत होते.

रात्रीच सर्व मंडळी कार्यालयात पोचणार होती. पुण्याहून आलेल्या नवऱ्या-मुलाची व साऱ्या वऱ्हाडींची उत्तम व्यवस्था एका हॉटेलमध्ये करण्यात आलेली होती... नवरदेव वाजत-गाजत मांडवात पोहोचला. लग्नाच्या मुहूर्ताची वेळ आली तरी अविनाशचा पत्ता नव्हता. त्याचा फोन पण लागला नव्हता. सारी घालमेल सुनेत्राच्या चेहऱ्यावर स्पष्ट दिसत होती.

नवरदेव मांडवात पोचला. त्याचा सारा मानपान व यथोचित स्वागत झाले. प्रवेशद्वारावर एकामागून एक लोक सभागृहात येत राहिले. सुनेत्राचे लक्ष एकदम एका चेहऱ्याकडे गेले. ती आश्चर्यचकित झाली. डेव्हिड? डेव्हिड कसा काय? डेव्हिडने हसून प्रतिसाद दिला...

मंगलाष्टकं झाली.... अक्षता पडल्या. आता अधिक कुतूहल नको म्हणून सुनेत्रा डेव्हिडजवळ गेली... "डेव्हिड, तू इथे कसा?"

"कसा म्हणजे? तुला काहीच माहीत नाही का?"

"नाही... काहीच म्हणजे काय?"

"अगं, तुला ताईने काही सांगितले नाही का?"

"नाही..."

"अरे हो, ताई म्हणाल्याच होत्या, तुला सरप्राईज द्यायच म्हणून." डेव्हिड हसत-हसत म्हणाला.

"अरे हे काय तुम्हा सर्वांच सरप्राईज? काल ताई अन् सायली म्हणाली, पण सांगितलं नाही."

"बरं, थांब थोडा वेळ. इथे खूप आवाज आहे. असं एक क्षणात सांगण्यासारखं नाही ते... मी लग्न लावतो आणि येतो." असे म्हणत डेव्हिड तिथून स्टेजवर लग्न लावायला गेला.... लगेच परत आला.

गर्दीपासून जरा बाजूला नेत सांगू लागला. "सुनेत्रा, हे सायलीच लग्न मी जमवलं. हा नवरा मुलगा समीर माझ्याच कंपनीत आहे. मागे एकदा कधी तरी ताई म्हणाली होती, सायलीकरिता एखादा मुलगा सुचव म्हणून... हे कार्य माझ्या हातून घडायचे असेल म्हणून झाले. बाकी आता ज्याचे-त्याचे नशिबी... पण समीर खूपच चांगला मुलगा आहे. सायलीस तो खूप सुखात ठेवील यात अजिबात शंका नाही."

डेव्हिड आणि सुनेत्रा या विषयावर बोलण्यात मग्न होते... "हं बाईसाहेब, इथे आहात तुम्ही! अन् मी मूर्ख! शोधतो आहे तिकडे हॉलमध्येच आणि डेव्हिडसाहेब तुम्ही पण आलात.... तुमचं ठरवूनच सारं असतं, नाही का?"

डेव्हिड व सुनेत्रावर जळजळीत कटाक्ष टाकत एका दमात अविनाश बोलून गेला.

अविनाशला असा एकदम आलेला पाहून सुनेत्रा अक्षरश: घाबरून गेली. तिची अवस्था मोठी केविलवाणी झाली. अविनाशला तर चारचौघात तिचा अपमान करायची जणू नामी संधीच चालून आली होती.... चार लोकांत उगाच शोभा नको म्हणून सुनेत्रा गप्प राहिली.

डोळ्यांत गंगाजमुना दाटून आल्या..... तिची ही अवस्था पाहून डेव्हिडला फार वाईट वाटले. डेव्हिडला पाहताच अविनाशचा पारा पार चढला होता. तो काहीही ऐकण्याच्या मन:स्थितीत नव्हता..... एका कोपऱ्यात बसून राहिला.... सारे लक्ष फक्त सुनेत्राकडे.... जणू नुसता पहारा... अविनाशच्या मनात काय वादंग सुरू आहे याची कल्पना फक्त सुनेत्रालाच होती..... त्यामुळे डेव्हिडशी बोलण्याचे टाळत... चेहरा हसरा ठेवत, त्या लग्न समारंभात सुनेत्रा वावरत राहिली... आकाश अविनाशकडे फिरकला नाही आणि अविनाशही आकाशशी बोलला नाही... जणू त्यांचे काहीच नाते नाही...

सुनेत्रा बऱ्याच दिवसांनी सुनंदाताईकडे आली होती... सायलीचे बाबा फार कडक स्वभावाचे म्हणूनच प्रख्यात होते... जहागीरदारांचं घराणं. जहागीरदारशाहीचा रुबाब दाखवत ते ताईस वागवत राहिले.... हळूहळू ताईही त्या सर्व वातावरणात मिसळून नवऱ्यामध्ये आणि त्यांच्या नातेवाइकांत पार मिसळून गेली.... कोणाचा

स्वभाव कसा, त्यांना काय आवडतं, कोणाशी कसं बोलावं, केव्हा कसं वागावं— या सर्व रंगात पूर्ण मिसळून गेली होती. हे भाऊजी पण ताईस जास्त माहेरी येऊ देत नव्हते.... पण काय करणार? 'पदरी पडलं अन् पवित्र झालं' असं म्हणत ताई हा संसार रेटत आली. सुनेत्राला आठवले— मागे मला समजवताना ताई म्हणालीच होती.... प्रत्येकालाच त्याच्या मनाप्रमाणे कुठं जगता येतं? प्रत्येक वेळी तडजोड ही बाईलाच करावी लागते, नाही तर संसार तुटायला काही वेळ लागत नाही... खरंच.... इतक्या भयंकर वातावरणात ताई तडजोड करीतच राहिली... त्याचे तिला फळ मिळाल्याचे मी या वेळी आल्यापासून बघते आहे.... भाऊजी प्रत्येक गोष्टीत ताईला किती सन्मान देत आहेत. तिला ती नको-नको म्हणत असताना एवढा भरजरी शालू घेऊन दिला...

शालू दाखविताना काल रात्री ताई म्हणाली, "सुनेत्रा, बघ— एवढा महागाचा शालू मी माझ्या लग्नातही घातला नाही. मी नाहीच म्हणत होते, तर काय म्हणाले 'हे' माहीत आहे...? 'अगं, माझ्यासारख्या वादळाला आणि माझ्या तुफानी नात्यांना सांभाळताना चकार शब्द काढला नाहीस, तर... मीही तुझ्या मनात कधी डोकावण्याचा प्रयासच केला नाही.... पण आज मात्र मला क्षणोक्षणी जाणवत होतं— तू होतीस, हो— केवळ तू होतीस म्हणूनच माझ्यासारख्या ज्वालामुखीला योग्य संसार केल्याचं प्रमाणपत्र मिळालं...' खरं सांगू... सुनेत्रा, ह्यांचा तो तारुण्यातल्या गरम चिडका, कोपिष्ट स्वभाव पार कुठे पळाला; माहीत नाही... मी ह्यांना म्हणते ना, तर म्हणतात, तू ते सारं हलाहल तुझ्यात सामावून घेतलंस ना म्हणून... मी आता तुला हवं तसा तरल झालोय."

इतक्या घाई-गडबडीतही ताईने माझ्यासमोर हे असं मन मोकळं केलं रात्री. आज क्षणोक्षणी तिला याची पावती भाऊजींकडून मिळताना मी पाहत होते... माझ्याशी फार कमी बोलणारे भाऊजी या वेळी भरभरून बोलत होते... मानपानाची विहिणींची पंगत बसली. त्यांचेसोबत जेवायला बसवायचे म्हणून अविनाशला शोधू लागली... तो कुठेच सापडेना; तेव्हा पाहुण्यांच्या खोलीत शोधायला गेली, तर एका खोलीत अविनाश झोपला होता.

"अहो, चला जेवायला, विहिणींची पंगत बसते आहे. भाऊजी तुम्हाला बोलावत आहेत."

"हे बघ सुनेत्रा, ही भलती नाटकं करू नकोस. आल्यापासून ना तुझी ताई, ना तुझे भाऊजी, कोणीही माझ्याशी धड बोलले नाही— आणि मी जेवलो मगाशीच."

"अहो, ते किती कामात व्यग्र आहेत, पाहता आहात ना तुम्ही? आपण

घरचेच लोक असे म्हणायला लागलो, तर कसे होईल?''

''घरचे? कोणाच्या घरचे? मी?'' हसत अविनाश म्हणाला... ''असशील तू त्यांची, मी कोणी नाही आणि हे बघ— सायंकाळी माझ्यासोबत परत चल; नाही तर राहा मग इथेच कायमची.... नाही तर जा त्या डेव्हिडसोबत.... तुला काय, कुठेही राहिली तरी फरक पडतो गं...?''

अविनाशचा रुद्रावतार पाहून सुनेत्रा विशेष काहीही न बोलता परत आली... लग्नातले सारे विधी पार पडले... यानिमित्ताने सुनेत्राची सर्व नातेवाइकांशी भेट झाली होती. अविनाशच्या आक्रस्ताळ्या स्वभावामुळे तिची सर्व नाती तुटल्यासारखीच झाली होती... सर्वांच्या मनाविरुद्ध जाऊन तिने प्रदीपशी घेतलेल्या घटस्फोटाचा आणि अविनाशशी केलेल्या दुसऱ्या विवाहाचा निर्णय दोन्ही मोठ्या बहिणी, त्यांचे नातेवाइकांसकट कुणालाच रुचला नव्हता. त्यात भरीस भर आकाश आईसोबत राहत नाही, ही एक सर्वश्रुत गोष्ट... त्यामुळे सुनेत्रा स्वत:च कुणाकडे जाणे टाळत असे... नोकरी आणि घर, एवढेच तिचे भावविश्व राहिले होते... नोकरीमधल्याही इतर ॲक्टिव्हिटीजमध्ये ती पूर्वीसारखी सहभागी होत नव्हती, कारण अविनाशला हेही आवडत नसे... अविनाशच्या स्वभावाची नसन् नस ती आता पारखून होती... आयुष्याच्या या वळणावर जगासमोर आणखी धिंडवडे नकोत म्हणून तिने शांतपणे जगणे, कमी बोलणे... असाच पवित्रा आताशा धारण केलेला होता. त्यामुळे तोच तिचा स्वभाव होऊन गेला होता....

सायंकाळी सायलीला निरोप देण्याचा कार्यक्रम पार पडला.... लग्न प्रसंगातला हा एक भावविव्हळ सोहळा... सारे वातावरण भारावलेले... सायली एक-एका नात्याजवळ थांबून आशीर्वाद घेत होती... सुनेत्राजवळही आली... सायलीपेक्षा सुनेत्राच फार भारावलेली होती.... जणू नियतीने कालपर्यंत साठलेल्या अश्रूंना ती वाट मोकळी करून देऊ पाहत होती.

''सायली, रडू नकोस. तू पुण्यात येत आहेस. काळजी करू नकोस, मी आहेच... तिथे...'' असे म्हणत सायलीला निरोप दिला. सायली नववधूच्या पावलांनी निरोप घेऊन निघाली... साऱ्या सभागृहातील जणू रौनकच गेली, सारेच परतीच्या मार्गाला लागले. अविनाशसोबत जावे की थांबावे.... गेलं तर ताई काय म्हणेल? आई व आकाश किती रागावतील? आणि नाही गेले, तर अविनाशचा तमाशा ठरलेला....

डेव्हिड या लग्नात दिसल्यापासून तसंही दिवसभर...... त्याच डोकं ठिकाणावर नाही..... डेव्हिडला मीच बोलावलं म्हणून तो आला... तो नवऱ्या मुलाकडून आला

हे समजून घेण्याच्या मन:स्थितीत नव्हता.... काय करावे? काही सुचत नव्हते...

खूप विचार करून सुनेत्राने अविनाशसोबत परतण्याचा निर्णय घेतला.

तिने आईला आपल्या पद्धतीने जे समजावून सांगायचे ते सांगितले. ताई व भाऊजींना भेटली. "ताई, मी उद्या रिसेप्शनला येते. उद्या सकाळीच यांच्या एका मित्राच्या मुलीचं लग्न आहे पुण्याला... आम्हाला तिथे जाणे खूप आवश्यक आहे. त्यामुळे जाते..." असं खोटंच कारण सांगून निघावं लागलं.

"बरं जा बाई सुनेत्रा, पण उद्या मुलाकडे रिसेप्शनला जरूर ये; मग बाकीचं पुढे बोलूच!"

"बरं अविनाशराव, काही चुकलं असल्यास माफ करा... मी तुम्हाला खूप वेळ नाही देऊ शकलो." भाऊजी अविनाशला म्हणाले.

"नाही— नाही कदमसाहेब, असे काही नाही. आपण वधुपिता, आपली धावपळ आणि व्यस्तता मी पाहतोच आहे." अविनाश हसत म्हणाला.

चला, निघताना तरी हे महाशय सर्वांशी नीट बोलले यातच समाधान मानत सुनेत्रा निघाली... अविनाशला किती दुटप्पी वागता येतं ना? कोणाला शंका पण येणार नाही, हा माझ्याशी इतका वाईट वागत असेल ते!

सुनेत्रा अविनाशसोबत निघाली. गाडी अविनाशच ड्राइव्ह करीत होता...

सुनेत्रा रागातच होती. काही बोलण्याचा प्रश्नच नव्हता...

काहीही बोललं तरी भांडणच होणार, याची पूर्ण कल्पना असल्यामुळे सुनेत्राने काहीच बोलायचे नाही, असे ठरवून टाकले... जखमा करायच्या आणि त्यावर मीठ चोळत राहायचे यात अविनाश किती माहिर आहे, याची सुनेत्रास पूर्ण कल्पना होती. आज तर नेमका डेव्हिडचा विषय मिळाला होता... छळायला...

"काय मग सुनेत्रा मॅडम... पुढचा बेत केव्हाचा ठरला आहे, डेव्हिडसाहेबांना भेटण्याचा?"

सुनेत्रा काहीच बोलली नाही.

"हो, काय बोलणार ना? नाही तरी तुला मला काही सांगायचेच नसते. मी तर यायलाच नको होते... लग्नाला, म्हणजे तुला बरे झाले असते... मला काही कळलेच नसते. डेव्हिडसोबत जे काही तू ठरविले, तेही करता आले असते..."

"हे पाहा अविनाश, तुम्ही काहीही जाणून न घेता माझ्यावर नको ते आरोप लावू नका... लग्न समारंभ आहे. कोणीही परिचित... निमंत्रित असू शकतात. डेव्हिडचा फक्त माझ्याशीच परिचय नाही, तर माझ्या घरातील सर्वांशी आहे. त्याच्या चांगुलपणाने त्याने तो दृढ केलेला आहे. त्याची या लग्नातील भूमिका मलाही

अजिबात माहीत नव्हती. हे लग्नच त्याने जुळविले; त्यामुळे तो वरपक्षाकडून आला, हे तर मलाही लग्नातच कळले... हेच सारं तो मला सांगत होता, की तुम्ही येऊन माझ्यावर डाफरले..."

"अस्सं हो तर... लग्न त्याने जुळविले आणि तुला माहीत असू नये? मला नाही खरं वाटत...!" अविनाश छद्मी हसत म्हणाला.

"नाही वाटत तर राहू द्या, मला नाही आता यापुढे बोलायचे.... उगाच लग्नघरी आपला तमाशा नको म्हणून मी परत आले. आता यापुढे मला काही बोलायचे नाही."

सुनेत्राचे डोके खूप गरगरायला लागले. रडून-रडून डोळे पार सुजले होते. तापही चढला होता...

घरी पोहोचताच... सुनेत्रा चक्कर येऊन पडली... सुनेत्राची ही अवस्था पाहून अविनाश घाबरला... लगेच डॉक्टरांना घेऊन आला. सुनेत्राचे बी.पी. खूप वाढले होते. डॉक्टरांनी औषधे देऊन पुन्हा उद्या चेकअपकरिता बोलावले. कधी कधी शारीरिक श्रमापेक्षाही मानसिक त्राण माणसाला पार शिणवून टाकतो— गलितगात्र करून टाकतो. या त्रासाचा संबंध मनाशी असतो, त्यामुळे साऱ्या प्रकृतीवर त्याचा परिणाम होतच असतो. सुनेत्राच्या बाबतीत नेमकं हेच घडत होतं...

सुनेत्राने केव्हाही, कोणत्याही क्षणी मला सोडून द्यावं, अशा मन:स्थितीत अविनाश असायचा. नव्हे तर, याकरिता नित्य नवनवे आरोप तो करीत असायचा. तर आता याला सोडले तर जग काय म्हणेल... मुलगा, आई, बहिणी काय म्हणतील... म्हणून सुनेत्रा आहे त्या पद्धतीने हे नाते जोडून ठेवायची... त्याकरिता नवनव्या कसरती करायची. असा सुनेत्राचा पवित्रा असायचा... त्यामुळे सुनेत्रा आणि अविनाशचे एका घरात एकत्र राहणे म्हणजे लोकांना वरवरून सुखी संसार वाटत असला, तरी तो एक ज्वालामुखी होता. त्यात होता तो फक्त अंधार आणि दाहच.... त्याचे चटके सुनेत्रा अनुभवत होती.... त्याचाच परिणाम होऊन तिची प्रकृती खालावत चालली होती.... तिला हे जाणवत होते, पण डॉक्टरांकडे जाऊन चेकअप करून घ्यावेही वाटत नव्हते.... आता मात्र असे चक्कर येणे सुरू झाले.... त्याचाच परिणाम डॉक्टरपर्यंत केस गेली. सुनेत्राला ब्लडप्रेशर, शुगर यांनी पार ग्रासले होते. डॉक्टरांनी प्रथम तपासणीतच चिंता व्यक्त केली. साऱ्या तपासण्या त्वरित करायला सांगितल्या...

आज सायंकाळी सायलीच्या लग्नाचा मुलाकडे पुण्याला रिसेप्शन समारंभ होता... सुनेत्राची प्रकृती तर इतकी खालावली होती की, ती जाऊच शकत नव्हती...

एकदा तिला वाटलं की, ताईला व आईला कळवावे— पण म्हटलं जाऊ दे; माझ्या एकटीच्या न जाण्याने काय असा विशेष फरक पडणार...? उद्या सकाळी पाहू या काय करायचे ते...

रात्री आठ-साडेआठ वाजले तरी सुनेत्रा पोचली नाही.... सारेच आकाशला विचारू लागले... आकाशलाही कल्पना नव्हती; तो काय सांगणार? त्याने सुनेत्राला फोन केला.

"आई, अगं, सारे इकडे तुला विचारत आहेत. का अशी वागतेस तू? तुला इथे न यायला काय झाले?"

"अरे आकाश, मला बरं नाही. टेंपरेचर आहे. सारखं डोकं गरगरतंय... त्यामुळे आले नाही. विशेष घाबरण्यासारखं काही नाही. डॉक्टर घरी आले होते. त्यांनी औषधं दिली होती."

आकाशने आजीला सांगितले अन् तो सुनेत्राकडे आला. किती तरी दिवसांनी आज आकाश स्वत:हून सुनेत्राकडे आला होता.

"आई, काय झालं गं तुला?"

आकाशला आलेला पाहून सुनेत्राला रडूच कोसळले. त्याला जवळ घेत म्हणाली, "काय झालं कळत नाही रे बाळा... फार थकवा जाणवतो..."

"आता कशी आहेस? ठीक आहेस ना... आजीने खूप म्हटले, म्हणून आलो मी..... येतो मी.... तिथे सारे माझी वाट पाहत आहेत. माझा मित्र सोबत आहे. तो बाहेर माझी वाट पाहत आहे." आकाश आल्यापावली परत गेला.

"बघ— तुझ्या पोराचं वागणं. कालही माझ्याशी बोलला नाही आणि आता माझ्या घरी येऊन न बोलता गेला." अविनाश गरजत म्हणाला.

सुनेत्रा डोक्यावर पांघरूण घेऊन पडून राहिली... 'काय वैताग नुसता! ना नवरा माझा, ना मुलगा माझा... आणि दोघांनाही वाटते, मी त्यांच्या विरुद्ध कायम एकमेकांना भडकविते... हे देवा, सोडव मला यातून...'

दुसऱ्या दिवशी सकाळी नऊ वाजताच सुनेत्राला भेटायला आई व ताई आल्या... अविनाश बाहेर निघण्याच्या तयारीत होता...

"काय अविनाशराव, आला नाहीत तुम्ही? आम्ही वाट पाहिली तुमची. सुनेत्रास बरं नाही कळलं म्हणून आलो बघायला."

"हो— हो, या ना... माहीत नाही,एकाएकी काय झालं तिला? डॉक्टरांनी साऱ्या टेस्ट करायला सांगितल्या आहेत. करून घेऊ. मी येतो हं ताई, मला खूप महत्त्वाचे काम आहे... निघू मी...?"

“हो, या...” ताई म्हणाली.

आई व ताई सुनेत्राजवळ गेल्या. सुनेत्रा झोपलेलीच होती...

“अगं सुनेत्रा, बघ ताई आलीय तुला भेटायला—” म्हणत आईने तिला उठविले....

“काय आहे सुनेत्रा... नक्की तुला काही तरी झालंय.... का अशी आतल्या आत कुढत चाललीयस?”

“ताई, काय करू, काही कळत नाही. हे जगणे म्हणजे नुसता वैताग आहे, वैताग....”

“आता वैताग कशापायी? सारे तुझेच निर्णय आणि तुझ्या मनासारखंच जगणं. इतका चांगला नवरा, प्रशस्त बंगला, व्यवसाय, तुझी नोकरी, घरात नोकर-चाकर... एका सुखी जगण्यास काय हवं गं आणखी? काही नाही, हे सुखही बोचतंय की काय? की सुखाचा आस्वाद घेणे तुला जमत नाही? काय होतंय नेमकं?” ताई हसत म्हणाली.

“कसलं सुख आणि कसलं काय! हे घर, हा नवरा आणि त्याचा संसार... काही काही माझे नाही...”

“हे काय बोलतेस सुनेत्रा वेड्यासारखी?”

“वेड्यासारखी नाही ताई, खरंच बोलते...”

“अगं, अविनाशरावांचं म्हणणं तरी काय आहे?”

“त्याचं म्हणणं एकच आहे, त्याला आता मी नको— आहे... आणि मला त्याला सोडायचे नाही. मी त्याला सोडून जावे म्हणून नाना प्रकारे तो मला छळत असतो. पती-पत्नीच्या नात्यातल्या ओलावा तर कधीच संपलेला आहे...” सुनेत्राला रडू आवरत नव्हते.

“असं हे कसं काय? त्यांना असं वागायचं होतं, तर त्यांनी मग लग्न कशाला केलं?”

“हो ना, माझंही म्हणणं हेच आहे.”

“ताई, मला फार छळतो गं हा माणूस...” आणि सुनेत्रा अक्षरश: धाय मोकलून रडायला लागली. जणू इतके दिवस थोपविलेला बांध तुटून गेला होता.

“ताई, सुरवातीचे काही दिवस तो आकाशशी चांगला वागला; नव्हे, त्याच्या वागण्याची सुरुवातच आकाशपासून झाली. तो आकाशला बापाचे प्रेम देईल आणि मलाही एका चांगल्या पुरुषाचा आधार मिळेल, हे विचारात घेऊनच मी हे लग्न केले; पण माझा निर्णय पार चुकला गं...!

"तो स्वत: फार बाहेरख्याली आहे. त्याची बाहेर किती तरी बायकांशी लफडी आहेत. दौऱ्यावर जातो ते नेमके याच कारणाकरिता. सुरुवातीला या गोष्टी मला नाही कळायच्या, पण हळूहळू कळायला लागल्या. ड्रायव्हरकडून, कधी त्यांच्या मित्रांकडून, तर कधी एखाद्या प्रसंगातून.... तेव्हा, मलाच डॉमिनेट करण्यासाठी माझ्यावरच संशय घेणे सुरू केले. माझ्या स्वभावाप्रमाणे माझे किती तरी मित्र-मैत्रिणींचे सर्कल होते. त्याने त्या सर्वांना वेगवेगळे विरुद्ध जोडून ठेवले.... माझी प्रगती, माझे स्वातंत्र्य, माझं कार्य ह्याची तर केव्हाच वाट लावून टाकली. मला माझ्या आवडत्या कार्यक्षेत्रात खूप छान काम करण्यास प्रोत्साहन मिळेल, एका नव्या उमेदीने मला जगता येईल... या सर्व आशांवर पाणी पडलं...... मी तर सारंच सोडून दिलंय आता.... तर सतत मला 'नोकरी सोड' म्हणतो.... मी काय करू, ताई नोकरी सोडून? रोजच याचं मला 'निघून जा' म्हणून सुरू असतं. आपल्या परीनं हे शिवधनुष्य मी पेलत आहे. शेवटी अशक्यच झाले, तर ही नोकरीच माझा आधार आहे ना ताई! 'माझ्या प्रॉपर्टीतून तुला छदाम मिळणार नाही' असे कायमच म्हणत असतो. मला आकाशचे शिक्षण करायचे आहे. आताच आकाशला बारावीची ॲडमिशन व ट्युशन्स लावावयाच्या होत्या. माझ्याकडे पैसे कमी पडत होते, तर त्याने दिले नाहीत... असं सारं माझं त्रांगडं आहे. बरं झालं, आई आहे म्हणून, नाही तर आता आकाशचं कसं झालं असतं?"

"फारच वाईट वाटलं गं सुनेत्रा... आईनेही कधी सांगितलं नाही." ताई हताशपणे म्हणाली.

आई आश्चर्यचकित होऊन म्हणाली,

"मला हे सारं आजच कळलं आहे! सुनेत्रा, तुला राग येईल; पण सांगू? तू प्रदीपशी घटस्फोट घेतला, इथेच तुझं चुकलं.... तो इतका वाईट माणूस नव्हता. आता तर कळले की, नुसता दारू पिऊन असतो. कॉलेजमध्येही पिऊनच जातो. पण आपलं शिकवण्याचं काम व्यवस्थित करतो... त्याने दुसरं लग्न केलं नाही.... त्याची आई असते त्याच्याजवळ... स्त्रीजातीवरचा विश्वासच उडाला... माझा मुलगा एक दिवस माझ्याकडे येईलच, असे म्हणतो आणि खरंच आहे. अलीकडे आकाश त्याच्या बाबांना भेटतो, असे मला त्याच्या मित्रांकडून कळले." आई म्हणाली.

"आई, माझ्या जीवनाचं हे असं त्रांगडं होऊन बसलंय.... कॉलेजमध्ये गेलं की, एक वेगळंच वातावरण! कॉलेजमध्ये माझा प्रदीपशी काही संबंध येत नाही; पण कधी तरी येतोसुद्धा, नाही असे नाही.... पण सारे सहकारी, काहीही बोलत नाहीत... एक प्रकारे सहकार्यच करतात... प्राचार्य तर इतके चांगले आहेत की, ते कसं म्हणून

प्रदीप आणि माझं काम क्रॉस होऊ देत नाहीत... पण कधी काळी समोरासमोर किंवा एकत्र येण्याचा प्रसंग येतोच... माझ्याकरिता त्याच्या नजरेत मला कधीच द्वेष दिसत नाही, की तो कुठे मला त्रास होईल असं वागत नाही; बोलत नाही.... एक प्रकारे माझ्या जगण्याला सहकार्यच नाही का?''

"हे बघ सुनेत्रा, तू अविनाशला वाऱ्यावर सोडू नकोस. कितीही झालं तरी त्याची बायको आहेस तू! दहा-बारा वर्षांचा संसार झाला... लग्न म्हणजे काही बाहुला-बाहुलीचा खेळ नव्हे.'' आई म्हणाली.

सारं ऐकून ताईला फारच वाईट वाटलं.

"सुनेत्रा, बाबांना तुझा किती अभिमान वाटायचा.... सुनेत्रा माझी मुलगी नाही, मुलगा आहे— म्हणायचे.... आज बाबा असते, तर त्यांना फारच वाईट वाटलं असतं गं.''

थोडा वेळ थांबून ताई व आई गेल्या....

डॉक्टरांनी सांगितलेल्या साऱ्या टेस्टचे रिपोर्ट आज मिळाले होते. ब्लडप्रेशर, शुगर, वीकनेस, हिमोग्लोबिनचे प्रमाण कमी असणे, हे अपेक्षेप्रमाणे सारे प्रॉब्लेम क्रीएट झाले होते. आता यापुढे डॉक्टरांच्या सल्ल्याप्रमाणे वागणे आवश्यक होते... दवाखान्यातून बाहेर पडताना सुनेत्राच्या मनात भावनांनी गर्दी केली. जिथे मन अशांत आहे, तिथे औषधांनी काय होणार?

दवाखान्याचा अहवाल रात्री अविनाशला सांगितला...

"ही सारी तू लावून घेतलेली दुखणी आहेत. सुट्ट्या घ्याव्यात, आराम करावा... मी तर म्हणतो, सोड ती टुकार नोकरी... पण माझं ऐकायचंच नाही ना...''

अपेक्षेप्रमाणे अविनाशची रुक्ष प्रतिक्रिया...! आता हे असेच जगणे भाग होते.... वाद होऊन त्रास करवून घ्यायचा नसेल तर गप्प राहायचं... त्याला करू द्यायचं त्याच्या मनाप्रमाणे... मी माझ्या मनाप्रमाणे म्हणजे फक्त नोकरी करायची. त्याव्यतिरिक्त काहीही केलेलं... त्यानिमित्त कुठे गेलेलं... काही काहीच नाही.... असं हे नीरस आयुष्य वाट्याला आलं होतं, जे जगणं भाग होतं. आकाशच्या शिक्षणाची जबाबदारी होती ना डोक्यावर! ती तर पार पाडायची मलाच होती ना...!

◈◈◈

१६

आकाशचा बारावीचा निकाल लागला.... त्याच्या मनासारखे शिक्षण त्याला घेता येईल इतके गुण त्याने मिळविले होते. पुण्याच्याच नामवंत इंजिनिअरिंग कॉलेजमध्ये त्याला ॲडमिशन मिळाली. आता आकाशचे शिक्षण डिस्टर्ब होणार नाही, याची काळजी घेणे जास्त महत्त्वाचे होते. सुनेत्राचे जगणे ज्या वाटेवरून सुरू होते, तसेच सुरू राहिले. ती वाट बदलून जगणे म्हणजे आयुष्याच्या या वळणावर निव्वळ मूर्खपणा ठरेल, हे सुनेत्रासही कळत होते.

दिवसामागून दिवस जात होते. नव्हे, सुनेत्रा रेटत होती... कधी औषध नियमित घ्यायची, कधी नाही. त्यामुळे प्रकृतीचा त्रास एकदम वाढला की, डॉक्टरांकडे धावाधाव करणे आले. असे सारे सुरू होते. सायली पुण्यात होती, तेवढे एक बरे होते... नाही-नाही म्हणता माझी व्यथा सायलीलाही कळलीच.... फारच समजदार पोर होती.... माझं सारं जगणं तिनं समजून घेतलं होतं.... बऱ्याच दिवसांत सायलीची भेटच नाही. त्यामुळे फोनवर ठरविल्याप्रमाणे सायलीकडे पोचली... नव्हे, सायलीनेच बोलावले होते..... पाहते तर काय— आज सायलीच्या लग्नाचा पहिला वाढदिवस होता.... सुनेत्राच्याही काही डोक्यातच आले नाही. त्यामुळे तिने सायली-समीरकरिता काही गिफ्ट नेलेच नाही. आता कसे करावे, या विचारातच होती की; डेव्हिड तिथे पोचला... सुनेत्राला पाहताच एक आनंद त्याच्या चेहऱ्यावर झळकला.

"कशी आहेस सुनेत्रा? म्हणजे तुझी प्रकृती कशी आहे? मला तुझ्या प्रकृतीबद्दल ताई व सायलीकडूनच कळलं... पण—"

"पण काय डेव्हिड, बोल ना..."

"माझ्यामुळे उगाच तुला त्रास होतो तुझ्या नवऱ्याचा... त्यामुळे मी आलो नाही. पण तुझ्या तब्येतीची मी सायलीकडे सतत चौकशी करीत असतो... या शहरात तुझी काळजी घेणारेही कुणी राहतात बरं... उगाच स्वत:ला एकटी समजत जाऊ

नकोस....''

डेव्हिडचे भावपूर्ण शब्द का कोण जाणे.... आज सुनेत्राला खूपच भावले.... आधार देणारे वाटले....

काहीही न बोलता.... ती डेव्हिडकडे पाहत राहिली.... पाहता-पाहता डोळे पाण्याने भरून आले....

''अरे, हे काय सुनेत्रा.... अगं, मी मित्र आहे तुझा.... तुझा तो अविनाश नसेल जाणत, इतकं तुझं मन जाणतो मी...''

''हो का? बरं, ठीक आहे. आता माझं एक काम करतोस का?''

''काय...?''

''जरा इकडे ये ना—''

तिने त्याला बाहेरच्या व्हरांड्यात बोलावले.

''अरे डेव्हिड, माझ्या रामरगाड्यात मी पार विसरून गेले की, आज सायलीकडे तिने कशाला बोलावले. मी काही गिफ्ट आणलेच नाही... आज तिच्या आईच्या जागी मावशी म्हणून मी आहे. मला काही तरी गिफ्ट तर द्यावेच लागेल. तू घेऊन येतोस का— एक साडी, एक शर्ट?''

''अगं, मला काय कळेल त्या साडी प्रकारातलं? आपण जाऊ या ना, या जवळपासच्या मार्केटमध्ये माझ्या कारने.''

डेव्हिडसोबत बाहेर जायचे? किती साधी गोष्ट आणि कारणही किती सरळ, पण सुनेत्राला आलंच दडपण... पण पर्यायच नव्हता... त्यामुळे गेली...

अर्ध्या तासातच परत आली. सायलीसाठी स्वत:च्या पसंतीची सुरेख साडी व डेव्हिडच्या पसंतीने समीरसाठी शर्ट आणला.

खूप नाही, पण काही मोजकी मित्रमंडळी तर होतीच. बऱ्याच दिवसांत सुनेत्राचा आजचा दिवस छान गेला होता.

सायंकाळी अतिशय आनंदात घरी पोचली.

''या बाईसाहेब.... आल्या आपल्या प्रियकरासोबत भटकून आणि त्याला भेटून?'' दारात पाय ठेवताच छद्मी हसत अविनाश म्हणाला...

''म्हणजे ...?''

''अरे व्वा! म्हणजे... जसे मी काही खोटंच बोलतो.... मीच पाहिले तुम्हाला केदार मार्केटमध्ये डेव्हिडसोबत फिरताना....''

''अहो, पाहिले ते बरोबर आहे.... पण त्यापुढचं कारण तर ऐकून घ्यायचं ना?''

“कसलं गं कारण....? माझं तर लक्षही नव्हतं.... सोबतच्या मित्रानं दाखविलं, म्हणून लक्षात आलं.... मला तर आश्चर्यच वाटलं तुला मेन्सवेअरमध्ये शिरताना पाहून! तो डेव्हिड त्याची खरेदी तुझ्या मनाने करतो, की तू दिलं त्याला काही घेऊन? माझ्यासाठी कधी काही आणलेले नाही आठवत मला...?”

“अविनाश, मला काही बोलू द्याल का? सारं आडव्यातच घेणार का?”

“कसलं गं आडव्यात? मी म्हणतोय ते खोटं आहे की काय?”

“नाही... खरंच आहे ते, पण...”

“पण... काय? पण सारी दुनिया पाहून चुकलोय मी... शिकवू नकोस मला...”

अविनाश पूर्ण भांडण्याच्या पवित्र्यात होता, जणू त्याला काही ऐकायचेच नव्हते... सुनेत्रा शांत बसून राहिली... पण विचार केला— खरे काय ते अविनाशला सांगायलाच हवे, नाही तर उगाच त्याचं बरळणं कित्येक दिवस ऐकावं लागेल...

“हे बघा अविनाश, आज सायलीच्या लग्नाची ॲनिव्हर्सरी होती. तिला व समीरला गिफ्ट देणे आवश्यक नव्हते का? ते घ्यायला मी डेव्हिडसोबत मार्केटमध्ये गेले होते.”

“अरे व्वा! हे म्हणजे तर त्याहूनही भारी! त्या सायलीने फक्त मावशीलाच बोलावले; मला बोलावणे तिला आवश्यक वाटले नाही का?”

“नाही हो, तिने मला बोलाविले तेव्हा सहजच वाटले. गेल्यानंतर कारण कळले... तिने जाताच मला तुमच्याबद्दल विचारले... फोनवर म्हणाली. पण मला माहीत होतं, तुम्हाला असं वेळेवर बोलवलेलं आवडणार नाही... तुमच्याशिवाय मी एकटीच निघून आले, या सर्वांचा राग येणार.... म्हणून मीच तिला राहू दे म्हटलं...”

“हो ना, मी आलो असतो तर उगाच तुला अऽसा... enjoy कसा करता आला असता ना...? मला नसतं मूर्ख बनवून ठेवलंस गं... या मूर्खाचा पिच्छा सोड म्हणतो, तर ऐकतही नाही...”

“अविनाश, हे काय नेहमी नेहमी पिच्छा सोड म्हणता... मी काय स्वत:हून मागे लागले होते तुमच्या? तुम्हीच मला बाध्य केलंत लग्न करायला अन् नसता वनवास भोगायला...”

“वनवासातून जाताही येतं ना....”

“कुठे जाऊ मी?”

“तुला काय कमी आहे? स्वतंत्र विचारांची स्त्री ना तू.... मनाप्रमाणे आयुष्य

जगावं वाटणारी.... वाटेल तेव्हा नवा पुरुष पकडणारी! तुला काय कमी आहे? किती तरी चाहते आहेतच तुझे! नाही तर तो डेव्हिड तर आहेच.... च्यायला, काय फसलो मी या नालायक बाईच्या वांध्यात.''

"अविनाश, काय बोलताय तुम्ही?''

"हो, बोलतो. जा, तुला काय करायचं ते कर... पण माझा पिच्छा सोड... मला अजिबात नको आहेस तू... "हो, म्हणजे मग खुलेआम लफडी करायला मोकळीक. तुझ्यासारखी दगड, थंड, नीरस बाई नकोच मला माझ्या आयुष्यात... अक्षरश: वीट आलाय मला तुझा...''

आज वाद फारच विकोपाला गेला...

उदास मन सोबतीला घेऊन सुनेत्रा अश्रू ढाळत राहिली...

'आजकाल अविनाशच्या वागण्याचा फारच अतिरेक झाला होता. मी अशी आश्रितासारखी त्याच्या दारात का पडून आहे? खरंच, कुठे गेला माझा तो स्वतंत्र बाणा? का सहन करते मी हे सारं काही... प्रश्नांची उत्तरं सापडता सापडत नव्हती.... उत्तर फक्त एकच.... आकाशचं शिक्षण डिस्टर्ब होऊ नये.... तो आता मोठा होतो आहे. तसेही त्याच्याही मनात मला काहीच स्थान नाही. त्याला एकच समजते... आपल्या स्वातंत्र्यासाठी तिने माझ्या बाबांसारख्या सरळ-साध्या माणसाला सोडून अविनाशसारख्या स्वच्छंदी माणसाची साथ स्वीकारली हे...' पण वास्तवात तर सुनेत्रा सर्वच बाजूंनी एकटी पडलेली होती.

आज सकाळी उठल्यापासूनच प्रकृती ठीक वाटत नव्हती. पण या आजारामुळे इतक्या सुट्ट्या झाल्या होत्या की, सुट्ट्याही शिल्लक नव्हत्या... तसेच कॉलेजमध्ये जाऊन बसायचेच होते... असा विचार करून सुनेत्रा कॉलेजमध्ये पोचली... स्टाफरूममध्ये विशेष असे कुणीच नव्हते... कुणी तरी प्राध्यापक हॉलच्या त्या एका कोपऱ्यावर पेपर वाचत बसले होते... सुनेत्राने जवळचे पेपर्स काढले... तपासत बसली... पाच-दहा मिनिटं झाली असतील की, डोक एकदम गरगरायला लागलं... आणि चक्कर येऊन खाली पडली... धूमऽधडाऽम... आवाज झाला. स्टाफरूममध्ये कुणीच नव्हते. पेपर वाचत असलेल्या प्राध्यापकांनी हातातला पेपर बाजूला ठेवला... धावत येऊन सुनेत्राला उचलले... खुर्चीत बसवणार... सुनेत्राचे दंड त्यांनी पकडले, उचलण्याच्या पवित्र्यात.... तेवढ्यात तास संपल्याची वेळ झाली. पाच-सहा प्राध्यापक क्षणात कक्षात दाखल झाले... सारेच ते दृश्य पाहून अवाक् राहिले... सुनेत्रा चक्क प्रा. प्रदीपच्या मांडीवर आणि ते तिच्या तोंडावर पाण्याचा हबका मारत आहेत.

प्रा. जोशी मॅडमने लगेच सुनेत्राला सावरले... खुर्चीत बसवले.... सुनेत्राला

चांगलीच चक्कर आली होती. साऱ्या कॉलेजमध्ये धावपळ उडाली. पाचच मिनिटांत डॉक्टरांना पाचरण करण्यात आले... सुनेत्राच्या प्रकृतीचे गांभीर्य लक्षात घेता, डॉक्टरांनी तिला ॲडमिट करवून घेतले... या धावपळीत प्रा. प्रदीपही कॉलेजसहयोगी म्हणून सोबत होते...

बातमी अविनाशला कळविली गेली. अविनाश लगेच दवाखान्यात पोचला... डॉक्टरांनी अविनाशला सुनेत्राच्या प्रकृतीबाबत सांगितले. कमीत कमी २४ तास आयसीयूमध्ये ठेवावे लागेल. डॉक्टरांनी सांगितल्याप्रमाणे सर्व उपचार सुरू होते...

आई, आकाश, सायली, समीर— सारे सुनेत्राच्या प्रकृतीकडे लक्ष ठेवून होते. दोन दिवसांनंतर.... सुनेत्राच्या प्रकृतीत बरीच सुधारणा झाली, तरी चार-पाच दिवस डॉक्टरांनी दवाखान्यात ॲडमिट राहायला सांगितले... अचानक महत्त्वाचे काम आल्यामुळे बंगलोरला जावे लागत असल्याचे सांगून अविनाश निघून गेला...

त्याच दिवशी दुपारी सुनेत्राला दवाखान्यात भेटायला वीणा आली. वीणाला पाहून सुनेत्राला फार बरे वाटले...

''कशी आहेस सुनेत्रा? का गं, अशी तब्येत करून घेतलीस स्वत:ची?''

''कुणी कळवलं तुला? अविनाशने सांगणे तर मला शक्यच वाटत नाही.''

''सुनेत्रा, खरं सांगू? मला प्रदीपने सांगितले. कालच प्रदीप माझ्या घरी येऊन गेला... त्या दिवशी एकाएकी तू कशी कोसळलीस इथपासून ते तुझ्या एकूणच तब्येतीबद्दल सारेच त्याने मला सांगितले... अजून बरेच काही बोलला...''

सुनेत्रा शून्यात एकटक नजर लावून पाहत राहिली...

''सुनेत्रा, कसला विचार करतेस? काही विचार करू नकोस... सारं ठीक होईल.'' वीणा म्हणाली.

जणू सुनेत्रा अबोलच होऊन गेली होती. सुनेत्राला त्या दिवशी प्रदीपने सावरले... उचलले... दवाखान्यापर्यंत पोचविले... ही वार्ता कॉलेजमध्ये कर्णोपकर्णी झाली... लोकांना नुसता विषयच चघळायला मिळाला. वास्तविक पाहता, प्रदीपच्या जागी कुणीही असती तरी ती व्यक्ती तशीच वागली असती... पण प्रदीप हा सुनेत्राचा पूर्वपती आणि आता त्यांच्यात घटस्फोट झालेला... त्यामुळे ते आता एकमेकांकडे पाहतात... बोलतात, इंटरेस्ट घेतात— यासारख्या चर्चेस उधाण आले. दबक्या सुरात बोलणारे लोक उघडपणे बोलायला लागले.

आज चवथा दिवस होता... फार बरं वाटत होतं. डॉक्टरांनी आणखी तीन-चार दिवस ॲडमिटच राहायला सांगितलं होतं. नाही तरी घरी जाऊन तरी काय? ते घर तरी वाटतं का? नुसतं स्मशान... आणि अविनाशला तरी किती काळजी

माझी...? गेलाच आपल्या कामाकरिता बाहेरगावी...

सकाळी दहाला आई आली... जेवणाचा डबा घेऊन... 'खरंच, आईला किती त्रास दिला ना मी या वयात? शारीरिक तर देतेच आहे, पण मानसिकही... पण काय करणार?' सुनेत्रा विचार करत राहिली.

"सुनेत्रा, डेव्हिड नाही आला का गं? काल माझ्याकडे आला होता. मी त्याला सांगितले, तुझी तब्येत आता बरी आहे.... बहुतेक आज येईल तो भेटायला... बरं, मी येऊ का?... येते पुन्हा चार वाजता... आकाश घरी एकटा आहे, त्याची पण परीक्षा सुरू आहे ना—"

"हो आई, तू जा... आता सायली येईलच एवढ्यात आणि मला काही लागले, तर इथे सिस्टर वगैरे आहेतच..."

आई गेली. जेवणानंतरची औषधं घेऊन सुनेत्रा झोपली.... दुपारी एकच्या दरम्यान डेव्हिड आला भेटायला...

"हॅलो सुनेत्रा, कशी आहेस?"

"ठीक आहे आता."

"सुनेत्रा, काय तब्येत करून घेतलीस? मला माहीत आहे, तुला काहीही झालेलं नाही.... तुझ्या मनात साचलेले जे मळभ आहे.... ते तुला अस्वस्थ करतं...."

"हो डेव्हिड, अगदी अचूक ओळखलंस तू..."

"का नाही ओळखणार? तू नाही ओळखलंस मला...?"

"म्हणजे...?"

"म्हणजे, सुनेत्रा, तुझी ही अवस्था पाहावत नाही गं माझ्याकडून. अगदी दया येते मला तुझी... कशी अवस्था झाली आहे तुझी! अक्षरश: एखाद्या वाघाच्या पिंजऱ्यात बांधलेली जणू बकरी— असं जगते आहेस. कुठे गेला तुझ्यातला तो बाणेदारपणा, ती निर्भीड वृत्ती? का सहन करतेस अविनाशचे सारे अत्याचार?"

सुनेत्रा आश्चर्याने त्याच्याकडे पाहत राहिली.

"तुला कसं माहीत?"

"कसं माहीत म्हणजे? सुनेत्रा, तुझा एक-एक दिवस मला माहीत आहे... तू सांगितलं नाही तरी! सुनेत्रा, तुला माहीत नाही, पण मी मात्र कायम तुझ्याजवळ राहिलो आहे. हा अविनाश मला राक्षस वाटतो. तुला माहीत आहे का, त्या दिवशी कॉलेजमध्ये तुला प्रदीपने उचलले, ही गोष्ट त्याला तुझ्या कॉलेजमधल्या कुणी तरी सांगितली. त्यावर तो सायलीजवळ काहीबाही बोलला... तू बरी झालीस की, तो विषय आता त्याच्यासाठी नेहमीचाच होणार आहे. मला त्याहीपुढचं चित्र दिसतं. तो

नोकरी सोड म्हणून तगादा लावणार...''

"बापरे! एवढं सारं घडलं तर...'' —सुनेत्रा.

"पण सुनेत्रा, तू नोकरी सोडायची नाहीस.'' डेव्हिड म्हणाला.

"मी नोकरी सोडूच शकत नाही.... आता मला जगायचे आहे ते आकाशकरिता... त्याच्या शिक्षणाचा खर्च कोण करणार? एकदा तो इंजिनिअर झाला... आपल्या पायावर उभा राहिला की, माझ्या जगण्याचा उद्देशच संपला...!''

"सुनेत्रा, तू एक वेळ अविनाशला सोड; पण नोकरी सोडू नकोस...'' डेव्हिड कळवळून म्हणाला.

"अरे, पण अविनाशला कसे सोडू....? तो मला जगू देईल का...?''

"का जगू देणार नाही? हे बघ सुनेत्रा, तू इतरांचा विचार करता-करता स्वत: संपत आहेस, हे तुला कळतं का?''

"अरे, पण...''

"अरे, पण काय?'' असे म्हणत डेव्हिडने सुनेत्राचा हात हातात घेतला...

"अरे, हे काय?''

"सुनेत्रा, हे बघ... मी तुझ्यासोबत आहे...''

"म्हणजे...?''

"सुनेत्रा, अगदी सुरवातीपासून मी तुला आपले मानले; पण आयुष्यच असं वळण घेत गेलं की, मला माझ्या मनातलं बोलायला कधी संधीच मिळाली नाही. मी अमेरिकेहून आलो, तेव्हा प्रदीपसोबत तुझे लग्न झाले होते... मी लग्नच केले नाही. मी फक्त तुझ्यावरच प्रेम केले.... त्यानंतर मी पुन्हा दिल्लीतच राहिलो. आता काही वर्षांपूर्वी माझ्याच कंपनीची एक शाखा इथे पुण्यात उघडली, त्या निमित्ताने आलो. तुझ्याबाबत माहिती काढली असता, सारे-सारे कळले अविनाशबाबत... त्याच्या स्वभावाबाबत कळले.... आणि सुनेत्रा, तुला कल्पना नसेल; हा अविनाश कसा आहे, हे मला तुझ्यापेक्षा जास्त ठाऊक आहे. त्याचा आणि माझा व्यवसाय एकच असल्यामुळे मी त्याला पूर्ण ओळखतो. तू त्याची दुसरी बायको आहेस, हे कळल्यावर मी मनातल्या मनात फार चडफडलो. तुझ्या आयुष्यात एक मित्र... तोही लांबचा— यापलीकडे माझे काहीही स्थान नव्हते. त्यामुळे मी तसाच लांब राहिलो.... पण तरीही कायम तुला न्याहाळत राहिलो....''

सुनेत्रा डेव्हिडकडे पाहतच राहिली...

काय बोलावे, तिला कळत नव्हते... सुचतही नव्हते... तिने अश्रूंना वाट मोकळी करून दिली. "डेव्हिड, माझ्या कानांवर माझा विश्वासच बसत नाहीये. मी

काय ऐकतेय तेच...''

"सुनेत्रा, तू खरोखरच तेच ऐकते आहेस! तू आजही हिंमत हरू नकोस. अगं, हा मानवी जन्म असा घालविण्यासाठी नसतो; तो आपला आहे. आपल्याला आपले जीवन आपल्या मनासारखे जगता आले पाहिजे...''

"डेव्हिड, माझ्या डोक्यात नुसता गुंता झालेला आहे. कधी कधी तर आत्महत्या करण्याचे विचारसुद्धा येतात.''

"सुनेत्रा, अजिबात असे विचार करायचे नाहीत. मी आताही पूर्ण तुझ्यासोबत आहे... तू आपली प्रकृती सांभाळ. स्वत:ला एकटं समजू नकोस... मी तुझ्यासोबत आहे...''

सुनेत्रा फार हवालदिल झाली होती... पण अशा वेळी डेव्हिडचे असे पाठीशी उभे राहणे तिला फारच आधाराचे वाटले... खरंच जीवनात खराखुरा आधार अत्यंत महत्त्वाचा असतो. आपल्यासाठी कोणाच्या तरी डोळ्यांत पाणी येतं, हे फार महत्त्वाचं असतं... त्याकरिता तसं एखादं तरी सहृदयी माणूस आपलं असणं आवश्यक आहे आणि आज असा अचानक आधार गवसल्याची जाणीव सुनेत्राला बरंच बळ देऊन गेली...

"डेव्हिड, तुझं आजचं हे रूप माझ्यासाठी वेगळं आहे. आज मला तुझ्यात साक्षात परमेश्वर दिसतो आहे! आणि खरं सांगू का— हा असा आधार आज माझी गरज आहे, असंही वाटतंय...'

"नक्कीच सुनेत्रा...''

डेव्हिडने सुनेत्राचा हात हातात घेतला. किती तरी वेळ ती त्याच्या हातावर अश्रूंचा अभिषेक करीत राहिली... जणू नवसंजीवन मिळाल्याचा तो आविष्कार होता. डेव्हिडनेही तिला मनसोक्त रडू दिले...

"सुनेत्रा, बघ— काळजी घे... मी तुझ्यासोबत आहे, हे लक्षात ठेव. उद्या येतोच पुन्हा भेटायला...'' डेव्हिडचा पाय निघत नव्हता, पण तो गेला.

डेव्हिडचे आजचे येणे सुनेत्राला खरोखर नवजीवनासारखे वाटले. खरंच, आपल्या सभोवतालची अनेक माणसं आपल्याला कळतच नाही... एखादा प्रसंग आल्याशिवाय खरं अंतरंग उलगडतच नाही... आणि उलगडल्यानंतर आश्चर्य वाटावं, इतकी ती व्यक्ती वेगळी वाटू लागते...

कॉलेजमध्ये चक्कर येऊन पडणे... त्यातून असं दवाखान्यात ॲडमिट होणे, या प्रसंगामुळे सुनेत्राला तिच्या आयुष्यातील तीन पुरुष स्पष्ट दाखविले होते. ज्याच्याशी लग्न केले तो प्रदीप... पती म्हणून आयुष्यातून निघून गेला, तरी एक

सहयोगी म्हणून योग्य प्रकारे वागला... माझ्याविषयी प्रेम नक्कीच जपत राहिला, म्हणूनच दुसरे लग्न केले नाही. पण एक सृजनशील माणूस म्हणता येईल, असाच वागतो आहे; जगतो आहे. मीच त्याच्याशी प्रतारणा केली.

दुसरा पुरुष अविनाश... एखाद्या मृगजळासारखा माझ्या आयुष्यात आला... मी ज्या अपेक्षांनी त्याला स्वीकारले, त्यांतली एकही पूर्ण झाली नाही. उलट, मी पूर्णत: बंदिस्त झाले. एक राक्षसच पदोपदी मला त्याने दाखविला आणि आता परत आल्यानंतर कसा वागणार, हेही दिसतच आहे...

आणि आता हा डेव्हिड...! कालपर्यंत माझ्या इतर परिचितांसारखा एक असलेला, एकाएकी आज माझ्या काळजापर्यंत पोहोचला...

काही कळेनासं होतंय... कुठे चाललंय माझं आयुष्य... शीड-सुकाणू नसलेल्या गलबताप्रमाणे भरकटत तर नाहीये ना... हो, भरकटतंय जरूर.... पण या शिडाला दिशा दाखविणाराही योग्य वेळी मिळाला, हेही नसे थोडके... अन्यथा, ही तर माझे गलबत बुडण्याची वेळ.... पण मला माझे गलबत बुडू देता येणार नाही... आकाशच्या पंखांना बळ दिल्याशिवाय मला अस हिंमत हरून चालणार नाही...

सायंकाळी ताई भेटायला आली. नाही म्हटलं तरी सायलीने ताईला कळविलं होतंच...

"सुनेत्रा, अगं, अशी हवालदिल होऊ नकोस. कसल्या तरी दडपणाखाली असल्यासारखी असतेस कायम! काय तुझी अवस्था ही?" ताई केविलवाणेपणाने बोलली...

"ताई, खरंच मला नेहमी खूप घाबरल्यासारखंच वाटत राहतं... मी काही तरी गुन्हाच केलाय, असंच सारखं वाटत राहतंय... सततच्या या कोंडमाऱ्यापायी मला सारं-सारं नीरस वाटतंय गं..."

"हे बघ सुनेत्रा, अजिबात असं काहीही वाटून घेऊ नकोस... कशाचं दडपण येतंय गं तुला...?"

सुनेत्रा विचार करू लागली... 'काय सांगू आता ताईला? डेव्हिड काय बोलून गेला, ते सांगू? नको-नको, काय म्हणेल ती मला...? पण अविनाशसमोर मात्र आता मी भीत राहणार नाही; उगाच त्याच्यासमोर लाचारी पत्करणार नाही. डेव्हिडच्या शब्दांनीच मला खूप आधार दिलाय. आधार असलेले शब्द आपोआप मन जिंकतात आणि अविनाशसारख्यांचे धार असलेले शब्द कायम मन कापतात... मी अनुभवतेय, हे सांगू? नको— नको, काहीच सांगायला नको ताईला सध्या तरी...' सुनेत्राने मनाला सावरले.

“नाही ताई... डॉक्टरांची औषधं मी नियमित घेत नाही ना.... म्हणून सारा हा गोंधळ आहे. आता यापुढे मी नियमित औषधं घेणार...”

“आणि हे काय गं सुनेत्रा... अविनाश गावाला गेलाय म्हणे...?”

“हो, त्यांचं काम सतत बाहेरगावीच असतं. येतील परवा परत. फोन येत असतो ना.”

“हं, ठीक आहे.” ताई गेली...

दुसऱ्या दिवशीही वेळात वेळ काढून डेव्हिड भेटायला आला. डेव्हिडचे येणे सुनेत्राला फारच भावले. जणू मनातून ती त्याची वाटच बघत होती.

‘हे काय झालंय मला...? का एक वेगळेपण जाणवतंय त्याच्याबद्दल.... जणू आत्ताच ओळख झाल्यासारखं... हो, खरी ओळख आत्ताच तर झालीय... कालपर्यंत होता इतरांसारखाच; पण आज वेगळी जागा घेतलीय ना, त्यानं माझ्या मनात!’

“काय सुनेत्रा मॅडम, काय म्हणतेय तब्येत?”

“चांगली आहे. खरं सांगू डेव्हिड, कालपासून मला हे जग वेगळंच भासायला लागलंय— नवजीवन मिळाल्याचा भास होतोय.... जगावंसं वाटू लागलंय आणि सर्वांत महत्त्वाचं म्हणजे, ‘मी चूक नाही’ असं वाटणारं कुणी तरी आहे...”

“हो सुनेत्रा.... हो, मी आहे तुझ्यासोबत. तुझे काय चुकलं हे सांगायला नाही, तर यापुढे तुला हतबल होऊ द्यायचं नाही, हे एवढं करायला...”

डेव्हिडने जाऊच नये, त्याच्याशीच बोलत राहावंसं वाटतंय. जणू कित्येक दिवसांच्या अबोल प्रश्नांना वाट मिळाली होती...

दोन तास होत आले तरी डेव्हिडने जाऊच नये, असेच सुनेत्रास वाटत होते.

“सुनेत्रा, हे बघ, उद्या अविनाश येतोय; तेव्हा मी काही तुला भेटायला येणार नाही... मी येतो म्हणून तुला पुन्हा नको-नको ते बोलेल तो... तुला वाटेल तेव्हा तुला गैरसोईच होणार नाही, असं बघून तू मला फोन कर.... काहीही अडचण असली तरी सांग.... हा बंदा तुझ्यासाठी हजर असेल. पण तुला त्रास होईल, असं मी मुळीच वागणार नाही... आणि उगाच घरी राहू नकोस, कॉलेजला जॉइन हो... बरं वाटेल.”

“हो डेव्हिड... फार बरं वाटेल... असं वाटतं— बरंच झालं, मी आजारी झाले अन् इथे ॲडमिट झाले; अन्यथा तू मला कधी कळलाच नसता...”

डेव्हिड निघतच होता, तेवढ्यात आईपण आली.... जरा वेळ थांबून डेव्हिड निघून गेला...

आज अविनाश परत आल्या-आल्याच आपल्याला भेटायला येईल, असे सुनेत्रास वाटले.... पण महत्त्वाची मीटिंग आहे सांगून तो आलाच नाही.

'काय हा नवरा...? मी इथे अशी आजारी असताना.... अर्थात दुःखात असतानाही यास काही वाटत नाही... माझ्यापेक्षा याला याची कामंच महत्त्वाची वाटतात...? तेव्हा याच्या आयुष्यात माझे नेमके स्थान काय, ते मला आता कळायला हवे... खूप-खूप विचार करत राहणे... उलट... सुलट आणि अगदी थकून गेल्यावर झोपून जाणे... हेच माझे जगणे? आकाशही रोज भेटायला आलाच नाही... मी त्याची आई आहे, त्याच्यामुळेच सारं सोसते आहे.... तरीसुद्धा त्याला माझ्याबद्दल प्रेमच वाटत नाही... मी मात्र कर्तव्याच्या चक्रात अडकून पडलेय.... एका बाजूनं आईचं कर्तव्य पार पाडते, त्याकरिता नवऱ्याचा त्रास सहन करते. दुसरीकडे नवऱ्याचा खोटा-खोटा संसार सांभाळताना मुलाचा त्रास सहन करते. या दोघांनाही पेलताना अक्षरशः थकून जाते, पण त्या दोघांच्याही लेखी माझे मूल्य शून्य...

सुनेत्रा दवाखान्यातून घरी आली... डॉक्टरचे बिल देण्याचा प्रसंग आला.... 'माझ्याकडे पैसे नाहीत' या अविनाशच्या पवित्र्याने सुनेत्रा फार दुखावली.... पदोपदी भांडणाचे मुद्दे उपस्थित करण्यात अविनाश जणू माहिर झालेला... 'तू कमावते ना....? मग तुझी तब्येत सांभाळायला तुझ्याकडे पैसे असायलाच हवेत...' ही त्यावर त्याची भूमिका....

उगाच वाद नको... म्हणून सुनेत्राने दवाखान्याचे बिल दिले. आईसोबत घरी आली. दोन दिवस आई थांबली... पण आकाश आला नाही, तो मित्राकडे थांबला...

परत जाताना आई म्हणाली... "सुनेत्रा, बघ— बाईचं आयुष्य कसं असतं... एकदा वळण चुकलं ना, की सारं चुकतच जातं. वळण चुकल्याचं लक्षात आलं ना, तरी बाईला त्या वाटेवरून चालतच जावं लागतं. त्या वाटेवर पुढे जाताना किती खाचखळगे आहेत, ही वाट कुठे जाते, निश्चित लक्ष्य मिळेल का— याच्या कुठेही सूचक पाट्या दिसत नाहीत.... तेव्हा त्या आपल्या नको वाटत असलेल्या वाटेवरही जीव लावावाच लागतो अन् चालत राहावेच लागते गं! वळताना चूक झाली हे लक्षात आले, यालाच भाग्य समजून पुढे चालत राहावे लागते... सुनेत्रा, आपली काळजी घे... मला तर बाई तुझ्याकडे राहताना मोकळंच वाटत नाही... इकडे मी राहते खरी, पण आकाशची काळजी वाटत राहते...."

"हो, आई. तू आकाशकडेच लक्ष दे, स्वतःला सांभाळण्यास मी समर्थ आहे. मी परवा म्हणजे सोमवारला कॉलेजला जॉइन होते आणि फोन करतच राहणार... तू माझी काळजी करू नकोस... या वाटेवरून कसं चालायचं, हे मीच आता ठरवणार..." सुनेत्राच्या नजरेत एक खंबीरपणा झळकला.

सुनेत्राचे आता नियमित कॉलेजला जाणे सुरू होते. पण एक मात्र जाणवले—

'कॉलेजमधल्या सहकाऱ्यांना माझ्या प्रकृतीबद्दल चिंता वाटण्याऐवजी एक वेगळंच कुतूहल त्यांच्या चेहऱ्यावर दिसत होते. पूर्वीसारखं नीटसं कुणी बोलत नव्हतं... मी दिसले की, मुद्दामच कुणी लक्ष न दिल्यासारखे करून मला टाळतात अन् पाठ फिरली की चेकाळल्यासारखे हसतात— कुत्सितपणे, हे जाणवू लागले.... या लोकांना झालेय तरी काय?' या एका अनामिक प्रश्नाने नकळतच ग्रासले... कितीही लक्ष द्यायचे नाही म्हटले, तरी आजकाल हा त्रास तिला फारच जाणवू लागला होता...

आता दोन महिने होत आले होते. कॉलेजमधल्या वातावरणाचा फार त्रास होऊ लागला होता. 'असा मी काय गुन्हा केला, कळेनासं झालं होतं...' पण त्याचं उत्तरही गवसलंच.... त्या दिवशी कॉलेजमध्ये एक कार्यक्रम होता. घरी पोचायला उशीर झाला. घरी जाऊन पाहते, तर काय— अविनाश आधीच येऊन वाट पाहत बसलेला....!

"इतका उशीर....? मी कधीचा वाट पाहतोय? तुला माहीत नाही का, आपल्याला मोहितेकडे रिसेप्शनला जायचंय ते...?"

"अरे हो, मी विसरलेच! कॉलेजमध्ये कार्यक्रम होता ना, त्यामुळे उशीर झाला..."

"कार्यक्रमामुळे, की कॉलेजमधून घरीच यावंसं वाटत नाही म्हणून...?"

"म्हणजे?"

"म्हणजे काय म्हणजे? मी कधीचा म्हणतोय की नोकरी सोड, पण आपल्या खऱ्या नवऱ्याचं तोंड पाहिल्याशिवाय करमत नाही ना तुला?"

"काय बोलताय अविनाशऽऽ शुद्ध आहे का तुम्हाला?"

"मी काय बोलतोय? सारं जग बोलतय... त्या दिवशी त्यानंच उचललं म्हणे तुला? किती तरी वेळ त्याच्याच बाहुपाशात होतीस तर... काय चवीनं चर्चा करत आहेत लोक! आणि मी मूर्ख... त्यालाच रोज भेटायला जातेस, तरी मी सारं सहन करतो... आपल्या घरात ठेवतोय तुला... तुझ्या कॉलेजमधलेच लोक मला सांगत आहेत... मला तर सारं असह्य झालंय हे..."

आता मात्र सुनेत्राचा बांध तुटला... "बस्स... खूप झालं अविनाश तुमचं...! मला काही ऐकायचे नाहीत हे आरोप!"

"आरोप? अरे, इतकं सारं खरं असताना आरोप म्हणतेस....? काय बाई आहेस गं तू! तुला बाहेर एक नवरा हवा, घरी दुसरा..."

"अविनाशऽऽ मला तुम्हाला काहीही स्पष्टीकरणं द्यायची नाहीत, कारण तुमच पूर्ण दुराग्रह झालेला आहे, जो तुमच्या डोक्याला पटणाराही नाही... तुम्हाला

मी नको आहे, हेच खरं आहे... ठीक आहे...''

"काय ठीक आहे?''

"मी नको आहे ना, तर मलाही तुम्ही नकोत...''

त्यानंतर बराच वेळ अविनाश-सुनेत्रामध्ये भांडण होत राहिले... अविनाश एकटाच रिसेप्शनला गेला... अविनाश रात्री उशिरा रिसेप्शनहून परत आला... पाहतो तर काय, सुनेत्रा घरात नव्हती... तिने टेबलवर लिहून ठेवलेली चिठ्ठी दिसली.

'अविनाश...

तुम्हाला प्रिय वगैरे लिहिण्याचा प्रश्नच येत नाही..... तुम्हाला मी आणि माझं काहीच नकोसं झालंय, त्याची कारणं माझ्यापेक्षा तुम्हालाच माहीत आहेत... या परिस्थितीत आपण एकत्र राहणे संयुक्तिक वाटत नाही. मी जाते आहे कायमची... कृपया माझ्या यापुढच्या आयुष्यात डोकावण्याचा प्रयत्न करू नका... माझं आयुष्य मला जगू द्या, तुमचं तुम्ही जगा...

—सुनेत्रा.

चिठ्ठी वाचून अविनाश खुर्चीत बसला. सुनेत्रा असा निर्णय घेईल, याची त्याला अपेक्षाच नव्हती. चला, तर उद्यापासून आपलेही नवे जीवन सुरू. बायको म्हणून ती मला तरी कुठे हवी होती...?

सुनेत्राला अशी आलेली पाहून आईला अजिबात आश्चर्य वाटलं नाही... जणू हे अपेक्षितच होतं... आकाश घरीच अभ्यास करीत होता... त्याने विशेष दखल घेतली नाही. पण जणू त्याला सुनेत्राचं येणं आवडलंच होतं.

आता एका नवजीवनाला पुन्हा एकदा सुरुवात झाली होती... सुनेत्राचे कॉलेजला जाणे नियमित सुरू होते... आकाशही हळूहळू सुनेत्राशी जुळू लागला होता... आकाशचे सेकंड इयर सुरू होते... एक चांगला मित्र म्हणून डेव्हिड सतत पाठीशी उभा होता... सुनेत्राने पुन्हा स्वत:ला कॉलेजच्या इतर ॲक्टिव्हिटीजमध्ये गुंतवून घेतले होते...

परवाच मुंबईच्या इंग्रजी कॉन्फरन्सकरिता जाऊन आली. काही जुन्या मैत्रिणींची भेट झाली होती.... जणू आयुष्यास आलेली मरगळ सरून पुन्हा नव्याने ही पणती तेजाळू लागली होती. दोन महिन्यांचा कालावधी झाला होता, अविनाशचे घर सोडून... पण त्याने काहीच दखल घेतली नव्हती. सुनेत्राला तर त्याची पुसटशी आठवणही नकोशी वाटायला लागली होती.

कॉलेजमध्ये कामाचा पसाराच इतका वाढला होता की— कोण काय म्हणतंय,

कसं वागतंय याचा विचार करायला सवडच नव्हती...

"सुनेत्रा, आपण नाटकाला जाऊ या का? तू म्हणत असशील, तर मी तीन तिकिटं आणतो... आकाशला विचार..." डेव्हिड त्या दिवशी म्हणाला.

"हो रे डेव्हिड, किती वर्षं झाली असतील... नाटक-सिनेमा या गोष्टी जणू माझ्या आयुष्यातून वजाच झाल्या... मी विचारते आकाशला..." आनंदून सुनेत्राने दुजोरा दिला.

आकाशचे काही जमले नाही...

सुनेत्रा अन् डेव्हिड दोघेच नाटकाला गेले...

काय योगायोग! वीणाही आली, सुमंतसोबत नाटकाला. वीणा बोलली खरी; पण जणू तिला सुनेत्राचे डेव्हिडसोबत असणे भावले नसावे, असे वाटले...

तसेही सुनेत्राने अविनाशला सोडून निघून जाणे तिला आवडले नसल्याचे ती म्हणालीच होती... त्याकरिता ती अविनाशच्या वतीने चार दिवसांपूर्वीच सुनेत्राला भेटली होती आणि म्हणाली होती,

"हे बघ सुनेत्रा... अविनाश हा पुरुष आहे, नवरा आहे तुझा...! घर आहे... घर असलं की होतातच कुरबुरी.... अविनाश मला म्हणाला.... सुनेत्राचे हे असे चिठ्ठी लिहून निघून जाणे मला योग्य वाटले नाही.... ठीक आहे. मी चुकलो असेन, पण तीही चुकलीच आहे ना.... माझा सारा रोष त्या डेव्हिडबद्दल आहे. ती त्याला.... त्याच्या मैत्रीला सोडायला तयार नाही..." अशी अविनाशने बाजू मांडली होती.

पण सुनेत्रा काहीएक ऐकण्याच्या मन:स्थितीतच नव्हती.... कोणतीही तडजोड मान्यच करायची नाही, हे जणू तिने ठरविले होते.... तिचा हा स्वभाव आताशा वीणालाही आवडेनासा झाला होता.... पुन: पुन्हा समजावण्याचा प्रयत्न केला.... अविनाशकडे परत जा, म्हणून अक्षरश: साकडे झाले... पण नाही... शेवटी सुनेत्रा चिडून म्हणाली,

"वीणा, तू माझी फार जुनी, एक चांगली मैत्रीण आहेस ना... ही मैत्री जर तुला अशीच कायम ठेवावयाची असेल, तर प्लीज या विषयावर बोलू नकोस..."

"ठीक आहे सुनेत्रा, आज आपण आयुष्याच्या या वळणावर आहोत. आपलं आयुष्य संपून आपल्या मुलांचं सुरू होतंय... त्यांच्याबाबत विचार करायचा सोडून आपण अजून आपल्यातच गुंतून अडकून पडलोय... शोभतं का हे?

"तू हुशार आहेस, समजदार आहेस. पती-पत्नीच्या नाजूक संबंधांना समजणारी आहेस... परका पुरुष किंवा स्त्री या नात्यात येत असेल, तर हे नाते नक्कीच दुरावते... आणि तुमच्या दोघांच्याही नात्यात हेच कारण पुढे येते आहे...

"अविनाशचे मला माहीत नाही... पण तो तुझ्याबद्दल जे डेव्हिडच्या बाबतीत म्हणतो, तेही बरोबर नाही का? आणि हल्ली तर तुझी आणि त्याची जवळीक फारच वाढली आहे... लोक काय बोलताहेत; माहीत आहे का तुला?"

"हे काय बोलते आहेस वीणा... अगं, तुला माहीत आहे ना, तो माझा कॉलेजपासूनचा मित्र आहे.... आणि आता माझ्या सुख-दुःखातही मैत्री निभावतो आहे... त्याला मी का म्हणून सोडून देऊ...?"

"सुनेत्रा, आपला समाज अजूनही एवढा प्रगत झालेला नाही... नवरा असताना अशी त्रयस्थ पुरुषांसोबतच्या मैत्रीला मान्यता देणारा नाही; तेव्हा तू विचार कर..."

"वीणा, मी पूर्ण विचार केलेला आहे."

"काय विचार केलेला आहेस?"

"की, मी अविनाशकडे परत जाणार नाही; त्याला तशीही मी नकोच आहे."

"सुनेत्रा, तू त्याला नको असतीस, तर त्याने मला तुझ्याशी बोलायला पाठविले असते का?"

"म्हणजे त्याने पाठविले, म्हणून तू आलीस तर!"

"हो. अगं, या लग्नात माझी भूमिका महत्त्वाची आहे; सुमंतने आणि मीच पुढाकार घेतलेला आहे. अविनाशला कोण आहे? दोन बहिणी लग्न झालेल्या... त्या तशाही त्यांच्या संसारात मग्न; पण त्यांनाही वाईट वाटतंय गं तुझ्या अशा जाण्याने."

त्या दिवशी वीणाने परोपरीने सुनेत्राला समजावले, पण ती काहीही ऐकण्याच्या मन:स्थितीत नव्हती. उलट, अविनाशला आता माझं महत्त्व कळू लागलंय... याचाच अभिमान तिला वाटू लागला होता.

अशा त्या पार्श्वभूमीवर आज सुनेत्राला डेव्हिडसोबत आलेला पाहून वीणाला संतापच आला, पण तिने तसे काही दाखविले नाही.

काहीही झाले तरी अविनाशशी काहीच तडजोड करायची नाही, याच तत्त्वावर सुनेत्रा कायम राहिली...

आता आकाशचे इंजिनिअरिंगचे शेवटचे वर्ष होते. अभ्यासातील त्याची प्रगती, प्रोजेक्टला मिळालेली पारितोषिके... विविध सेमिनारमध्ये सहभाग... या सर्वांमुळे कॉलेजच्या अग्रगण्य हुशार मुलांच्या यादीत त्याचे नाव होते. या काळात त्याचे असे 'ऑल राउंडर' होणे सर्वांनीच हेरले होते. आकाशची प्रगती पाहून सुनेत्रा फार समाधानी होती...

या काळात डेव्हिडची सोबत तिला फार मोलाची वाटली. सुख-दुःखाच्या

प्रत्येक प्रसंगात तो सोबत राहिला...

मागील वर्षी आकाशचा मोठा अपघात झाला; अक्षरश: जीव विकत घ्यावा लागला. या अपघाताने सुनेत्रा घाबरून गेली होती. तेव्हा डेव्हिडने केलेली मदत फार महत्त्वाची होती. सायली, समीर, आकाश व डेव्हिड जणू आता सुनेत्राच्या जगण्याचे चार स्तंभ झाले होते. एक आगळे-वेगळे व मुक्त जीवन जगण्याचा आनंद काय असतो, हे सुनेत्रा अनुभवत होती. आता फक्त आकाशला नोकरी लागली की, मोठी जबाबदारी संपली— असे तिला वाटत होते.

◈◈◈

१७

सुनेत्राला परत आणण्याचे सारे प्रयास निरर्थक झाले होते..... 'आता तर ती बिनधास्तपणे जगते आहे... तिच्या स्वभावाप्रमाणे...' हे अविनाशचे ठाम मत झाले होते... आताशा त्याचीही प्रकृती ठीक नव्हती... हार्टचा प्रॉब्लेम सुरू झाला होता... डॉ.नी सांगितल्याप्रमाणे सर्जरी झाली होती... आपल्या भावाच्या संसाराची अशी वाताहत पाहून त्याच्या दोघी बहिणी व्यथित होत होत्या... त्याच्या आजाराच्या काळात सध्या त्याच त्याच्या घरी होत्या...

त्या दिवशी जरा हिंमत करून मोठी बहीण म्हणाली, "अवि अरे... आम्ही बोलू का एकदा वहिनीसोबत...? परत आली तर बरंच होईल..."

"ताई, तुला वाटते का ती परत येईल?"

"अरे, काय होतंय ते बघू तर. प्रयत्न करून पाहायला काय हरकत आहे?"

"तुम्हाला वाटत आहे तर पाहा. पण ताई, माझ्या काही अटी आहेत; त्या मान्य असतील ना, तरच ठीक... अन्यथा, मलाही तिचे परत येणे नको आहे..."

"कोणत्या रे बाबा तुझ्या अटी...?"

"पहिली अट— तिने तिच्या फाजील मित्रांसोबत संबंध ठेवू नयेत. दुसरी अट— नोकरी सोडावी."

"हे बघ अवि... ह्या तुझ्या अटी तू बोलायला हव्यात... ह्या फारच संवेदनशील आहेत. आम्ही कसं बोलणार? आम्ही तुला आणि तिला एकदा एकत्र आणण्याचा प्रयत्न करतो... काय ठरवायचं, ते तुम्ही ठरवा."

दोघींही बहिणी सुनेत्राकडे गेल्या. त्यांनी तिच्यापुढे अक्षरश: साकडे घातले... तेव्हा कुठे एकदा भेटायला तयार झाली... अविनाशच्या घरी यायला सुनेत्रा तयार नव्हती अन् सुनेत्राकडे यायला अविनाश तयार नव्हता, त्यामुळे वीणाच्या घरीच ही मीटिंग होण्याचे ठरले... वीणा आणि अविनाशच्या दोन्ही बहिणींना सुनेत्राने अविनाशकडे

परत यावे, असेच वाटत होते. काय होणार, याकडे सर्वांचेच लक्ष लागले होते... सुनेत्रास अविनाशच्या दोन्ही अटी मान्य नव्हत्या...

ती मीटिंगमध्ये म्हणाली, ''ह्या दोन्ही अटी म्हणजे माझ्या अस्तित्वावर प्रश्न निर्माण करणाऱ्या आणि जगण्याच्या स्वातंत्र्यावर घाला घालणाऱ्या आहेत.... त्याने या अटी आधीच मांडल्या असत्या, तर मी ह्या लग्नाच्या भानगडीतच पडले नसते...'' आतापर्यंत त्याच्या वतीने त्याच्या बहिणीच बोलत होत्या..... आता अविनाश चवताळून उठल्यासारखा बोलला... ''हिची नोकरी अन्य कुठेही असती, तर मला चालली असती; पण ही नोकरी नको. ती का नको, याची कारणं तिलाही ठाऊक आहेत. जग काय बोलतं, तिला ठाऊक नाही. माझी बायको म्हणून तिच्या बाबतीत जगानं हे बोलावं... हे मला सहन होण्याच्या पलीकडे आहे. दुसरी गोष्ट— तिच्या पगाराशी मला काही देणं-घेणं नाही..... मी बायकोचा खर्च पेलू शकतो. आणि तिसरी गोष्ट तिची ती वाह्यात मित्रमंडळी नकोत, ज्यांच्यासोबत ती सध्या स्वातंत्र्य उपभोगत आहे.''

अविनाशच्या ह्या पवित्र्याने सुनेत्रा रागाने लालबुंद झाली. आपल्या नणंदांना आणि वीणास म्हणाली, ''बघितलंत तुम्ही? ऐकलं त्यांच्या मनातलं...? अहो, ही अशी नोकरी मिळणं एवढं सोपं आहे का? नोकरी सोडून मी कशी जगू? ह्या गृहस्थाजवळ माझ्या आजारपणासाठी पैसे नाहीत. माझ्यावर माझ्या मुलाची जबाबदारी आहे, त्याची परवड मला होऊ द्यायची नाही. राहिला माझ्या मित्रमंडळींचा प्रश्न... तर, याबाबत बोलण्याआधी अविनाशने स्वतःच्या वागणुकीचा विचार करावा...'' एकूणच, कोणत्याच विषयावर तडजोड शक्यच नव्हती.

अविनाशही तावातावाने बहिणींना म्हणाला, ''ताई, मी तुम्हाला म्हटले होते ना... ही बाई माझं नवरेपणच मान्य करायला तयार नाही.... तिला तिच्या स्वातंत्र्याच्या कल्पना संसारापेक्षा मोठ्या वाटतात... हे बघ सुनेत्रा, तुला सांगून ठेवतो... माझ्या प्रॉपर्टीतून तुला छदामही मिळणार नाही...'' आणि बरेच काही तो बोलत राहिला...

कोणत्याही निष्कर्षाशिवाय ती निष्फळ मीटिंग संपली. सर्वांत पुढे सुनेत्राच निघून आली. आई घरी वाटच पाहत होती.....

''काय झाले सुनेत्रा, काय म्हणतात ते लोक?''

''काय म्हणणार आई? त्यांचे आपले ते नेहमीचेच मुद्दे.... मला नोकरी सोड म्हणतो! नोकरी सोडून मी कशी जगू? आकाशला कशी जगवू? आज नोकरी आहे म्हणूनच आकाशचं शिक्षण करतेय ना?'' आत्तापर्यंत सारं घरात ऐकत असलेला आकाश चवताळून उठला, ''हे बघ आई, माझे काही कारण सांगू नकोस जगाला;

माझे शिक्षण करायला माझे बाबा तयार आहेत, तू तुझं बघ.''

''हे काय आकाश! हे कुठून आले आता तुझे बाबा? इतके दिवस कुठे होते हे महाशय? आता बरा एकाएकी तुला तुझ्या बाबांचा पुळका आलाय...''

''पुळका म्हणजे, माझे बाबा आहेत ते! उगाच तुला काही वाटू नये म्हणून... अन्यथा, मी आताही त्यांच्याकडे जाऊ शकतो.''

''जाऊ शकतो का? जातच असतोस तू त्यांच्याकडे!''

''मग जाऊ नको तर काय करू? तुमच्या भांडणात माझा किती कोंडमारा होतो आहे, याचा विचार केलास का तू?''

सुनेत्रा डोकं धरून खाली बसली. ''बघ आई, काय चित्र उभं झालंय आज माझ्या जीवनाचं... ज्या लोकांसाठी सारं सोसलं, त्यांना त्याची काहीच जाणीव नाही...'' सुनेत्रा रडू लागली.

''हे बघ सुनेत्रा, शांत हो.... सारं त्रांगडं तर झालंच आता.... ते अविनाश म्हणातात, तर सोड ना नोकरी.... वागून पाहा त्यांच्या मनाने.... अगं, माझ्यानंतर तुझं काय होणार? आकाश पुढे कसा वागेल, काही अंदाज येत नाही.... अन्य कुणाचा आधार नाही. कसाही असला तरी जगासमोर असलेला अविनाश हा तुझा नवरा आहे. शेवटी संसारात तडजोड करावीच लागते. खूप सोसावं लागतं.... त्या सोसण्याने जगणं भाजून-सोलून निघालं तरी सारं झेलावंच लागतं. एक दिवस साऱ्या सोसण्याचं सोनं झाल्याशिवाय राहत नाही.''

''म्हणजे आई, तुलाही आता हेच म्हणायचंय की— की, मी काहीच सोसलं नाही?''

''अगं बाई, हे सोसणं वेगळं; संसार तुटू नये याकरिता लागणारे सोसणे म्हणतेय मी! ते सोसण्याची तयारी ठेवली असतीस, तर प्रदीपची सोबतच सुटली नसती आणि हे नवं त्रांगडं उभं राहिलं नसतं... आणि सुनेत्रा, हल्ली इथे त्या डेव्हिडचं येणं, त्याच्यासोबत तू इकडे-तिकडे जाणं... हे सारे प्रकार मलाही पटत नाहीत... आई झाली म्हणून काय झाले? तुला पूर्वीपासून मी काही बोलले नाही, म्हणून हे सारं घडतंय...''

''आई, आता हे मात्र खूपच झालं हं! अगं, डेव्हिड माझा चांगला मित्र आहे आणि तो आहे म्हणून मी हसते-खेळते आहे; नाही तर आहेच काय माझ्या जीवनात?''

तेवढ्यात डेव्हिड आलाच.... त्याच्याही समोर हा सारा पाढा वाचला गेला.

''सुनेत्रा,— हे बघ, हे आयुष्य तुझं आहे. तुझे निर्णय तूच ठामपणे घेतले पाहिजेत. जगायचं ते तुला आहे...'' डेव्हिडने समजावले. डेव्हिड बराच वेळ

थांबला. तो आला की, सुनेत्राला एक वेगळाच आधार वाटू लागायचा. त्याबाबत कोण काय म्हणतं, याचं काही सोयरसुतकच उरलं नव्हतं. डेव्हिडचा तिला खूप आधार वाटत होता.

"अविनाश, सुनेत्रा काहीही ऐकण्याच्या मन:स्थितीत नाही; हे तू म्हटले होते, ते खरेच निघाले. तेव्हा तूच ठरव बाबा, काय करायचं ते." मोठी ताई अविनाशला म्हणाली.

"हे बघ ताई, माझा व्यवसाय तसाही इथे राहिलाच नाही. अमेरिकेत जायचे अन् स्थायिक व्हायचेही माझे जवळपास निश्चित झाले. त्याहीबाबत मी सुनेत्राला फार पूर्वीपासून सांगत आलो.... माझ्यासोबत तिला तिकडेही यायचे नाही, हेही त्यातले एक कारण आहे. पण त्यापूर्वी मला सुनेत्राला रीतसर घटस्फोट देऊन मोकळं व्हायचं आहे..."

त्याप्रमाणेच अविनाशने सुनेत्राला घटस्फोट दिला. सुनेत्राला त्याच्यापासून फक्त सुटकाच हवी होती. त्यामुळे तिने कोणताही वादाचा मुद्दा उपस्थित केला नाही आणि अविनाशच्या वनवासातून मोकळी झाली. अविनाशने आपल्या सर्व संपत्तीची त्याच्या मनाप्रमाणे वाटणी केली, ज्यामध्ये काही ट्रस्टचा व त्याच्या बहिणींचा समावेश होता. सुनेत्राच्या आयुष्यातला हा टप्पा इथेच संपला. तिच्या आयुष्यातून अविनाश हे नाव आता नेहमीकरिता संपले, याचे तिला वेगळेच समाधान वाटू लागले.

सुनेत्राला आपल्या जीवनात अशा वळणांनी जावं लागेल, असे कधीही वाटले नव्हते... एक फार हुशार, तडफदार मुलगी... स्वतंत्रपणे... बाणेदारपणाने एक सुंदर आदर्श जगाला देईल, असे वाटत होते. पण आपल्याला वाटते तसे घडत नसते. कधी परिस्थितीनुसार वळावेच लागते... कधी कधी आपल्या विचारांना बाजूला ठेवून इतरांकरिता जगावे लागते, इतरांचे ऐकावे लागते... अन्यथा, मनातल्या उड्या ठरल्याप्रमाणे पडतीलच याची खात्री नसते. कधी कधी अगदी खात्रीच्या उड्याही फसतात; मग बिनभरवशाच्या उड्यांचा तर प्रश्नच वेगळा...!

अविनाशने घटस्फोट दिला; हे वृत्त सुनेत्राकरिता आनंददायी होते, तर आईकरिता मन सुन्न करणारे होते. ही पोरगी तिला वाटते तेच करणार, त्यामुळे माझे सांगणेच व्यर्थ...

आताशा आईही सुनेत्राशी या विषयावर फार चर्चा करत नसे. घरात तिघेच, पण तिघेही आपापल्या कार्यात मग्न! सुनेत्राचेही सतत या ना त्या कारणाने मोठमोठ्या शहरात जाणे असे.... प्रत्येक वेळी गेलंच पाहिजे का? या आईच्या, आकाशच्या

म्हणण्याला काहीच अर्थ नसायचा... आताशा सुनेत्राचा स्वभाव पूर्वीसारखाच करारी झाला होता... तिचे निर्णय ती ठामपणे घेत अस. आईला व आकाशला आवडत नसल्यामुळे तिने डेव्हिडला 'येऊ नकोस' असे सांगितले होते. त्यामुळे जो जवळपास येतच नव्हता... खरंच, किती समजदार आहे ना डेव्हिड.... मी त्याच्याशी कशीही वागते, पण तो जराही वाईट वाटून घेत नाही.

आज माझ्या या भरकटलेल्या जीवनात डेव्हिडच एक अशी जागा आहे, जिथे मी मन मोकळं करू शकते...? खरंच, किती गरज आहे जीवनात अशा जागेची...! अविनाशसोबतच्या संसारात होती का अशी जागा माझ्याकडे? अविनाशने कधी शिरू दिलं का त्याच्या मनात? मृग नक्षत्रासारखा, जाळ टाकल्यासारखा आला... "तो स्त्रीलंपट असल्याचे आम्हाला माहीतच होते; पण आता कदाचित नसेलही, असे वाटले." ही गोष्ट वीणाने किती उशिरा सांगितली— जेव्हा मी पार त्या वादळात पूर्णपणे सापडलेली असताना! नित्य फुलांचा सुगंध घ्यायचा अन् नंतर ती चुरगळून फेकून द्यायची— अशा वृत्तीच्या एका ऐय्याशी, श्रीमंत माणसामध्ये मी प्रेम शोधत बसण्याचा प्रश्नच नव्हता... माझ्या देहाचा मनसोक्त उपभोग घेतल्यानंतर मी त्याला नकोशी झाले. केवळ शरीरसुखालाच महत्त्व देणाऱ्या अविनाशमध्ये मला हवा असलेला प्राणसखा कधी गवसलाच नाही... त्यासोबतच त्याची ती व्यसनाधीनता... स्वत:बद्दलचा फाजील अहंकार... पदोपदी माझा अपमान... आणि त्याच्यापासून मला अपत्य होऊ नये याची त्याने घेतलेली दक्षता... बापरे— नको वाटतं सगळं! कशा पुरुषाशी संबंध आले, हे आठवलं तरी नको वाटतं सारं... प्रत्येकाला जगण्यास प्रेम हवं असतं, यावर विश्वासच नसलेल्या अविनाशने मला दिली ती फक्त प्रतारणा...

खरंच, डेव्हिड त्या वळणावर भेटला नसता, तर मी तेव्हाच संपले होते... अविनाश आणि डेव्हिडची तुलनाच होऊ शकत नाही...

किती कित्ती प्रेम करतो माझ्यावर— आणि तेही किती नि:स्वार्थपणे! माझ्याकडून कशा-कशाची अपेक्षा नाही. मला मान्य नाही म्हणून कधी माझ्या शरीरापर्यंत पोहोचला नाही. किती किती मोहाचे क्षण टाळलेत. म्हणाला... 'सुनेत्रा, तू माझ्यावर प्रेम करतेस यातच सारं आलं. शरीर तर नश्वर आहे. शरीरसुखाबाबत मी सर्वस्वी तुझ्यावरच सोडलंय. तुला वाटेल तेव्हाच... याकरिता कधीच जबरदस्ती करणार नाही...' खरंच, त्याच्या अशा वागण्यानेच तर तो मोठा ठरतो.

"मॅडम, आपल्याला प्राचार्यसाहेबांनी ऑफिसमध्ये बोलावलंय." चपराशी सांगत आला.

"ओ.के. येते..."

सुनेत्रा प्रिन्सिपॉलच्या केबिनमध्ये पोचली. "मे आय कम इन सर?..."

"हं! या— या मॅडम, अभिनंदन...!"

"कशासाठी अभिनंदन सर?"

"अहो मॅडम, एक गुड न्यूज आहे आपणासाठी."

"वा: वा! कसली गुड न्यूज आहे सर...?"

"बघा— हे घ्या पत्र, ही गुड न्यूज.... पुढच्या महिन्यात होणाऱ्या इंग्रजी विषयाच्या टोकियो कॉन्फरन्सकरिता तुम्हाला निमंत्रण आले आहे. तुमची तिथे निवड झालीय. पंधरा दिवसांकरिता तुम्हाला जायचंय. आणि खरंच सुनेत्रा मॅडम, तुमच्या गुणवत्तेमुळे आपल्या महाविद्यालयाचे नाव विदेशापर्यंत पोचले. आपल्या संचालक मंडळाला पण तुमचा खूप अभिमान वाटतो हो! आपल्यासारखे व्यक्तिमत्त्व आपल्या महाविद्यालयात आहे याचा आम्हाला नक्कीच मोठेपणा वाटतो."

"नाही सर, मी तर म्हणेन— आपण प्रत्येक वेळी मला संधी दिलीत, त्यामुळे माझी मी मला कळाले...."

"हं मॅडम, आणखी एक विशेष. या वेळी तुमच्या एकटीचीच निवड झालीय, हे विशेष. संपूर्ण भारतातून पाच लोक जाताहेत; लेडीज तुम्ही एकट्याच आहात... हे बघा मॅडम, एकट्याच आहात म्हणून कॅन्सल करू नका. जरूर जा. बाहेरचं जग फार चांगलं आणि को-ऑपरेटिव्ह असतं. तुम्हाला काही मदत लागली तर सांगा. आपण तेथील तशी माहिती काढू."

"मी एकटीच का सर..? दर वेळी माझ्यासोबत कुणी तरी असतंच.... रंजना घोष मॅडम तर जवळपास प्रत्येक वेळी माझ्यासोबत राहिलेल्या आहेत."

"नाही, या वेळी त्यांचे नाव नाही. आपल्या महाविद्यालयातून तुम्ही एकट्याच जात आहात."

"ओ.के. सर, बघते.... शक्यतो जाणारच!"

"ओ.के. मॅडम, बेस्ट ऑफ लक!"

इतकी मोठी न्यूज डेव्हिडला कधी सांगते अन् कधी नाही, असे झाले. सुनेत्राने लगेच डेव्हिडला फोन लावला... "हॅलो डेव्हिड, अ गुड न्यूज."

"हं, बोल."

"अरे, मला टोकियो— जपानला जायचं आहे. इंग्लिश विषयाच्या परिषदेकरिता निमंत्रण आहे... पण... अरे, पण विदेशात जायचं, तेही मेमध्ये. या वेळी माझ्यासोबतही कुणी नाही, मला एकटीलाच जावं लागणार आहे."

“अगं, म्हणून काय झालं? मी भेटतोच तुला सायंकाळी, मग बोलू या.”

“कुठे येतो सायंकाळी?”

“कुठे म्हणजे, तुझ्या घरी येतो!”

“नको— नको, घरी नको येऊस... मीच येते तुझ्या ऑफिसला.”

“इतक्या दूर माझ्या ऑफिसमध्ये येतेस?”

“हो, ते चालेल मला...”

“ये मग...”

ठरल्याप्रमाणे सुनेत्रा दुपारी डेव्हिडच्या ऑफिसला पोचली. सारा वृत्तांत तिने त्याला सांगितला.

“अरे डेव्हिड, मी सकाळी भारी उत्साहात सारे तुला सांगितले, पण नंतर लक्षात आले...”

“काय लक्षात आले?”

“अरे, आकाशची परीक्षा आहे... त्याचे फायनल इयर आहे. नेमकं त्याच्या परीक्षेच्या काळातच हे सेमिनार आलंय— म्हणजे, त्याचे दोन पेपर्स व्हायचे असतील त्या वेळी.”

“हे बघ सुनेत्रा, आकाश काही आता लहान राहिलेला नाही आणि त्याचा अभ्यास काही तू करून घेणार नाहीस; त्यालाच करावा लागणार आहे. तुझ्याकरिता मात्र संधी आहे. त्यातूनच तुला आणखी पुढच्या संधी मिळतील. तुला जायलाच पाहिजे.”

“हो ना डेव्हिड! तू म्हणतोस तेही बरोबर आहे. आणि मी नाही गेले, तर प्रिन्सिपॉलसाहेबांना वाईट वाटेल.”

“हे बघ सुनेत्रा, तू जाणारच. आणि तुझा आक्षेप नसेल, तर मी येतो तुझ्यासोबत.”

“तू...?”

“हो, मी! काय झाले इतके किंचाळायला? बघ, तुझी इच्छा नसेल, तर नाही येत.”

“नाही... पण केवळ माझ्यासाठी तुझ्या कामाचा पसाऱ्यातून तू आठ दिवस माझ्यासोबत देणार, म्हणजे फारच मोठी गोष्ट वाटते मला...”

“मोठी वगैरे नाही. हे बघ सुनेत्रा, व्हिसा वगैरे याकरिता वेळ लागतो. मला तातडीने करावे लागेल. तुझे तर ऑफिशियल आहे, लवकर होईल; पण माझा व्हिसा अर्जंटकरिता एजंटमार्फतच करावा लागेल.”

"डेव्हिड, किती करतोस रे माझ्यासाठी! किती पुण्य केलं असेल ना मी, म्हणून तुझ्यासारखा मित्र मिळाला.... त्या परमेश्वरास मी तुझ्याकरिता एवढंच म्हणेन (निर्मल सोनीच्या) या ओळींतून

"खुदा मेरे मासूम दोस्तको सलामत रखना,
बदलेमें चाहे तो मेरा जीवन तू अमानत रखना...
उसके दिल में हमेशा, दोस्ती की चाहत रखना...
टूटे ना ये दोस्ती कभी, ऐसी मेरी मोहब्बत रखना ।

"या खुदा मेरे दोस्त के बिना जिंदगी कुछ नहीं,
वह तो धडकन है, वरना यह दिल कुछ भी नहीं ।
वह तो जहाँ हसीन है वरना इस जहाँ में कुछ नहीं रखा है,
तू तो 'खुदा' वरना खुदा तू भी कुछ नहीं ।"

"वा भाई, बहुत अच्छा खयाल है आपका दोस्ती के बारेमे!"

"वह तो धडकन है, वरना यह दिल कुछ भी नहीं।"

"वा:! फारच सुंदर! काय ताकद आहे या शब्दांमध्ये, खरंच सुनेत्रा... माझ्यासाठीही तूच माझी धडकन आहेस... आयुष्याच्या इतक्या उशिरा या टप्प्यावर आपण आहोत."

"हो ना डेव्हिड, कधी कधी भानावर येते तेव्हा वाटतं... आपलं काही चुकत तर नाही ना...?"

"नाही सुनेत्रा, काहीच चुकत नाही. अगं, जगण्याच्या प्रत्येकच टप्प्यावर माणसाला प्रेम हवं असतं... त्याकरिता वेगवेगळ्या टप्प्यांवर वेगवेगळ्या नात्यांची गुंफण करून ठेवलेली असते. पण तुझ्या वाट्याला तर सारं रुक्ष वाळवंटच आलंय, म्हणून मला पाठवलंय बघ त्या खुदानं! त्यामुळे तू उगाच गिल्टी वाटून घेऊ नकोस... चल आता, तूर्तास सांग काय करायचं ते. मी तुझ्यासोबत येऊ की नको?"

"ये ना. पण डेव्हिड, तू माझ्यासोबत येणार, हे आकाश व आईस कळायला नको."

"हे बघ सुनेत्रा, माझ्यामुळे तुला त्रास होईल, असं मला काहीच वागायचं नाही. तुझ्या बाजूने तू बघ काय करायचं ते."

"ठीक आहे."

डेव्हिडचा निरोप घेऊन सुनेत्रा निघाली. गाडी चालविताना पूर्ण वेळ तिच्या डोक्यात डेव्हिडचाच विचार होता.

◈◈◈

१८

सुनेत्राची विदेशात प्रोजेक्ट सेमिनारकरिता निवड झाली, या घटनेने तिला एक नवसंजीवन दिले. महाविद्यालयाने तिचा स्वतंत्र सत्कार समारंभ घेतला. सर्व सोशल मीडियाने या वृत्ताला फार प्रसिद्धी दिली. आपल्या या यशाबद्दल ती फार खूष होती.

शेवटी जाण्याचा तो दिवस उगवला. मुंबईच्या छत्रपती विमानतळावरून सुनेत्रा जाणार होती. आकाशची इच्छा होती, पण परीक्षा असल्यामुळे तो मुंबईपर्यंत गेला नाही. "अरे आकाश, काळजी करू नकोस; आमच्यासोबतचे इतर चार लोक आहेत. तू काळजी करू नकोस." असे सांगून आकाशचा, आईचा निरोप घेऊन सुनेत्रा घरून निघाली. आईच्या या उत्तुंग भरारीने या वेळी आकाश प्रथमच सुनेत्रासोबत व्यवस्थित वागू लागला होता.

सुनेत्रा मुंबईला पोचली. मुंबईला डेव्हिड आधीच पोचला होता. सुनेत्राकरिता हा पहिलाच विमानप्रवास व पहिलाच विदेश दौरा होता. त्यामुळे ती जरा बावरलेली होती, पण डेव्हिड सोबत असल्यामुळे अगदी निश्चिंतही होती. विमानतळावर बोर्डिंग पास घेऊन दोघेही बसले.

"डेव्हिड, बघ— नियतीपण काय काय ठरवते ना!"

"काय ठरवते?"

"अविनाश अमेरिकेस स्थायिक होणार, त्यांच्यासोबत मी अमेरिकेत जाणार— ही हक्काची गोष्ट बाजूला सारून मी आज तुझ्यासोबत निघाले विदेशात, हेही विधिलिखितच असेल ना!"

"नक्कीच! त्याशिवाय का हे सारं घडतं आहे?"

विमानात प्रवेश करताच, ते विमान पाहताच सुनेत्राचे डोळे विस्फारले. एखाद्या मोठ्या प्रशस्त सभागृहात आल्यासारखे वाटले. तीन रांगांमध्ये बैठकव्यवस्था,

त्यामध्ये एका बाजूला तीन खुर्च्या— अशा एका रांगेत दहा खुर्च्या आडव्या असलेले... जवळपास पाचशे लोकांची कॅपॅसिटी असलेले हे प्रचंड धूड आकाशात केवळ इंजिनाच्या भरवशावर उडते, याचे लहान मुलाप्रमाणेच तिला कुतूहल वाटले. थाई एअरवेजचे हे विमान होते..... बारा तासांचा विमानप्रवास कसा संपला, कळलेच नाही. सुहास्य वदना एअर होस्टेस आणि त्यांचे पुरुष सहकारी सतत आपल्या खाण्या-पिण्याच्या दिमतीला.... समोरच्या छोट्या टीव्हीच्या स्क्रीनवरून आपण किती उंचीवर आहोत, आता वरून चाललो आहोत, खाली अफाट पसरलेला समुद्र कोणता— हे सतत कळत होते. आणि मी मुद्दाम खिडकीजवळची सीट घेतली होती. पण विमान इतक्याऽ उंचीवरून जात होते की, खालचे काहीच दिसत नव्हते. सर्वत्र नुसते ढगच ढग... किंवा आकाशाची एक निरंतर खोल पोकळी... खऱ्या अर्थाने आकाशाला गवसणी घालणे, याचा अर्थ कळत होता.

डेव्हिडकरिता हे नवे नव्हते. माझे हे कुतूहल पाहण्यात त्याला फार मजा वाटत होती. बारा तासांच्या प्रवासानंतर आमचे विमान जपानमध्ये टोकियोच्या नारिता विमानतळावर लॅन्ड होणार होते. तशा सूचना आम्हाला देण्यात आल्या.

डेव्हिड जणू आता माझा पी.ए.च झाला होता. विद्यापीठाच्या स्टडी कॅम्पसमध्येच आमच्या राहण्याची व्यवस्था करण्यात आलेली होती. डेव्हिडला जपानी भाषा येत असल्यामुळेही आमचे काम बरेच सोपे झाले होते.

टोकियोच्या विमानतळावर पोचताच.... ती भव्यता पाहून मी भारावून गेले.... स्वच्छता, शिस्त व शांतता याचा प्रत्यय येण्याची ती सुरुवात होती.

टॅक्सीने विद्यापीठ कॅम्पसला पोचलो. राहण्याची ती व्यवस्था पाहून अवाक् झालो. शेकडो एकर पसरलेल्या विद्यापीठ परिसरातील निसर्गसौंदर्य.... अक्षरश: वेड लावणारं... जपानबद्दल खूप वाचलं आणि ऐकलं होतं. पण प्रत्यक्ष बघत होते ते सारं सत्य होतं. नजरेत किती साठवू न् किती नको, असं झालेलं. आज रविवार. उद्या सकाळी पहिल्याच सत्रामध्ये माझे प्रेझेंटेशन होते. नाही म्हटले तरी टेन्शन होतेच. तसेही कोणतेही काम असले की, त्याचे टेन्शन घेण्याची माझी जुनीच सवय... तरीही विशेष टेन्शन न घेता प्रेझेंटेशन करायचे ठरविले...

आमची खोली फारच प्रशस्त होती. दहाव्या मजल्यावरील आमच्या खिडकीतून बाहेरचा सुंदर निसर्ग दिसत होता. सर्वत्र हिरवीगार सुंदर झाडे आणि एका विशिष्ट रंगाच्या व विशिष्ट फुलांच्या रांगाच रांगा— असे नयनरम्य मनोहारी दृश्य.... ग्राऊंड फ्लोअरवर बाजूच्या बिल्डिंगमध्ये असलेल्या इमारतीत एक शाही कॅन्टीन. तिथे सकाळचा चहा/नाश्ता आटोपला. आम्ही कोण, कुठून, कशासाठी आलो याची सर्व

'आधीच माहिती असल्यामुळे 'कोण आहेत? ते कशाला आलेत?' असे कुणीच उगाच विचारात नव्हते. सतत हसतमुखाने स्वागत करणारा प्रत्येक चेहरा... ते खळाळतं हास्य... जणू कित्येक युगांची ओळख... काय काय शिकावं या जपानपासून आणि काय काय नको, असे होत होते. प्रत्येक लहान-लहान गोष्टीतून आश्चर्य प्रगट करण्याशिवाय आपल्याकडे पर्याय नाही, असे वाटत होते.

आजचा दिवस पूर्ण मोकळा. आपणास कुठे फिरायला जायचे असेल, तर जाऊ शकता— याकरिता एक गाईड, अर्थात कॅम्पस स्टुडंट आमच्या दिमतीला. त्याने आम्हाला जायंट व्हील गार्डनमध्ये नेले. त्याचे नाव निकितो. फार गोड मुलगा. जवळपास २०० एकरांवर पसरलेल्या गार्डनचे वर्णन कसे करावे; शब्द नाहीत... चारी दिशांनी वेढलेल्या समुद्रात बेटासारखा असलेला हा परिसर... समुद्राची अनुभूती यावी असा सी कॉर्नर आणि तिथे जगातील विविध माशांचे अॅक्वेरियम... सुंदर-सुंदर फुलांनी बहरलेले होते गार्डन आणि जगातले सर्वांत मोठे व उंच असे जायंट व्हील— जिथून संपूर्ण टोकियो शहर आणि अफाट पसरलेला समुद्र...! नजरेत काय साठवू...? आणि काय नाही, असे आहे. जवळपास तीन तास तिथे घालवून निकितोने आम्हाला शहराच्या मध्य ठिकाणी असलेल्या जपान रेडिओ स्टेशनला नेले— तेथील स्काय-ट्री हा जगातला सर्वांत उंच टॉवर पाहण्यासाठी! अगदी स्वच्छ रस्ते... रस्त्याच्या दुतर्फा व्यवस्थित कटिंग केलेली, एकसारखी, गुलाबी रंगाची फुले लगडलेली कुंपणासारखी हिरवाई... हिरव्याकंच पानांमध्ये गुलाबी-जांभळ्या रंगाची विविध रंगी फुललेली ती फुले... अक्षरश: वेड लागावं इतकं निसर्गसौंदर्य... थोड्या थोड्या अंतरावर प्रचंड मोठ्या कुंड्यांमध्ये लावून ठेवलेली बहुरंगी अतिशय मोहक फुले... रस्त्यावर कुठेही कचरा नाही... कुणीही थुंकलेले नाही, की धूळ नाही. एखाद्या खूप मोठ्या सजवून आणि लावून ठेवलेल्या भव्य सेटवरूनच आपण चालतो आहोत का, असा पदोपदी आभास...

निकितो आम्हाला प्रत्येक रस्ता, प्रत्येक ठिकाण याबाबत सतत माहिती देत होता.

जवळपास रात्री साडेआठ वाजता आम्ही रूमवर पोचलो... लगेच फ्रेश होऊन जेवण घेतले...

"काय सुनेत्रा, कसा वाटला आजचा दिवस.....?" डेव्हिडने विचारले.

"अरे, शब्द नाहीत...! खरंच, कुठल्या जगात राहतो ना आपण? या जपानच्या भूमीवर आपण येऊन पुरेसा एक दिवसही झाला नाही; पण असं वाटतं खरंच स्वर्गात जाऊन आलो की काय...? प्रत्येक गोष्टीची मन नकळतच तुलना करू

लागतं... आणि हे सारं न बघताच आयुष्य संपविणे म्हणजे जीवनातलं खूप काही गमावणे— असे वाटते. पण खरं सांगू का डेव्हिड, याचं श्रेय तुलाच बरं का!"

"सुनेत्रा, तुला इतकी खूष पाहूनच मला खूप छान वाटत आहे."

"हे स्वर्गसुख मला देणाऱ्या तुझे मी कसे व किती आभार मानू; कळत नाही! सुनेत्रा भारावून म्हणाली.

"हे बघ सुनेत्रा... अगं, तू मला आपला समजतेस ना.... मग आपल्या माणसाचे आभार मानायचे असतात का? यानंतर थँक्स हे शब्द अजिबात नकोत... खरं सांग सुनेत्रा, तू मला अजूनही आपला समजतच नाहीस ना, म्हणूनच एक अंतर ठेवून वागतेस..."

"कसले अंतर...?"

"तुला ठाऊक नाही का?" तिच्या डोळ्यांत डोळे रोखून तो म्हणाला... "सुनेत्रा, खरंच तुझ्या नावाप्रमाणेच फार सुंदर असलेले हे तुझे डोळे मला नशिले वाटत आहेत. त्या डोळ्यांमध्ये मला आता पार बुडून जावंसं वाटतं..." असं म्हणत त्याने तिला जवळ ओढले...

सुनेत्रा फारच सुंदर दिसत होती.... आताही आरक्त झालेले गाल आणि मोकळे केस जणू तिची नाजुकता वाढवीत होते.

डेव्हिडने तिला जवळ ओढले.... "सुनेत्रा.... सुनेत्रा.... कसला विचार करतेस गं एवढा...?" सुनेत्रा सहजच डेव्हिडमय झाली.

आजची सकाळ फार वेगळी वाटत होती. जणू स्वर्गातल्या नंदनवनातील रम्य गारवाच... दुःखाचा दाह सोसल्यानंतर सुंदर फुलांचा गालिचा असलेली सुखाची वाट अन् कालची रात्र सर्वांत सुखमय...

'आज माझं प्रेझेंटेशन आहे... चला, उठून तयारीला लागलं पाहिजे... डेव्हिड झोपलाच होता...

'त्याचा चेहरा एखाद्या निरागस बालकासारखा भासला... कुठला, कोण डेव्हिड.... कसा वेड्यासारखा प्रेम करतो माझ्यावर... खऱ्या प्रेमाची खोली जाणतो... काय हवं त्याला माझ्यापासून? काही नको.... खरंच, प्रेमात जेव्हा व्यवहार येतो ना, तेव्हाच होऊन जातो सारा गुंता.... प्रेमाच्या आवरणाखालचे बेगडी चेहरे उघडे पडतात आणि त्या मुखवट्यांसोबत जगणे म्हणजे अक्षरशः दिवस ढकलणे...!

'काय अर्थ आहे अशा मुखवट्यांमध्ये जगण्यात? कृष्णाने राधेवर केलेले प्रेम ते खरं..... खरा प्रेयस भाव जगण्याला आनंद देतो, जगण्याची उर्मी वाढवितो आणि जगणेच सुंदर करतो.... असा कृष्णसखा— त्याचं ते निःस्वार्थ, निर्व्याज

प्रेम... म्हणून तर आजतागायत साऱ्या जगानं डोक्यावर घेतलं म्हणून तर सर्वत्र मंदिरं आहेत, ती 'राधा-कृष्णाची'! असा कृष्णसखा जीवनात भेटायला भाग्य लागतं... माझी दोन-दोन वेळा झालेली परवड पाहून नक्कीच देवाला... नव्हे, कृष्णाला दया आली असावी; म्हणून त्यानेच पाठविला हा कृष्णसखा माझ्या जीवनात...

डेव्हिडकडे पाहता-पाहता तिच्या मनात असे सारे प्रेम उचंबळून आले.

त्या दिवशी सुनेत्राचे प्रेझेंटेशन खूपच छान झाले. तिने मांडलेला अभ्यास, तिच्या पूर्ण मुद्द्यांचे सर्वांनी फार कौतुक केले... अगदी समोरच बसलेल्या डेव्हिडच्या चेहऱ्यावरचे भाव पाहून सुनेत्राला खूप छान वाटले...

सुनेत्राला रोज तीन ते चार तास विद्यापीठात घालवावे लागत होते... तेवढ्या वेळात आज सायंकाळी कुठे जायचे ह्याची माहिती डेव्हिड काढून ठेवत होता.

या आठ दिवसांच्या कालावधीत टोकियो शहर आणि शहराच्या आसपास जेवढं पाहता येईल ते पाहिलं.... बरीच खरेदी केली. जपानमध्ये साऱ्या गोष्टी चांगल्या आहेत. एकच गोष्ट भारतीयांना खूप खटकते व ते म्हणजे सारं काही प्रचंड महाग... अर्थात, इथे राहणाऱ्यांना ते वाटत नाही; पण भारतीयांना नक्कीच वाटते.

'जपानमधील समाजजीवन व कौटुंबिक जीवनशैलीचा अभ्यास' या विषयावरील माहिती गोळा करून त्याचे भारतात प्रेझेंटेशन करायचे होते; त्यामुळे सुनेत्राने त्याविषयीची माहिती गोळा केली असता, बऱ्याच लोकांशी संबंध आला. ज्यांना-ज्यांना जी-जी माहिती विचारली, ती-ती त्यांनी अगदी स्वच्छ व मोकळ्या मनाने दिली. कुठेही मुखवटे नाहीत की, आडपडदा नाही.

सर्वप्रथम येथे कुटुंबीयांमध्ये आपसात खूप प्रेमाचे संबंध आहेत. कुटुंबामध्ये सहसा पुरुषच काम करणारे आणि स्त्रिया घर व मुलांना वेळ देणाऱ्या... दोन ते तीन वर्षांच्या अंतराने कमीत कमी तीन मुले प्रत्येक दाम्पत्याला असावीत, हा जणू काही अलिखित नियम. सहा वर्षांत तीन छोटी मुलं; मग आईची किती त्रेधातिरपीट! कारण घरातील सारी कामं तिलाच करावी लागतात. भारतातल्या सारख्या प्रत्येक कामाला कामवाली बाई मिळत नाही आणि मिळत असली तरी परवडत नाही. एका तासाचे एक हजार येन घेणारी बाई कोणी ठेवत नाही. खूपच गरज वाटली, तर अशी एखाद्या वेळी तास-दोन तासांसाठी मागवितात... त्यामुळे घरातले सर्वच जण स्त्रीला मदत करतात.

मुलांची शाळा, अभ्यास, आजारपण, दवाखाना, बाजारहाट... हे सारं-सारं स्त्रीनंच बघायचं, त्यामुळे एक छोटं बाळ बाबागाडीवर किंवा बाबा-पिशवीत पाठीवर

अडकविलेलं आणि दुसरं पाठीमागे अन् मोठं बहुधा शाळेत गेलेलं— अशा स्त्रिया भराभर इकडे-तिकडे वावरताना दिसतात... सहसा पँट, शर्ट किंवा स्कर्ट, मिडी, कोट यांसारखे कपडे स्त्रिया वापरतात... बस, मेट्रो, रेल्वे, रस्ते, बाजार इथे या लहान मुलांच्या आयांना सहज वावरताना पाहताना खूप आश्चर्य वाटत होते.

नोकरी करणारी स्त्री असेल, तर तिला तिचं बाळ दीड वर्षाचं होईपर्यंत सुट्या मिळतात. अर्थात, त्यामुळे ती बाळाकडे निश्चिंतपणे लक्ष देऊ शकते. प्रदूषणमुक्त जपानमध्ये अतिशय सुंदर पर्यावरण साधले आहे. त्याचं एक कारण हेसुद्धा की... पेट्रोलवर चालणाऱ्या दुचाकीपेक्षा लोक सायकलींचा वापर करतात. अगदी शाळेत जाणाऱ्या मुलापासून ते म्हाताऱ्या आजीपर्यंत सारे आपापली सायकल वापरताना रस्त्याने वाहतुकीचे नियम इतके काटेकोर पाळतात की, ज्यामुळे अपघात जवळपास नाहीतच...

सायंकाळी सारी मुले मैदानावर, नाही तर पार्कमध्ये खेळताना दिसतात. त्यांना आजी-आजोबा घेऊन येतात. वृद्धांचा खूपच सन्मान आहे. साठ वर्षांच्या वर वृद्धांकरिता बस, रेल्वे वाहतूक जवळपास मोफत... प्रदूषण नाही, त्यामुळे आजाराचे प्रमाणही कमी. त्यामुळे उगाच कोणी अँटिबायोटिक घेत नाही. त्यामुळे मृत्युदर कमी, वृद्धांची संख्या खूप जास्त. पण वृद्ध मंडळी हतबल नाहीत; तर प्रचंड उत्साही, आनंदी व सदैव कार्यमग्न...! तसे तर सारेच कार्यमग्न. उगाच कुणी बाजारचौकात गप्पा मारत उभे आहेत, असे दृश्य नाही. रेल्वे-बसमध्येही लोक काही तरी वाचत असतात किंवा कॉम्प्युटरवरची कामं करत असतात... काम, काम आणि काम! अर्थात, कामाच्या वेळी आणि वीक-एंडला शनिवार-रविवारला पार्क व इतर प्रेक्षणीय स्थळं लोकांच्या गर्दीने वाहत असतात.

लोकशाहीचे राज्य आहे... सर्वसामान्य माणसाला राजकारणात रस नाही. उठसूट कोणालाही राज्यकारभारात जाताही येत नाही. त्याला तसे कार्य दाखवावे लागते. लोकांचा शासनकर्त्यांवर पूर्ण विश्वास आहे. त्यामुळे वादविवाद, मोर्चे, भांडण हा प्रकार नाही. त्यामुळेच कितीदा उद्ध्वस्त होऊनही जपानला स्पर्धक निर्माण झालेला नाही.

भूकंपाची टांगती तलवार असतेच. आम्ही गेलो त्याच्या दुसऱ्याच दिवशी जवळपास ६.२ रिश्टर स्केलचा भूकंप अनुभवला. अजूनही आठवण झाली की, घाम फुटतो; पण त्या लोकांमध्ये त्याची साधी चर्चा नाही, की भीती नाही. भूकंपविरोधक घरे सरकारनेच बांधून दिली आहेत. कुणालाही उठसूट कुठेही प्लॉट घेऊन घरे बांधता येत नाहीत. निवारा, शिक्षण, आरोग्य, रोजगार हे प्रश्न निस्तरणारी यंत्रणाच

फार पद्धतशीर आहे. लोक आपोआपच एक शांतताप्रिय जीवन जगताना दिसतात.

शासनाला जनतेच्या जीवनाची फारच काळजी आहे. त्यामुळे भूकंप आणि त्सुनामीसारखी संकटं येथील माणसं लीलया पेलतात. त्यामुळे त्यांच्यामध्ये स्नेह, जिव्हाळा, आपुलकी ओतप्रोत भरलेली आहे. कुणाच्याच मनात द्वेष, मत्सर अशा भावना नाहीत. सर्वांच्या चेहऱ्यावरचं निर्मळ आणि निखळ हास्य हे सांगत असतं. कार्यमग्न जपानी लोक श्रमाची प्रतिष्ठा जोपासतात. इथे शेतकऱ्यास फारच सन्मान आहे. ज्यांच्याजवळ स्वत:च्या मालकीची थोडी जमीन, राहते घर आहे; त्यांना वेगळा आदर आहे. प्रामुख्याने येथे तांदूळ पिकतो, बाकीचं तर सारं बाहेरूनच मागविले जाते. शांतता, स्वच्छता ह्या दोन गोष्टींमुळे जपान उठून दिसतो. प्लॅस्टिक आणि पेपरचा प्रचंड प्रमाणावर वापर, पण कुठेही कचरा नाही. घराबाहेर पडणारी प्रत्येक व्यक्ती स्वत:जवळ एक डस्टबॅग ठेवतो. दिवसभरात आपल्यामार्फत झालेला कचरा त्या बॅगमध्ये गोळा करून परत घरी आणायचा... सारंच्या सारं प्लॅस्टिक पुन्हा रिसर्क्युलेशनने रिप्रॉडक्शनकरिता जातं. एकूणच, लोकांना सवयीच इतक्या चांगल्या आहेत की, राष्ट्र सुरळीत सुरू आहे. श्रीमंत, गरीब असा प्रश्नच नाही. प्रत्येक काम करणाऱ्यास त्याच्या कामाचा भरपूर मोबदला मिळतो. काम शारीरिक की मानसिक, हा प्रश्न नंतर..... जगण्याची एक विशिष्ट शैली अंगीकारलेला हा सुंदर लोकांचा सुंदर देश त्याच्या सौंदर्यातून बाहेरच येऊ देत नाही.

प्रत्येक व्यक्ती म्हणजे एक नवा अनुभव, विद्यापीठातून तर आर्थिक व सामाजिक प्रश्नांची उकल होणारी बरीच माहिती तेथील प्राध्यापकांनी सहजच दिली. या सहा दिवसांच्या काळात किती तरी लोकांची ओळख झाली. एक सर्वांगसुंदर अनुभव घेऊन डेव्हिडसोबत परतले. जपान ट्रिप माझ्या आयुष्याला वेगळाच अर्थ देऊन गेली...

* * *

डेव्हिडसोबतच्या जपानमध्ये घालविलेल्या काळाने सुनेत्राच्या आयुष्यास एक वेगळी दिशा दिली... आठ दिवसांच्या सहवासानंतर समारोपाच्या क्षणी सुनेत्राने व्यक्त केलेले विचार, तिचे वक्तृत्व, तिचे दिसणे व असण्याची छाप पाडून गेले.... सर्वांनी तिचे भरभरून कौतुक केले. या आंतरराष्ट्रीय परिषदेला इतर देशांतून आलेल्या कित्येक विद्यार्थ्यांना तर सुनेत्राच्या व्यक्तिमत्त्वाने अक्षरश: भुरळ पाडली. सुनेत्रालासुद्धा सारं-सारं फार आवडलं.

भारतात येताच तिच्या महाविद्यालयाने तिच्या यशाची दखल घेणारा कार्यक्रम आयोजित केला गेला, ज्यामध्ये सुनेत्राने जपानबाबतची सारी माहिती दिली. 'जपान

रिटर्न' ह्या उपाधीने तिच्या व्यक्तिमत्त्वाला आणखी झळाळी प्राप्त झाली.

आयुष्याच्या पुढच्या वळणावर आणखी काय वाढून ठेवले, माहीत नाही; पण सध्या तरी एक मनस्वी, सन्मानाचं मनासारखं आयुष्य जगते आहे याचे एक समाधान सुनेत्राला होते.

अविनाशला सोडून एक वर्ष होत आले होते. पण या काळातच मी बरीच सावरले, असे सुनेत्रास वाटत होते. याच वर्षात आयुष्यातल्या महत्त्वपूर्ण घटना घडल्या. आकाशला बंगलोरला एका सॉफ्टवेअर कंपनीत मोठ्या पॅकेजची नोकरी मिळाली.

किती वादळं आली... जीवघेणा ठरला जीवनप्रवास; पण शेवटी ईप्सित गाठता आलं, याचा आनंद सुनेत्राला आताशा वाटत होता. आकाशला त्याच्या मनाप्रमाणे शिकता आलं आणि नोकरीही मिळाली. पण एक गोष्ट राहून गेली— या वादळी संसारात माझं हक्काचं असं घर काही झालं नाही... न होऊ दे... कदाचित अविनाश माझ्या आयुष्यात आला नसता, तर मी केव्हाच घराचा विचार केला असता; पण...? काही काही प्रश्नांना उत्तरंच नसतात... अन् हे उत्तरे नसलेले प्रश्नच अवघं आयुष्य व्यापून टाकतात. अविनाशचा इतका मोठा बंगला हे माझं घर नव्हतं का...? बायको ना मी त्याची? पण ज्या घरात बायकोचा सन्मानच झाला नाही, त्या घरात मी राहू तरी कशाला? कित्येकांनी मला 'त्या घरातला हिस्सा माग' म्हणून म्हटले; पण अविनाश किती हेकेखोर आणि जिद्दी आहे, हे केवळ मलाच माहीत. त्याने स्पष्ट सांगून टाकले की, 'तुला कवडी देणार नाही.' तेव्हा कोर्ट-कचेऱ्यांतून स्वत:ची शोभा करवून घेत मिळविण्याची इच्छाच उरली नाही. भांडणात माझ्यावर सारे नको-नको ते घाणेरडे आरोप करावेत व त्याची स्पष्टीकरणं देत मी वादात भरडावे, याला काही अर्थ आहे का?

आणि हे काय— जी गोष्ट अविनाश डेव्हिडच्या बाबतीत म्हणत होता, त्या वेळी खरंच त्यात काहीच तथ्य नव्हते. पण आता... आता तर ते खरे आहे... जणू नियतीच्या मनात हे घडावं, असंच होतं तर...

आता घराचा विचार करून काय उपयोग? आता घर होईल ते माझ्या आकाशचं! त्याच्या इच्छेनुसार... तो म्हणेल त्या गावात! आता त्याचं तेच माझं नाही का?

आता आकाशच्या नोकरीला जवळपास एक वर्ष होत आलं होतं. तो फार आनंदी होताच, यातच मलाही आनंद होता. अधे-मधे त्याचे येणे-जाणे सुरू होतेच.

डेव्हिड माझ्या आयुष्यात आल्यापासून माझे जगणे नक्कीच बदललेले

होते... आकाशला अलीकडे हे पटत नव्हते अन् आईलासुद्धा....! पण डेव्हिड इतका जिंदादिल की, त्याने त्यांच्याही मनात आपली एक जागा निर्माण केलीच आणि डेव्हिड माझ्या आयुष्याचा एक भाग नक्कीच झाला होता. आयुष्याच्या वळणावर त्याचे असे माझ्या आयुष्यात येणे हे चांगले की वाईट, याचा विचार करण्याचे मला कारणच काय? माझ्या जगण्यास जे चांगले वाटते, ते मी करते आहे. माझा हा कृष्णसखा कोणत्याही किमतीवर आता मला गमवायचा नाही. त्याची माझ्या आयुष्यातली गरज फक्त मलाच माहीत आहे. त्याच्या असण्याचा, त्याच्या अस्तित्वाचा, त्याचा शब्दांचा आधार मला खराखुरा वाटतो. किती प्रेम करतो ना माझ्यावर... हवालदिल झालेल्या माझ्या मनाला अश्रू ढाळण्यासाठी असलेला त्याचा खांदा आणि मला अगदी आपला वाटणारा त्याचा माझ्या पाठीवरचा हात... त्याच्यातल्या निस्सीम प्रेमासह... हीच आज माझी खरीखुरी दौलत आहे! त्यामुळे जग काय म्हणतं, याचं मला काहीच करायचं नाही. डेव्हिड माझा आहे आता, माझा राहणार हेच अंतिम सत्य... कारण तो माझ्या रुक्ष जीवनवाळवंटात गवसलेला एक निर्झर आहे आणि निर्झरासारखा पवित्रसुद्धा.... आताशा सारा वेळ डेव्हिडसोबतच जातो.... तो मला लागतोच माझ्या प्रत्येक निर्णयात... प्रत्येक कामात... प्रत्येक विचारात; ते मग घर, नोकरी किंवा खासगी कशाही बाबतीमध्ये असो. प्रत्येक गोष्ट त्याच्यासोबत शेअर केल्याशिवाय होतच नाही, अशीच आता या वर्षभरात जगण्याला सवय झाली आहे आणि आयुष्याच्या या वळणावरचे हे जगणे मला खरे जगणे वाटत आहे.

परमेश्वराची मी खूप आभारी आहे. त्याने माझे जगणे इतक्या सुंदररीत्या सावरले.

आपल्याच विचारांमध्ये मग्न सुनेत्रा एका अत्युच्च आनंदाची अनुभूती घेत होती.

◈◈◈

१९

"हॅलोऽ आई, मला तुझ्याशी महत्त्वाचं बोलायचंय." आकाशचा फोन होता.

"हं, बोल की...!"

"तू श्रेयाला ओळखतेस ना...?"

"हो, ओळखते ना— तुझी मैत्रीण? काय झाले तिला?"

"काही झाले नाही, मी तिच्याशी लग्न करतोय!"

"लग्न करतोय? अरे, मैत्रीण असणे ठीक, पण लग्न हे काय?"

"का, तुला काय म्हणायचेय?"

"ते असं आत्ताच सांगू का? आपण बोलू या ना समोरासमोर—"

त्याने फोन कट् केला.

खरंच, जीवनातील प्रश्न काही संपता संपत नाहीत... त्यातून निघायचा प्रयत्न केला, तरी ती गोल-गोल पिंगा घालून स्वत:मध्ये गुंतवतातच... ही श्रेया म्हणजे, प्रदीपच्या जीवलग मित्राची— अनिल गोरेची मुलगी... अनिल गोरे हा माझ्याच कॉलेजमध्ये प्राध्यापक. प्रदीपची आणि त्याची मैत्री साऱ्या जगाला ठाऊक... अनिल माझ्याशी अजिबात बोलत नाही.... सध्या माझ्या व डेव्हिडबाबत तोच जास्त सर्वत्र बरळत असतो. अशा माणसासोबत मी लग्नाची बोलणी करावी? आणि पुन्हा सारा गुंता... बापरे, काही कळत नाही... मी नाही म्हटल्याने आकाश ऐकणार थोडाच...? काय करावं, काही सुचत नाही...

तेवढ्यात डेव्हिडचा फोन आला.

"हॅलोऽ सुनेत्रा, आज जायचं का आपण फ्लॅट बघायला...? सुनेत्रा, घेऊन टाक. फार रिझनेबल रेटला, एकदम छान लोकॅलिटीमध्ये मिळत आहे."

"अरे हो डेव्हिड, पण सध्या मी एक नव्याच गुंत्यात गुंतले रे!"

"काय झाले आता?"

सुनेत्राने आकाशच्या आलेल्या फोनबाबत सांगितले.

"मग सुनेत्रा, तू काय ठरविलेस? हे तर फारच बेकार होईल... साला तो गोरे... जो तुझ्या आणि माझ्याबद्दल कांगावा करत फिरतो, तुझ्या कॉलेजमध्ये माझ्याबाबत घाण पसरविणाऱ्यांमध्ये तोच तर प्रमुख आहे. सतत डोमकावळ्यासारखी निगराणी करण्याचं काम करतो. अन्य कुणाचीही मुलगी चालेल, पण त्याची नको... असे असेल तर पुढे भानगडच होईल... बघ, समजावून बघ आकाशला...! ही मुलगी काय करते?"

"ती त्याच्याच सोबत शिकत होती, आता नोकरीतही सोबत आहे... दिसायला अशी-तशीच... आकाशला कशी आवडली, कोण जाणे! हे देवा, काय करू?"

"हे बघ सुनेत्रा... आकाशला आपण समजावू... ऐकले तर बरंच होईल..."

दोन दिवसांनी आकाश आला. तो काहीही ऐकण्याच्या मन:स्थितीत नव्हता... त्याला समजावण्याचे सारेच प्रयत्न व्यर्थ गेले.... विवाहाला संमती देण्याशिवाय पर्यायच नव्हता... प्रा. अनिल गोरे तर एका पायावर तयार होता. त्याच्या मुलीशी आकाशचे लग्न म्हणजे तो माझा राहिला नाही, हे सूर्यप्रकाशाइतके सत्य होते. पण शेवटी ज्याच्या-त्याच्या आयुष्याचा प्रश्न होता. आकाशला ज्यात आनंद आहे, तेच श्रेयस्कर— असे ठरले... प्रा. अनिल गोरे आता सुनेत्राचे व्याही झाले... हा विवाह पार पाडला... आकाश व श्रेया बंगलोरला निघून गेले. जाताना आकाश म्हणाला... "आई, तू आता माझ्यासोबत चल."

"हो बाबा, मला शेवटी तुझ्यासोबतच राहायचे आहे. होते तोपर्यंत नोकरी करू दे की."

खरंच, काही काही गोष्टींची उगाच भीती वाटत असते.... प्रत्यक्षात तसं काही नसतं. श्रेया दिसायला जरी आकाशच्या तोडीची नसली, तरी स्वभावाने चांगली वाटली. प्रा. अनिल गोरेच्या वागण्यातही बराच फरक पडला. तसेही एक सहयोगी म्हणून त्याचे वागणे व्यवस्थितच होते. पण ते प्रा. प्रदीपशी जास्त जुळलेले असल्यामुळे सुनेत्राला उगाच वेगळं वाटतं होतं, असाच काहीसा प्रत्यय आला.... प्रदीपचा मित्र म्हणून अनिलच्या आग्रहाखातर प्रदीप लग्नसोहळ्यास उपस्थित राहिला. त्याच्या उपस्थितीचा आकाशला फार आनंद झाल्याचे जाणवत होते. प्रदीप मात्र थोडा वेळ थांबून निघून गेला होता.

आज कॉलेजमध्ये गेल्या-गेल्याच एक सुवार्ता सुनेत्राला कळली. तिला प्राचार्यांनी बोलावले.

"या सुनेत्रा मॅडम, तुम्हाला कल्पना असेलच?"

"कशाची सर?"

"मी रिटायर्ड होतोय, त्याची."

"हो ना सर! आम्ही संपूर्ण स्टाफच्या वतीने निरोप देतोय आपल्याला, त्या निरोप समारंभाच्या आयोजनाची सारी जबाबदारी माझ्याकडेच आहे."

"अरे वा: छान! पण आता मी तुम्हाला हे पत्र घेण्यासाठी बोलावले आहे."

"कसले पत्र...?

"घ्या... घ्या... आणि वाचा." सुनेत्राने पत्र घेतले. वाचताच "बापरे...! सर, हे कसं काय?"

"कसं काय? म्हणजे मॅनेजमेंटनेच ठरविले आणि सर्व नियमांनुसार तुमचीच निवड झाली..."

"सर, आपले महाविद्यालय इतके मोठे आणि इतर शहरांमध्ये शाखा... कुठूनही, कोणाचीही नियुक्ती होऊ शकते, हे सारं मला माहीत आहे. त्यामुळे मी माझ्याबाबत पूर्ण अनभिज्ञ होते... इट्स अ सरप्राईज सर फॉर मी..."

"O.K. Congrats सुनेत्रा मॅडम!"

आनंदाश्रूंनी सुनेत्राच्या डोळ्यांमध्ये गर्दी केली. येत्या सत्रामध्ये प्राचार्यपदाची धुरा सांभाळण्याची आदेश देणारे पत्र होते. सुनेत्रा फारच भारावून गेली.

"सुनेत्रा मॅडम— तुमची गुणवत्ता, काम, व्यक्तिमत्त्व, विद्यार्थ्यांमधली लोकप्रियता या साऱ्या निकषांवरच मॅनेजमेंटने तुमची निवड केली. तुमच्या परिश्रमाचे हे फळ आहे. यात नवल वाटण्यासारखे काहीच नाही."

सुनेत्रा फार आनंदी होती.... इतक्या नावाजलेल्या महाविद्यालयाची प्राचार्या होण्याचा सन्मान आता जो मिळाला होता!

"आई, बघ तुझी लेक आता प्रिन्सिपॉल झाली." अतिशय आनंदाने सुनेत्राने आईला घरी येताच सांगितले.

"बघ सुनेत्रा, तुझ्या कार्याची दखल शेवटी कॉलेजने घेतलीच ना? माझी गुणाची लेक! आकाशला कळवले का?"

सुनेत्राने लगेच आकाशला फोन करून ही गोड बातमी सांगितली. त्यालाही खूप आनंद झाला.

आकाशला सुनेत्राचा अभिमान होताच; शेवटी ती त्याची आई होती.

नव्या सत्राच्या पहिल्या दिवशी सुनेत्राने कॉलेजच्या प्राचार्यपदाची धुरा सांभाळली. नाही म्हटले तरी प्रा. प्रदीपचा आता संबंध येईलच, याचा थोडा ताण होता; पण कॉलेजमध्ये गेल्यानंतर कळले ते वेगळेच. प्रा. प्रदीपने व्हीआरएस घेतली होती.

मागील अनेक वर्षांपासून तो कुठल्या तरी प्रांतातील एका सामाजिक संस्थेशी खूपच जुळला होता. त्या कार्याला त्याने वाहून घेतले होते. आता पूर्णवेळ तेच काम सांभाळायचे, असे ठरवून त्याने नोकरीचा व शहराचा निरोप घेतला होता— असे सुनेत्राला कळले... अर्थात, आता प्रदीपचं नाही... पण बरंच दडपण निवळल्यासारखं वाटलं... कितीही नाही म्हटलं तरी तो असता तर एक वेगळे दडपण राहिलंच असतं; एवढं तर निश्चित.

सुनेत्राच्या या उन्नतीचा खूप आनंद होणारी जी कोणी बोटांवर मोजण्याइतकी माणसं होती, त्यामध्ये सर्वांत पुढे असणारी व्यक्ती म्हणजे डेव्हिड होता. सुनेत्राच्या अशा उन्नतीचा त्याला मनापासून आनंद झाला होता. एका प्रख्यात महाविद्यालयाची प्राचार्या 'माझी' आहे, याचे त्याला फार कौतुक वाटत होते.

सुनेत्राने खूप मोठा बंगला भाड्याने घेतला. स्वत:च्या घराचा विषय काही दिवस तरी बाजूला ठेवला. आई त्या घराचे काय करते माहीत नाही आणि आईला 'तू मला काय देतेस?' असे विचारणे योग्य वाटत नव्हते. आकाशला घर या प्रकारात किती इंटरेस्ट आहे किंवा त्यांचे विचार काय आहेत, काही कल्पना नाही. पण माझा हुद्दा आता मोठा आहे. त्याला साजेसं तर मला राहावंच लागेल ना...! असा विचार सुनेत्राने केला.

एवढ्या मोठ्या घरात आई व सुनेत्रा राहत होत्या.... अलीकडे डेव्हिडचे येणे-जाणे खूपच वाढले होते. गेल्या काही दिवसांपासून आईची प्रकृती फार खराब झाली होती. तिला सारखं दवाखान्यात न्यावं लागायचं. सुनेत्रा एवढा वेळ देऊ शकत नव्हती.... दोन्ही ताईंचेही सतत येणे-जाणे सुरू असायचे.... सायलीही समीरसोबत येत-जात असायची. डेव्हिडचे परिवारातील सर्वांशीच एकसारखे प्रेमाचे नाते होते. सुनेत्रा व डेव्हिड यांच्या संबंधांबाबत सारे काही कळत असूनही कुणी त्यात शिरत नव्हते.... एक खूप चांगला फॅमिली फ्रेंड अशीच भूमिका होती. कराडला जाणे असायचे, पण त्याच्या व्यतिरिक्त त्याच्या कुटुंबातील कुणाशीही परिचय झालेला नव्हता. आईच्या या आजारपणात डेव्हिडने खूप मदत केली. पण यश आलं नाही... आई गेलीच...!

आईचे जाणे, हा सुनेत्राला फार मोठा धक्का होता. पडझडीच्या आयुष्याला खरा आधार दिला तो आईने.... आकाश पंधरा दिवस राहिला.... माझ्यापेक्षाही त्याच्या आजीशी त्याचे नाते जिव्हाळ्याचे होते.... आकाश फारच नाराज असायचा.... श्रेया पण आलेली होती. पण तिचे सतत माहेरी जाणे असायचे. हे मरणाचं घर आहे... असं सारखं-सारखं तिने माहेरी जायचे, हे आकाशला पटत नव्हते. त्यांच्या

दोघांचा तो प्रश्न; त्यात सुनेत्रा काही बोलत नव्हती. पण एक सून म्हणून सासूचा दर्जाही सुनेत्राला देत नव्हती. बोलण्यात जणू तिखट मिरची...! डेव्हिडच्या बाबतीत उघड तर नाही, पण बोलता-बोलता सुनेत्राला लागेल असे काही तरी बोलायचीच.

या फटकळ तोंडाच्या पोरीशी बोलून उगाच वाद कशाला करायचा...? आणि शेवटी ती बोलते तेही खरंच, असं समजून सुनेत्रा तिच्याकडे दुर्लक्ष करत राहिली....

आईच्या मृत्यूनंतरचे सारे दिवस— अर्थात तेरवीपर्यंतचे आटोपून आकाश बंगलोरला जायला निघाला. कधी नव्हे ती सुनेत्रा खूप रडली. आता तिला आईशिवाय राहावे लागणार, हे ते दुःख... नक्कीच कठीणच होते आईशिवाय जगणे... आयुष्याच्या चित्रविचित्र वळणावर आईसोबत होती म्हणूनच मी आहे, ही ती जाणीव होती...

आईला इतकं हवालदिल झालेलं आकाशने कधीच बघितलं नव्हतं. तो म्हणाला, "आई, तू सोडून दे नोकरी; चल माझ्यासोबत."

"नाही रे बाबा, जा तू! माझ्याकडून होते तोपर्यंत करू दे; नाहीच झालं तर ते मी करणारच आहे."

आकाशने बराच वेळ समजावले...

"सायलीला म्हणाला— ताई, तू आहेस तर लक्ष ठेव आईकडे....!"

"हो रे आकाश, मी आहे, समीर आहे, तू काळजी करू नकोस."

आकाशचा पाय निघत नव्हता, पण जाणे भाग होते म्हणून तो गेला.

◈◈◈

२०

'आई गेली' या एकटेपणाच्या काळात डेव्हिड अधिक जवळ आला. डेव्हिडशिवाय जगूच शकणार नाही, असे वाटायला लागले... तो जास्तीत जास्त सुनेत्राकडेच राहू लागला. त्याचे असे रात्रंदिवस सुनेत्राकडे राहणे, समाजात चर्चेचा विषय झाला. प्रा. अनिल गोरे हा कधीही न येणारा माणूस अनेकदा या ना त्या कारणाने घरी येऊ लागला. व्याहीसंबंध सांभाळायचे. ती त्याला काहीच म्हणू शकत नव्हती. तो जेव्हा जेव्हा आला, तेव्हा तेव्हा त्याला डेव्हिड भेटलाच. 'डेव्हिडसोबत तुझ्या आईचे चाळे आता आमचे जगणे हराम करते आहे' अशा प्रकारचे फोन तो आकाशला करू लागला. आकाशचे डोके याबाबत खराब करणे, या विषयाच्या कंड्या पसरविणे— हा एकच उद्योग आता त्याचा झाला होता. आकाश फोन करून सुनेत्राला नको-नको ते बोलायचा.... त्या दिवशी असेच झाले. आकाशचा फोन आला. "आई, तुला आई म्हणायची मला लाज वाटते! तुला शोभत का गं हे सारं?" चवताळून आकाश बोलत होता.

"हे सारे म्हणजे?"

"त्या डेव्हिड अंकलबाबत म्हणतोय मी. आता माझ्या डोक्याच्या वर चाललंय."

आता सुनेत्राचाही बांध तुटला...

"हं बोल, काय म्हणणं आहे तुझं...?"

"त्या डेव्हिड नावाच्या माणसासोबत तू काहीही संबंध ठेवू नकोस, हे माझं म्हणणं आहे."

"का...?"

"या 'का'ची उत्तरं... मी मुलगा आहे तुझा— मला द्यायला लावू नकोस; तुला चांगलं ठाऊक आहे..."

“हे बघ आकाश, तुझं डोकं कोण खराब करतंय, मला चांगलं ठाऊक आहे. तू स्वत:कडे लक्ष दे, माझी चिंता करू नकोस.” असे म्हणत सुनेत्राने फोन कट् केला.

‘काय आयुष्य आलंय देवा, माझ्या वाट्याला? एक-एक पुरुष आहे, तो असा विचित्र! आता ज्याला मी जन्माला घातला, तो माझ्या पोटचा पुत्र! ज्याने-त्याने स्वत:चाच विचार केला. जगताना माझा विचार कोणाला करावासाच वाटला नाही.... या श्रेयासोबतच्या लग्नामुळे पुढे काय होणार, हे चित्र मला दिसतच होते. पण माझ्या नकाराला आकाशने जुमानले नाही... मी मात्र प्रत्येकाचे ऐकायचे... माझं ऐकायला कोणीच तयार नाही.... आकाश नोकरी सोडून सोबत चल म्हणतो. यापूर्वी अविनाश नोकरी सोड म्हणत होता.... त्याच्या मनाने वागले असते, तर आकाशचे कसे झाले असते? आकाशकरिताच त्याच्याशी झगडत राहिले. नोकरी सोडली नाही. त्या नोकरीच्या भरवशावरच या पोराला शिकविले; आज तोही तेच म्हणतो.... त्याच्या मनाने नोकरी सोडून त्याच्याजवळ जाऊन बसू का? आणि माझ्यामुळे त्याच्या संसारात कशाला त्रांगडं...?’ खूप-खूप रडत राहिली... रडून-रडून डोळे सुजले. काही तरी खंबीर निर्णय केल्यासारखी उठली, पेलाभर पाणी प्यायली.... डेव्हिडला फोन लावला... “डेव्हिड, मला आज बरं नाही. मी सुट्टी घेतली आहे, तू पण घे. ताबडतोब घरी ये... खूप महत्त्वाचे बोलायचे आहे...”

“हो— हो, आलोच! काय होतंय गं तुला.... आलोच हं मी.”

थोड्याच वेळात डेव्हिड आला... “काय झाले सुनेत्रा?”

“हे बघ डेव्हिड.... हा प्रा. गोरे आकाशचं डोकं सतत खराब करतोय... तुझ्या आणि माझ्या संबंधांबाबत... आत्ताच त्याचा फोन आला.... नको-नको ते बोलला.... तसा तर नेहमीच मला त्याच्या वागणुकीतून तो जाणवून देतो, पण आज स्पष्टच बोलला... मीसुद्धा निर्णय घेतला.... साऱ्या जगाच्या साक्षीने तुझ्यासोबत जगायचे आता...”

“म्हणजे?”

“म्हणजे तुझ्यासोबत लग्न करायचं.”

“हे काय सुनेत्रा... अगं, काय गरज आहे लग्नाची...? लग्न नावाचं बंधन असलं म्हणजेच काही विशेष होतं का? लग्न न करताही त्याहीपेक्षा चांगलं आपण जगतो आहोत ना...?”

“आपल्याकरिता नाही... जगाकरिता आणि जगापेक्षाही आकाशकरिता! मी फोनवरच त्याला हे सांगणार होते, त्याला काय वाटतं याचा विचार न करता... पण

म्हटलं.... नाही, एकदा तुला स्पष्ट करते नि मग त्याच्याशी बोलून टाकते...

"...'हो रे बाबा, मी डेव्हिडशिवाय जगू शकत नाही... जीवनाला जगण्यास जे प्रेम लागतं, जो जिव्हाळा लागतो, जो आधार लागतो; तो मला त्याच्याकडून मिळतो आहे. तो म्हणजे माझ्या जीवनातलं संजीवन आहे. संजीवनाशिवाय तर सारेच निर्जीव होतात ना...! मग सांग, तू काय म्हणतोस?' असं मला आकाशशी बोलायचं आहे."

त्यावर सुनेत्राला सावरत डेव्हिड म्हणाला, "एका नामवंत महाविद्यालयाची तू प्राचार्या आहेस, आत बावन्न-त्रेपन्न वयाच्या वळणावर आहेस— अशा वेळी तू असे केलेस, तर तुझ्याकडे पाहण्याचा दृष्टिकोन कसा होईल? तुझ्या भल्याकरिताच म्हणतोय मी... मी आजवर लग्न केलं नाही, यापुढे नाही केलं तरी मला फरक पडत नाही. या अशा जगण्याची आता मला सवय झाली. तू असा प्रस्ताव ठेवशील, असे मला कदापिही वाटले नव्हते..."

"हो, बरोबर आहे तुझे म्हणणे.... पण आता मात्र मला तुझ्याशी लग्न करायचे आहे, म्हणजे आहे.... सांग तुझे उत्तर!" डेव्हिड बराच वेळ सुनेत्राला समजावत राहिला.... त्याला ऑफिसमधून फोन आला.... म्हणून जावे लागले. तो गेला.... डेव्हिड गेल्यानंतरही सुनेत्रा किती तरी वेळ रडत राहिली.

रात्री डेव्हिड यायचं बोलून गेला, पण आला नाही. स्वयंपाक करणारी बाई सायंकाळी आली, तेव्हाच सुनेत्राला जाग आली. ती बाई स्वयंपाक करून निघून गेली.

सकाळी उठताच डेव्हिडला फोन लावला.

"अरे, तू आहेस कुठे? येणार होतास ना; आलाच नाहीस?"

"सुनेत्रा, बाबांची प्रकृती एकाएकी बिघडल्याचा मला फोन आला म्हणून यावे लागले. मी कराडला आलोय." तीन-चार दिवस झाले तरी डेव्हिड परत आलाच नाही.

त्या दिवशी शनिवार होता. साडेचार वाजताची वेळ असावी. सुनेत्रा नुकतीच घरी आली होती... दारावरची बेल वाजली. सुनेत्राने दार उघडले. एक बाई उभी होती. तिच्यासोबत एक पंधरा-सोळा वर्षांची सुरेख मुलगी होती.

"डॉ. सुनेत्रा दीक्षित आपणच का?"

"हो, मीच. का?"

"मॅडम, तुम्हाला शोभतं का हो हे!"

"काय बाई, तुम्ही कोण आणि कशाबद्दल बोलता?"

"मी डेव्हिड फर्नांडिसची बायको! ही माझी एक मुलगी. दुसरीला घरी ठेवून

आलेय. कशाला माझ्या नवऱ्याच्या मागे लागल्या तुम्ही...?''

''मी कशाला लागतेय; तोच माझ्यामागे लागलाय! आणि त्याचे लग्न झालेय, हे तर आत्ता मला कळतंय!''

''म्हणजे, तुम्हाला माहीत नाही तर...? अहो मॅडम, तुम्ही एवढ्या मोठ्या प्राचार्या— माझ्या नवऱ्याच्या मागे लागण्यापूर्वी त्याची चौकशी तर करायची?''

''अहो बाई, हे बघा— तुम्ही अजिबात काही बोलू नका...''

''अरे, वा रे वा! बोलू नका म्हणजे? हा बघा एसएमएस— तुम्हीच धाडलाय ना डेव्हिडला...? तो तर मला काही सांगायलाच तयार नाही. या फोनवरचा तुमचा मेसेज मी वाचला अन् सारं महाभारत मला कळलं. मी तुम्हाला ताकीद देऊन ठेवते— माझ्या नवऱ्याच्या मागे लागू नका... नाही तर बरं होणार नाही...'' आणि बरंच अव्वासव्वा बोलून ती निघून गेली...!

सुनेत्रा या प्रकाराने अक्षरश: हादरून गेली. त्या दिवशी रात्री येतो म्हणून सांगून डेव्हिड जो गेला, तो आलाच नाही. दुसऱ्या दिवशी त्याने बाबांची प्रकृती ठीक नसल्याचे व तीन-चार दिवसांत परत येण्याचे सांगितले. पण पाच-सहा दिवस उलटून गेले तरी तो आलाच नाही, तेव्हा सुनेत्राने फोन लावला; तर तो फोन उचलेना. जीवाचा खूपच त्रागा झाला, तेव्हा तिने त्याला मेसेज पाठविला.

'डेव्हिड, तुला झालंय तरी काय? आता तर तू फोनही उचलत नाही. मला आकाशला सांगायचं आहे— हो, आहे माझे डेव्हिडवर प्रेम आणि करते आहे त्याच्याशी लग्न...! पण कसे सांगू? तुझ्याकडून काहीच प्रतिसाद नाही...! मला लवकर सांग... डेव्हिड, मी तुझ्याशिवाय जगू शकत नाही. लवकर ये... आणि मला सावर.... खरोखर वेड लागायची वेळ आली आहे माझ्यावर....!

तुझीच,
'सुनेत्रा'

नेमका हाच मेसेज डेव्हिडच्या बायकोने वाचला. तिने तो मोबाईल फोन डेव्हिडला परत केलाच नाही. एक पत्नी या नात्याने तिने डेव्हिडची चांगलीच कानउघाडणी केली. त्याच्याच तोंडून सुनेत्रा कोण, कुठली, काय करते— या साऱ्यांचा पाढा वाचून घेतला आणि तडक तिने पुण्यात येऊन सुनेत्राला गाठले होते.

'बापरे! इतका मोठा धोका.....? ज्याच्यावर जीवापाड विश्वास ठेवला, त्यानं इतकं मोठं खोटं बोलावं माझ्याशी.....? माझ्यासोबत जपानला येतो काय, मला इतकी मदत करतो काय... आणि हे काय— मला तर जाऊ दे; सायली, समीर

कोणाकोणालाच कसं ठाऊक नसावं हे सारं! काय सुरू आहे माझ्या जीवनात? अक्षरश: डोकं फुटण्याची वेळ आली... ज्याला-ज्याला आपण आपलं समजलं, त्या प्रत्येक पुरुषाने दगाच दिला... जणू वसा घेऊन निघालेले! डेव्हिडला फोन करावा. खूप बोलावं त्याला. खूप भांडावं त्याच्याशी.... पण छे, कशाला...? इतकं मोठं खोटं बोलून माझ्याशी नातं जोडत राहिला आणि मीही फसत गेले. अविनाशच्या तावडीतून सुटले अन् त्याच्याहीपेक्षा भयानक मुखवट्यात अडकले. कसं दु:ख आहे माझं? उघड कुणालाच सांगू शकत नाही. किती मूर्खासारख्या माझ्या या चुका....? आणि कशाला हवा आहे मला कुणाचा आधार? का, मी खंबीर नाही का? एकामागून एक वादळं संसारात यावीत... त्या तुफान वादळ-वाऱ्यातून सावरण्याचा प्रयत्न करून किनारा गाठण्याचा प्रयास करावा आणि नको त्या एका नव्या प्रचंड लाटेत पुन्हा सापडावे, असाच काहीसा आभास...!' सुनेत्राने काहीसा निर्धार केला मनाशी... 'काय दिलं मला या शहराने? निव्वळ भरकटणं! ज्याच्या नावानं आज मी सर्वत्र बदनाम झाले, त्याला त्या गोष्टीचं काहीच सोयरसुतक नाही. कालपर्यंत लोक काही बोलले याचं काही वाटतही नव्हते, पण आता वाटते आहे....नक्कीच वाटते आहे... चुकलं ते माझंच... लोक बरोबर आहेत... कोण आहे माझं आता या शहरात? कशाला राहू उगाचच लोकांच्या कुत्सित नजरा झेलत? बस्स, खूप झाले. आता निर्णय पक्का! व्हीआरएस घ्यायची... अन् नोकरी सोडायची. अजून आठ वर्षं नोकरी शिल्लक... इतका काळ कशाला एकटीनं घालवायचा...?

'आकाश बोलावतो आहे. नाही तरी त्याच्यासाठीच जगत आले; आता त्याच्यासोबत जगायचं... कसाही असला तरी मुलगा आहे माझा... त्याला तरी या जगात कोण आहे माझ्याशिवाय...?' अख्खी रात्र याच विचारात गेली.

सकाळी उठल्या-उठल्याच आकाशला फोन केला.

"हं आई, बोल, काय म्हणतेस? कशी आहेस?"

"आकाश, मी नोकरी सोडण्याचा निर्णय घेतलाय. व्हीआरएस घेऊन मी तुझ्याकडे येणार.... तू म्हणतो त्यानुसार."

"वा, किती छान! शेवटी पटलं ना तुला माझं?"

"हो बेटा, आता राहिलेलं आयुष्य तुझ्याकरिताच... तुझ्यासोबत घालवायचं, हा निर्णय पक्का केला."

"ठीक आहे आई.... कर साऱ्या प्रोसीजर्स पूर्ण. काही गरज पडली तर फोन कर..."

◈◈◈

२१

'ही नोकरी, हे गाव, ह्या गावातील मला छळणाऱ्या वाटा आणि माझं असं कुणीच नसलेलं... हे सारं सोडून मला गेलंच पाहिजे... नोकरी, नोकरीतलं काम, त्यातून जे-जे करता येईल ते सारं करून चुकले...

सुरुवातीच्या काळात... किती तरी सामाजिक-साहित्यिक-सांस्कृतिक संस्थांशी जुळले. माझ्याकडे वक्तृत्व आहे, म्हणून किती तरी ठिकाणी बोलायला बोलवत होते. अशा व्यासपीठावर जायला आवडत होतं. मीही जात होते. पण हे सारं ऐन उमेदीत असताना अविनाश आयुष्यात आला. त्याला हे सारं आवडतंच... असं गृहीत धरून ठेवलेलं... पण हळूहळू त्यालाही माझं असं सामाजिक होणं आवडत नसल्याचं लक्षात आलं... एकदा कडाक्याच्या भांडणात त्याने हे बोलूनच दाखवलं... त्यामुळे तो कप्पा मी तेव्हाच बंद करून टाकला.... समाजात वावरणारी मी अशी एकाएकी का कुठे जात नाही, याबद्दल साऱ्यांनाच आश्चर्य होते. पण हळूहळू तो विषयच संपला. त्यामुळे आज मला असंही काही आकर्षण नाही..... आजच्या क्षणाला तर जीवन अगदी नीरस वाटते आहे. बस्स, खूप झाली परवड! हे गाव सोडायचं म्हणजे सोडायचं, हे निश्चित...'

सुनेत्राने आपले निवेदन संस्थेला दिले... अध्यक्ष, सचिवांनी वैयक्तिक बोलावून समजावले. निर्णय मागे घेण्याबाबत खूप समजावले, पण सुनेत्रा आपल्या निर्णयावर ठाम होती... "अलीकडे माझी प्रकृती बरी नसते. आकाशला वारंवार इथे येणे शक्य होत नाही. एका खूप चांगल्या नावाजलेल्या संस्थेशी मी जुळलेली होते, याचा मला निश्चितच अभिमान आहे. आपण माफ करावे... आपल्या गैरसोईबद्दल... पण आता नोकरी सोडून आकाशकडे जाणे, याशिवाय माझ्याकडे पर्यायच नाही..." असे म्हणणे मांडल्यावर तेही निरुत्तर झाले.

"ठीक आहे मॅडम, तुमच्या वैयक्तिक प्रश्नांबाबत तर आम्ही काहीच करू

शकत नाही.''

सुनेत्राने तीन महिने पूर्व नोटीस दिली. सुनेत्रा मॅडम नोकरी सोडत आहेत, ही वार्ता कर्णोपकर्णी साऱ्या कॉलेजभर पसरली. प्रत्येकाने आपापल्या परीने समजावण्याचा प्रयास केला... पण सुनेत्रा आपल्या निर्णयावर ठाम होती...

सायलीलाही कळले... ''मावशी, तुझा किती आधार वाटत होता गं मला... का गं अशी अधेमधेच नोकरी सोडतेस...? पुण्याच्या कोणत्याही भागात जा— किती सन्मान आहे तुझा... कित्ती मानतात तुला लोक!''

''हो गं सायली, हे खरं आहे. पण बघ— आई गेल्यापासून फारच एकटं वाटतंय.... आणि आकाशचा सतत तगादा...! त्यामुळे घेऊनच टाकला निर्णय... आणि कॉलेजमध्ये काय कमी टेन्शन आहे? इतकी मोठी जबाबदारीची जागा सांभाळताना खूप कस लागतो.... शांतता कशी म्हणून नाहीच.'' तिने आपल्या परीने सायलीला पटवून दिले.

''मावशी, अलीकडे तू फारच थकल्यासारखी आणि उदास दिसतेस गं.... काय झालं तुला.....? मावशी, नक्की काही तरी झालंय तुला...'' सायली विचारत होती.

'काय सांगू या पोरीला...? त्या डेव्हिडनं मला दगा दिला, म्हणून सांगू...? मला त्याच्याशी लग्न करायचे होते, म्हणून सांगू...? सारेच हास्यापद... माझ्या जगण्याची शकले करणारं विदारक सत्य...! पण ह्या एवढ्याशा पोरीला सांगितलं तर मी तिच्या नजरेतून उतरल्याशिवाय राहणार नाही.... अन् मी काय करायला निघाले होते— जणू आंधळीच झाले होते डेव्हिडच्या प्रेमात...!'

''नाही गं सायली, काही झालेलं नाही. तेच माझं जुनं दुखणं.... बी.पी., शुगर— अजून काय?''

''मावशी, तू ना, नियमित औषधं घेत नाहीस, हाच तुझा प्रॉब्लेम आहे... समीर नेहमी म्हणतो, डेव्हिडसाहेबांना... साहेब, तुम्ही किती लक्ष देताना सुनेत्रामावशीकडे! आम्ही इतके जवळचे नातलग असून या लांब अंतरामुळे, नोकरीमुळे आणि छोट्या मुलांच्या रामरगाड्यातून तुझ्याकडे जाऊन-येऊन होतच नाही..... आणि हो मावशी, तुला तर ठाऊकच असेल—''

''काय गं? कशाबद्दल म्हणतेस?''

''अगं, डेव्हिडसाहेबांबद्दल म्हणते. परवाच समीर म्हणत होते की, त्यांनीही नोकरी सोडली... आणि चेन्नईत गेलेत दुसऱ्या कंपनीत मॅनेजर म्हणून...''

''हो ना, माहीत आहे मला.'' सुनेत्रा उगाच खोटं बोलली.

"डेव्हिड बोलून-चालून एक फॅमिली फ्रेंड.... त्याच्यावर आपला काय हक्क? ज्याचं-त्याचं वैयक्तिक आयुष्य आहे... ज्याने-त्याने आपले निर्णय घ्यावेत, उगाच कुणाला बांधील राहू नये... मला माहीत आहे..... या नव्या कंपनीने त्याला खूप छान ऑफर दिली.... त्याच्या दृष्टीने पॉझिटिव्ह असे सारे आहे, म्हणून तो ही नोकरी सोडणार, हे माहीत होतं; जॉईन झाला की नाही, माहीत नाही..."

मनातला सारा त्रागा लपवीत डेव्हिडबद्दल बोलत होती. चेहरा हसरा ठेवत, खरे भाव लपविणे किती कठीण आहे याचा अनुभव सुनेत्रा घेत होती...

"बरं मावशी, काळजी घे..." सायली म्हणाली... पाहता-पाहता सायलीचाही पाच वर्षांचा संसार झाला होता. तिला अनुष्का नावाची गोड मुलगी होती. बराच वेळ थांबून सायली गेली होती. आज सायली आल्यामुळे डेव्हिडबद्दलचा लाव्हा मनात पेटून उठला, जो कवितेच्या रूपात शब्दांतून साकारला...

वाटतं सारं कसं घडलं विपरीत...
विणत आणले पाश ते,
आज क्षणात एका तुटले होते ।
पेलून धरले बांध सारे,
क्षणात एका सुटले होते ।

सुखाच्या साऱ्या क्षणावर,
क्षणात पाणी फिरले होते ।
यासाठीच का सारे सोसले?
आर्त हवेत विरले होते ।

घडू नये ते तेच,
आज सारे घडले होते ।
उत्तरे माहीत असूनही,
प्रश्न उंबऱ्यावरच अडले होते...।

माझे माझे वाटणारे तळे,
क्षणात कसे आटले होते ।
किती कसे लावावे ठिगळ,
जिथे तिथे आभाळ फाटले होते...।

वाटत होते— खरंच, एकदा तरी समोर उभं करून त्याला खूप बोलावं... काय बिघडवलं होतं मी तुझं... माझं सारं पूर्वायुष्य माहीत असताना..... कशाला

आलास नाटकी रूप घेऊन माझ्या आयुष्यात....? माझ्या अगतिकतेचा तुझ्या मनात असलेला फायदा घेण्यासाठीच ना...? कसे रे तुम्ही पुरुष... तुम्हाला फक्त स्त्रीचं शरीर हवं असतं. तिच्या बाजूने ती सहज तयार झाली की, तुमचं सहजच फावतं... तूही तेच केलंस... मी तुझ्यावर खरं प्रेम केलं. हो, मलाही गरज होती तुझ्या त्या आधाराची... पण सुरवात तूच केलीस ना...? माझे चुकले एवढेच की, मी सहज तुला स्वीकारलं... आयुष्याच्या अशा वळणावरच मी उभी होते की, तुझं त्या वेळी माझ्यासोबतच असणं, ही माझी गरज होऊन गेली. इतकी गरज की, तुझ्याशिवाय मी आयुष्यच जमेस धरत नव्हते आणि तुझ्याशिवाय माझ्या आयुष्यात बाकी काहीही उरत नव्हतं! पण तू तर माझा घात केलास... विश्वासघात... ज्याची मला अजिबात अपेक्षा नव्हती... तुझा विचार आताही मनातून जात नाही. तुझी बायको मला येऊन नको-नको ते बोलली... मी त्या स्त्रीला काहीच दोष देत नाही. काहीच चुकले नाही तिचे. एक पत्नी या नात्याने जे पाऊल उचलायचे, तेच उचलले तिने. पण माझे तरी कुठे चुकले....? तू असा विवाहित पुरुष आहेस, तुला दोन मुली आहेत.... हे तूच लपवून ठेवलंस ना...! का, का असा वागला असा....? फक्त माझं शरीर सहज वापरता आलं तर वापरावं, एवढ्याच घाणेरड्या विचारांसाठी ना...? तुम्हा पुरुषाची ती गरज असते. तसंच तुम्ही स्त्रियांनाही गृहीत धरता आणि वागता... शारीरिक सुख ही माझी गरज आहे, त्यामुळे मी तुझ्याशी संबंध ठेवतच राहिले... कोणत्याही बंधनाशिवाय— ही तुझी ठाम धारणा.... त्यामुळेच तू बिनधास्त होतास.... मी त्यापुढे... या वळणावर लग्नाचा प्रस्ताव ठेवीन, असे तुला स्वप्नातही वाटले नव्हतेच; पण.... पण मी असा प्रस्ताव ठेवताच तू हादरलास.... काढता पाय घेतलास. माझ्यापुढे नेहमी प्रदीप आणि अविनाशला नावे ठेवत स्वत:कडे मोठेपण घेत राहिलास. पण त्यांनीही केली नाही एवढी प्रतारणा तू केलीस डेव्हिड, माझी...'

सारा मनाचा मनाशी संवाद आणि हा मनाचा पसारा सांभाळत असह्य झालं की, डोळ्यांतून अश्रूंना वाट मोकळी करून देणे, कुठेच बोलता न येण्यासारखा हा विषय.

'मन वेदनांनी भरलेलं असताना काठोकाठ...
इथे बंद ठेवावे लागतात ओठ,
मुक्या वेदनांना डोळे करतात बोलके...
सारा भार पापणीत घेऊन मनाला करतात हलके'

* * *

सुनेत्राला घ्यायला आकाश आला. सुनेत्राने सध्या तरी हे घर ठेवले...

सामानाची विल्हेवाट लावणे.... बँकांची खाती, अजून काही राहिलेली बारीक-सारीक कामे शिल्लक होती... नोकरी सोडली तरी बाकीचा व्याप होताच की! सुनेत्रा आकाशसोबत बंगलोरला गेली..... आकाशचा तीन बेडरूमचा सुसज्ज फ्लॅट होता. श्रेयाने सुनेत्राची रूम छान तयार करून ठेवली होती. तिने सुनेत्राचे छान स्वागत केले.

'आता पुन्हा एका नव्या जीवनाला सुरवात झाली. आकाशच्या आग्रहामुळे मी इथे येण्याचा निर्णय घेतला... माझा स्वत:चा मुलगा असूनही माझ्याशी मनापासून जुळलाच नाही... मी त्याच्यावर, त्याच्या जगण्यावर खूप अन्याय केला. मी स्वत:साठीच जगत राहिले, असेच त्याचे मत... त्याचे हे मत बदलवण्याची कधीच संधी मिळाली नाही... कारण त्याकरिता वादळ हे येणारच; ते वादळ आकाशचे जीवन उद्ध्वस्त करेल, या भीतीने मी कधी या विषयाच्या भानगडीत पडले नाही.... त्यामुळे त्याच्यात व माझ्यात कायमच एक अंतर राहिले. कदाचित त्यामुळेच असेल की काय— आता मला येथे येऊन जवळपास एक महिना होतो आहे, पण अगदी परक्यासारखंच वाटतं... सकाळी आठ वाजता दोघेही निघून जातात... चहा, नाश्ता करून. लंच त्यांच्या कंपनीतच असतो. सायंकाळी बाई येते स्वयंपाकाला... सकाळी माझं एकटीचं मी करून घेते, मला लागतं ते... संपूर्ण दिवस मी एकटी असते. वाचन आणि लेखन वाढवायचं, हे मी ठरवूनच आलेली... त्यामुळे करमत नाही, म्हणून उगाच कुरकूर नको— हे स्वत:ला समजावलेलं...

'सायंकाळी दोघेही परत आले की, रात्रीचं जेवण सोबत घेणे... जुजबी बोलणे आणि झोपायला जाणे— असा नित्यक्रम सुरू झाला... सकाळी मी फिरायला जाणे सुरू केले. काही मराठी लोकांशी परिचय झाला. जाता-येता भेट झाली की, बरं वाटायचं.... कुठे काही तक्रार करणे म्हणजे शुद्ध मूर्खपणा... कधी कधी वाटायचं— कितीही झालं तरी आपलं अवघं आयुष्य गेलं, ती माती आपल्याला नक्कीच ओढ लावते... त्या मातीशी आपली एक अनामिक जवळीक असते. प्रत्येक वाट, झाड, पान, फूल— सारं-सारं कुठे तरी आपल्याशी जुळलेलं असतं... ते जुळणं सुटूच शकत नाही.

'मी तर एका महाविद्यालयाशी जुळलेली... नाही म्हणायला, माझी एक स्वतंत्र ओळख असलेली... खरंच, साऱ्या प्रश्नांची उत्तरं काळाजवळ असतात; नव्हे, तर काळच उत्तर देत असतो. फक्त गरज हवी पेशन्स ठेवण्याची... डेव्हिडने दगा दिला, म्हणून मी तत्काळ निर्णय घेतला आकाशकडे येण्याचा. आकाशशी मी जुळून राहू शकेन की नाही, हा प्रश्न पूर्ण अधांतरी उत्तरांचा आहे, याची खात्री असतानाही... मी हा निर्णय घेतला. खरं तर डेव्हिडसारखा माणूस योग्य वेळी

कळला, म्हणून त्या नियतीचे आभार मानायला हवेत. सावरायला हवं होतं... आपल्या कामाचाच व्याप इतका की, त्यात रसरसून काम करायचं होतं. पण त्या वेळी मला सारं जग निरर्थक वाटू लागलं होतं... आता पर्याय नाही... आता आकाश व श्रेयासोबत जुळवून घेणे, अशा जगण्याशिवाय पर्याय नाही... असेच वाटले. कुठे तरी जुळवून घ्यावेच लागेल ना मला...! निघताना वीणाला भेटली नाही याची रुखरुख होतीच, म्हणून आज तिला फोन करायचा ठरविले... वीणाच एक माझी जीवाभावाची सखी.... माझे अंतरंग जाणणारी.... माझ्या सुख-दुःखात असणारी... मध्यंतरी डेव्हिड प्रकारात तिने मला सावध करण्याचा प्रयास केला, पण मी जणू काही ऐकण्याच्या मूडमध्येच नव्हते... तिला काहीच महत्त्व दिले नाही... तरी तिला त्याचा राग नाही, की काही नाही.... खरे तर इथे आल्या-आल्याच फोन करायला हवा होता... कदाचित रागावली पण असेल माझ्यावर! रागावू दे; तेवढा हक्क तर तिला नक्कीच आहे.'

सुनेत्राने वीणाला फोन केला.... "हॅलो वीणा, मी सुनेत्रा बोलत आहे."

"बोल, कशी आहेस? मला कालच तू बंगलोरला गेल्याचे कळले, पण मला भेटली नाहीस याचे खूप वाईट वाटले गं."

"हो वीणा, मला माफ कर. अगं, वेळेवर खूपच घाई झाली आणि तुला भेटायचे राहून गेले. मुद्दाम असं काहीच नाही केलं बरं..."

"बरं, जाऊ दे. कशी आहेस? काय म्हणतात आकाश, श्रेया... जमतं आहे ना तुझं त्यांच्याशी?"

"अगं वीणा, जमण्याचा प्रश्नच कुठे येतो? सारं यंत्रासारखं लाईफ सुरू आहे. ते दोघेही सकाळी आठला गेले की, रात्री आठलाच परततात. मग रात्री सोबत जेवण घेतले की झोपले... माझा दिवस मी वाचन आणि लेखनात घालविते... पण कुणी कुणी ओळखीचं नाही. मराठी वातावरणात वावरलेल्या मला इकडे जरा ऑकवर्डच होतं. परवा पुण्याच्याच एक बाई भेटल्या होत्या. त्याही माझ्यासारख्याच इकडे मुलाकडे राहायला आलेल्या. त्या नेणार आहेत मला इथल्या मराठी ग्रुपमध्ये... बाकी तू सांग, कशी आहेस? माझं आपलं कायम माझंच सुरू असतं..."

"काही नाही गं, सारंच काही ठीक आहे."

"तू फोन करत चल... अगं, त्यामुळे तर हालचाल कळतेय ना! आणि हो, कधीही काहीही वाटलं तरी पुण्यास माझ्याकडे ये. या वीणाच्या घराची दारं तुझ्यासाठी कायम उघडी आहेत..."

"हो गं वीणा... मला माहीतच आहे ते... आता तूच माझी हक्काची एक जागा

उरली आहे, जिथं मी मन मोकळं करू शकते.''

"हो, हो— ती तर तुझी जागा आहेच; काही शंकाच नाही. तुझं इकडचं सारं आटोपलं का नीट?''

"हो, कागदोपत्री तर सारं आटोपलं. माझी पेन्शन पण सुरू झालेली नाही. ती होऊन जाईल लवकरच... नाही झाली, तर यावं लागेल...''

"हो, कधीही ये...''

"बघ, मी घर अजून सोडलेले नाही... आईच्या प्रॉपर्टीची विल्हेवाट लावून टाकायची, म्हणून मोठ्या ताईचा तगादा असतो. अशी आणि काही बँकेची कामं आहेतच... त्यामुळे पुण्याशी माझं नातं असं एकाएकी तुटणार नाही बरं...''

असं आणि बरंच काही बराच वेळ आज वीणाशी बोलणं झाल्यामुळे खूप बरं वाटत होतं...

रात्री जेवताना आकाश म्हणाला, "आई, श्रेयाच्या मावस बहिणीचं लग्न आहे पुण्याला... श्रेया जात आहे आठ-दहा दिवसांकरिता... उद्या सकाळी निघत आहे...''

"हो का गं श्रेया? ठीक आहे, जा की... आणि आकाश, तू नाही जात का?''

"नाही. माझं नाही जमत आई...''

श्रेया अगदीच कामापुरतं बोलत असे.

दुसऱ्या दिवशी श्रेया पुण्याला गेली. या आठ-दहा दिवसांच्या काळात... आकाश आणि सुनेत्रा दोघेच होते... सुनेत्राचे सकाळी फिरायला जाणे, आकाशचा चहा-नाश्ता करून देणे... रात्रीचे जेवण सोबत घेणे— असा दिनक्रम सुरू होता.

दहा दिवसांनंतर श्रेया परतली. श्रेयाला काय झाले, कुणास ठाऊक; तिच्या वागणुकीत फारच बदल झाला होता.... कधी विशेष काही न बोलणारी श्रेया.... चुरचरू बोलायला लागली... सुनेत्राच्या पूर्वायुष्याला धरून शब्दांचे बाण फेकू लागली... या पोरीला पुण्याहून आल्यापासून काय झालं, हे सुनेत्राला समजायला वेळ लागला नाही. सुनेत्रा आता कायम आकाशलाच चिकटेल की काय? असे होऊ नये, या प्रयासार्थ प्रा. अनिल गोरेंनी म्हणजे श्रेयाच्या वडिलांनी श्रेयाला सुनेत्राबाबत नको ते सांगून चिथवून धाडले होते.... आपल्या पोरीच्या संसारात पुढे आयुष्यभर ही ब्याद नको, या मिशनवर सध्या प्रा. अनिलचे काम सुरू होते, याचा प्रत्यय आता सुनेत्राला सतत येऊ लागला. श्रेयाचे तर ठीक आहे, पण आकाशच्याही वागण्यातील फरक जाणवू लागला.

श्रेया तर जणू संधीच शोधत असायची. त्या दिवशी रात्री एका टीव्ही सिरियलमध्ये काहीसा Live and relationship विषय होता. त्यावर श्रेया सुनेत्राला लागेल असे नको-नको ते बोलत राहिली.

"हो ना आकाश! आता म्हातारवयातही चाळे लागले लोकांना... कोण काय म्हणेल याचीही चाड राहिली नाही... वरून समाजात प्रतिष्ठेचा आव आणतात आणि आतून यांचे कॅरेक्टर्स अगदी ओंगळवाणे असतात. काही काही महाभाग बायका अशा असतात की, त्यांच्यात जणू माणसं बदलण्याची स्पर्धाच लागली असते."

"हो ना श्रेया, स्वत:च्या जगण्याकरिता त्यांना आपल्या पोटच्या मुलाचीही काळजी उरत नाही... लेकरांना इथे-तिथे ठेवून त्या स्वत:च्या मनाप्रमाणे जगतात."

"हो ना आकाश! पण एका पुरुषाशी नाही जमलं, तर त्याला लगेच सोडून दुसरा शोधतात."

अशा पद्धतीची आकाश आणि श्रेयाची चकल्लसबाजी रोजच चालायची. सुनेत्राला या वातावरणात राहणे अगदी नकोसे झाले. पण कधी ऐकलं, तर कधी नाही ऐकलं, असा काणाडोळा करत राहिली.

आता जवळपास वर्ष होत आलं होतं. अलीकडे श्रेयाचे घालून-पाडून बोलणे फारच वाढले होते... तिच्या आई-वडिलांचे सतत फोनवरून बोलणे चालायचे. त्याचे पडसाद लगेच त्यांच्या वागण्यात दिसायचे.

आपलं दु:ख कुठे बोलावं? आपलेच दात आणि आपलेच ओठ... अशी स्थिती होती... पण कुठल्याही गोष्टीला मर्यादा असतात. त्या मर्यादा संपल्या की, तुटायलाच होतं... कधी कधी वाटायचं— एकदाच समोर बसवून विचारावं आकाशला... कशाला रे बाबा माझा असा छळवाद मांडलास? अशाच विचारांनी मनात गोंधळ घातला, तो काव्यातून साकार झाला जणू. कागदावर उतरली एक कविता.

<u>अगतिकता</u>

उत्तरे ठाऊक असली तरी,
प्रश्नांना उभे करता येत नाही ।
मनास तडे जात असले तरी,
काही काही बोलता येत नाही...।।
साळसूद तयांचे वागणे असले तरी,
चेहऱ्यावर दाखविता येत नाही ।

अपमान होत असला तरी,
त्यांच्या चुका दाखवता येत नाही.....।।
खेळातील रंगत संपत आली तरी,
डाव सोडून जाता येत नाही ।
जिंकायचेच ठरविले होते तरी,
कसे हारत गेलो कळत नाही....।।
जे टाळत होते तेच पुढ्यात आले तरी,
शब्दांमधुनी मांडता येत नाही ।
वादळाशिवाय प्रश्न मिटेल याची,
आता मनही ग्वाही देत नाही....।।

पण वादळ येऊ नये, याकरिता सुनेत्राने 'मौनं सर्वार्थ साधनम्' हेच जगण्याचं ब्रीद बनवून टाकलं होतं.

आता सुनेत्राची इकडे थोड्या मराठी लोकांशी ओळख झाली. एका मराठी साहित्य मंडळाची माहिती मिळाली. तिथले सभासदत्व घेतले. दर महिन्याला त्यांची सभा व्हायची.... कविसंमेलन, ग्रंथचर्चा असे उपक्रम चालायचे. संस्थेशी जुळल्यापासून सुनेत्राचे जगणे बरेच सुसह्य झाले होते. मंडळातील सर्वांना सुनेत्राच्या कविता आवडायच्या. 'पुण्याच्या प्रख्यात महाविद्यालयातील माजी प्राचार्या' ही तिची ओळखच तिला खूप सन्मान देत होती. पाण्याला दिशा मिळून त्याचा प्रवाह झाला की, ते खळाळतं राहतं. हे निरंतर खळाळत राहणंच जगण्याची दिशा देतं. खरंच, हा निसर्गच माणसाला खूप काही शिकवितो. या मंडळात अनेक चांगल्या सहृदयी लोकांशी परिचय झाला. प्रत्यक्ष आपल्या व्यथा कुणी स्पष्ट बोलून दाखवत नसले, तरी जीवनात प्रत्येकाच्याच वाट्याला दुःख येतंच; फरक फक्त एवढाच की, त्या व्यथा-वेदनांचा चेहरा व्यक्तिपरत्वे वेगवेगळा असतो.

आताशा सुनेत्राने आकाश व श्रेया काय बोलतात याकडे लक्ष देणेच बंद केले... ते काहीही म्हणोत; लक्षच द्यायचे नाही, असे ठरविले. पण कितीही लक्ष द्यायचे नाही म्हटले, तरी अतिरेक हा केव्हाही घातकच.

अलीकडे श्रेयाचे घालून-पाडून बोलणे खूपच वाढले होते. सुनेत्रा तिथे राहूच नये, असेच तिला जणू सुचवायचे होते. त्या दिवशी न राहवून सुनेत्रा आकाशला म्हणाली, "आकाश, हे बघ— तू म्हटले म्हणून मी आले."

"मग, राहते आहेस ना! काय आहे तुझं?"

"अरे, तुम्ही दोघंही असे वाचाळल्यासारखे कसे बोलत असता? मला कळत नाही का तुमचे बोलणे? मी तुझ्याकडे राहू नये असे वाटत असेल, तर तसे सांग..."

"तू ठरव— राहायचे की नाही?"

"मी काय ठरवणार.... तू मुलगा आहेस माझा; मी तुझ्याकडे नाही राहणार तर कुठे?"

"का गं... मुलाला जेव्हा गरज होती, तेव्हा त्याला इथे-तिथे ठेवत नवरे करत सुटलीस आणि आता तो स्वयंपूर्ण जगू शकतो, तेव्हा तुला कळवळा आला मुलाचा...? वा रे तुझी नीती!" उपहासाने आकाश म्हणाला.

"हे बघ आकाश, खूप झालं... मला पूर्ण माहीत आहे, हे तुला भडकवण्याचं काम कुणाचं आहे. त्यांचंही कधी बरं होणार नाही."

"आई, तुम्ही सरळ-सरळ माझ्या वडिलांना दोषी ठरवता आहात... बघा, मी सांगून ठेवते... माझ्या बाबांना काही म्हणायचं नाही. त्यांनी आम्हाला जन्म दिला. कधीही स्वत:च्या शौकासाठी स्वत:पासून दूर ठेवले नाही. माझ्या बाबांचे नाव घेण्याची तुमची लायकी नाही. मला हे चालणार नाही!" श्रेया फणकाऱ्याने म्हणाली.

"चालणार नाही म्हणजे, माझ्या घरात आग लावू पाहणाऱ्या तुझ्या बाबांच्या मनात काय आहे, ते मी जाणत नाही की काय?"

"हो, जाणते ना आई? पुरे झाले... हे बघ, ते जे काही बोलतात ते खोटं आहे का? मी त्यांना काहीच म्हणू शकत नाही आणि म्हणणारही नाही." आकाश म्हणाला.

"म्हणजे, तू जन्मदात्या आईला नको-नको ते म्हणशील, पण त्या चिथवणीखोरास काही म्हणणार नाहीस?" सुनेत्रा चिडली.

"हो, नाही म्हणणार. कारण मला त्यांच्याशी नाते तोडायचे नाही आणि हे बघ— तुला सांगून ठेवतो, तू श्रेयाला काहीही म्हणायचे नाहीस. तू तिला काही म्हटलेलं मला अजिबात चालणार नाही."

"म्हणजे ती मला काहीही म्हणेल, तू काहीही म्हणशील आणि मी मात्र सारं गप्प राहून सहन करायचं... कशी राहू मी या अशा वातावरणात?" हतबल होऊन सुनेत्रा म्हणाली. "हो हेच— हेच आहे आकाश तुझ्या मनात. अरे, इतके तमाशे करण्यापेक्षा सरळ-सरळ सांग ना मला— निघून जा म्हणून."

"आई... छट्, आई म्हणायचीही लाज वाटते या बाईला.... इतके लांछनीय कारनामे कळल्यापासून..."

“काय कळलं रे तुला? त्या प्रा. गोरेना काही कामं नाहीत का?”

“हे बघ आई, त्यांना खूप कामं आहेत. उगाच त्यांच्या नावाची आगपाखड करू नकोस. मी अनिलकाकांना चांगलं ओळखतो.... माझ्या बाबांचे मित्र आहेत ते. त्यांच्या एका मैत्रीच्या भरवशावरच माझे बाबा जगले. तू तर सोडून दिलंस त्या सज्जन माणसाला.”

“त्याच सज्जन माणसाने चांगलं उट्ट काढलं ना, आपल्या मित्राची मुलगी तुझ्या गळ्यात बांधून...!”

“हे बघ आई... तू माझ्या बाबांना काही म्हणायचं नाही. यात त्यांचा काहीच रोल नाही. हा तर केवळ एक योगायोग आहे.”

“बस्स... आकाश, प्लीजऽऽ थांब! मला तुझ्याशी काहीही बोलायचे नाही.” सुनेत्रा शांतपणे म्हणाली.

◈◈◈

२२

तर, आता आकाशच्या घरात सुनेत्राचे राहणे कठीण होऊन गेले होते. 'सुनेत्रा आता आयुष्यभर श्रेयाच्या संसारात राहील' ही गोष्ट प्रा. अनिल गोरेंच्या पचनी पडत नव्हती, त्यामुळे सारं घडत आहे, हे सुनेत्राला स्पष्ट जाणवत होतं... पण करणार काय? आकाश तर पूर्णपणे त्या लोकांच्या कह्यात गेला होता. त्याला काहीही सांगण्यात आणि समजविण्यात अर्थ नव्हता... काय करावे? कसे जगावे पुढे? अशा प्रश्नांनी पुन्हा गर्दी केली होती. कितीही गप्प राहायचं... शांत राहायचं म्हटलं तरी प्रश्न सुटत नव्हता... त्या दिवशी तर आकाश स्पष्टच म्हणाला, "हो, मी चूक केली— तुला माझ्यासोबत चल म्हणण्याची. झाली माझी चूक..." खरं तर तो इतकं स्पष्ट बोलल्यानंतर काही उरलं होतं का?

'नाही, मला आता इथून गेलंच पाहिजे...' अशा साऱ्या विचारांचा डोंगर मनात उभा झाला होता. आज सायंकाळी मंडळात 'या वळणावर' या विषयावर प्रत्येकाने आपले मनोगत मांडायचे, असा वक्तृत्वाचा कार्यक्रम होता...

कार्यक्रमाला सुरुवात झाली... एक-एक करून प्रत्येक जण स्वत:बद्दल सांगत होता... कुणी निवृत्त न्यायाधीश, कुणी निवृत्त सर्जन, कुणी निवृत्त प्राचार्या, प्राध्यापक, वकील अशी मंडळी होती... सारे जण बोलले. खऱ्या अर्थाने सर्वांना एकमेकांची ओळख झाली... साऱ्यांनीच आपल्या कार्यकर्तृत्वाने आपले जीवन समृद्ध केलेले होते. आपण सारे आता मृत्यूच्या जवळ चाललो आहोत. केव्हा, कसा, कोणत्या खिंडीत तो आपणास गाठेल याचा नेम नाही; तेव्हा उर्वरित आयुष्य जमेल तेवढ्या आनंदाने जगावे... जगण्यातला कडवटपणा विसरून गोडवा कसा निर्माण करता येईल ते बघावे... अशा सुराच्या वाटेवरून कार्यक्रम पुढे जात होता... पुढचे नाव घेण्यात आले डॉ. आर. बी. सबनीस— निवृत्त कलेक्टर... आपल्या आयुष्याबद्दल खळाळून बोलता-बोलता ते अचानक गंभीर झाले...

"आपण सारे एकाच विचाराचे आनंदयात्री.... तरीही मित्रांनो, आज समाजात सर्वत्र घाण वाढवीत असलेली आणि वृद्धांचे जगणे हलाल करणारी एक गोष्ट खूप वाढत असल्याचे प्रकर्षाने जाणवते. ती म्हणजे, घराघरांत सुनेच्या आई-वडिलांची वाढलेली लुडबुड... आज नेट, इंटरनेट आणि मोबाईलच्या दुनियेत तत्काळ संपर्क साधता येतो. पण तत्काळ संपर्काने आमच्या घरातले वृत्त ताबडतोब व्याह्यांच्या घरात पोचते— आमच्या घराच्या आणि मुलांच्या किल्ल्या जिच्या हातात आहेत, अशा त्या आमच्या सुनेमार्फत...! ती मंडळी मग लगेच सल्ले सुचवितात.... आमची सून आम्हाला कशातही गृहीत न धरता तिचे आई किंवा बाबा जसे सांगतील तसेच आमचे घर चालविण्याचा प्रयास करते. काहीही झालं तरी आम्ही तुझ्या पाठीशी खंबीरपणे उभे आहोत, असा धीर देतात. या सर्वांमध्ये कोंडी होते ती घरातल्या वृद्धांची... आज घराघरांतून वृद्धांचे जगणे दु:खी आणि वेदनादायी झालेले आहे.... त्यांच्याशी बोलायला कोणाला वेळ नाही.... नातवंडांनाही त्यांच्याकडे भटकू दिले जात नाही... वृद्धांच्या जेवणाच्या वेळा सांभाळणे म्हणजे त्यांना सांभाळणे, असेच त्यांना वाटते— निदान जगाला तरी ते असे भासवतात... खरं तर हा टप्पा प्रत्येकाच्या आयुष्यात येणारा.... आज सुपात असणारे उद्या जात्यात जाणार आहेत, पण... वर्तमान महत्त्वाचा आहे... मला वाटतं... यातूनच वृद्धाश्रम उदयास आले असावेत. कधी कधी तर वृद्धांनाही स्वत:हूनच वृद्धाश्रमात जावेसे वाटते... त्याला कारण आहे.... ह्या तुरुंगरूपी अबोल घरात राहणे नकोसे होते. त्यापेक्षा समवयस्क समदु:खी लोकांमध्ये वेळ घालविणे जास्त श्रेयस्कर वाटते..."

सभागृहातील वातावरण एकाएकी गंभीर झाले... आतापर्यंत यापूर्वी ज्यांनी आपली मतं खळखळून मांडली... तेच डोळ्याला रुमाल लावत होते. माझ्या शेजारी बसलेल्या शारदाताईंना तर हुंदकाच आवरत नव्हता...

डॉ. सबनीस पुढे म्हणाले... "बघा, मला वाटते— आपण काही आपल्या लेकरांचे वैरी नाही. आपल्याला ते हवेच असतात, पण आपण त्यांना नकोसे होतो; ही स्टेज फार वाईट आहे. आपल्या आयुष्यात ही वेळ येण्यापूर्वीच आपल्याला आपला निर्णय घेता यावा, याकरिता अशा काही संस्था कार्यरत आहेत. स्वयं-संजीवन प्रज्ञा संस्था ही हिमाचल प्रदेशमधील इटानगर भागातील एक फार चांगली संस्था आहे. ही संस्था वृद्धाश्रम नव्हे, इथे कुणीही व्यक्ती सभासदत्व घेऊ शकते. अट फक्त एकच— त्या व्यक्तीने तिथे स्वयंप्रेरणेने आलेले असावे. तिला या संस्थेकडे कुणी आणून दिलेले किंवा सोपविलेले नसावे. आयुष्यात एकाकी पडलेली कोणत्याही वयाची व्यक्ती त्या संस्थेची सभासद होऊ शकते. दिडशे एकरांच्या

पसरलेल्या निसर्गरम्य हिरव्याकंच वातावरणात एका अतिशय शांत ठिकाणी असलेली ही संस्था आहे. पाच हजार रुपये दरमहा घेतले जातात. त्यात एक प्रशस्त सुसज्ज खोली, चहा, नाश्ता, जेवणाची उत्तम सोय, तब्येतीची देखभाल... परिसरातच वाचनालय, सभागृह, दवाखाना यांची सोय, प्रत्येकाच्या आवडीनुसार त्याला समाजकार्य करण्याची मुभा. प्रत्येकाला पुढे होऊन कार्य करायचे नसले, तरी आपल्या आवडणाऱ्या विचाराच्या लोकांच्या समूहात कार्य करता येते. संस्थेच्या अंतर्गत सतत बौद्धिक तसेच सांस्कृतिक कार्यक्रम सुरू असतात. ज्याला कुणी नाही, त्याला सर्वस्व देणारी ही संस्था— असा या संस्थेचा नावलौकिक आहे...'' ही आणि अशी बरीच माहिती डॉ. सबनीस यांनी दिली... कार्यक्रम संपला... सर्वांनाच जणू आपल्या अनेक प्रश्नांची उत्तरे मिळाल्याचा भास झाला. डॉ. सबनीसांना सुनेत्रा म्हणाली, ''डॉक्टर, नमस्कार! फारच सुंदर बोलतात आपण आणि या संस्थेची माहिती दिलीत, ती फारच महत्त्वाची वाटली.''

''हो का मॅडम?''

''हो ना, सबनीससाहेब! अहो, वृद्धाश्रमापेक्षा वेगळा दृष्टिकोन असलेली फार छान संस्था आहे. मला आणखी सविस्तर माहिती मिळेल का?''

''हो ना, का नाही... हे घ्या संस्थेचे माहितीपत्रक...!''

''खूप-खूप आभारी आहे मी तुमची...''

खरंच, परमेश्वर दुःख देतो त्याच वेळी जणू त्या दुःखातून बाहेर पडण्याचा मार्गही दाखवितो, असेच सुनेत्राला वाटले. तिने ते माहितीपत्रक व्यवस्थित वाचले.... माहितीपत्रकात संस्थेची स्थापना, उद्देश, कार्यपद्धती, संस्थेचे उपक्रम, राहण्याची व्यवस्था, रम्य परिसर, त्याचे फोटोग्राफ्स हे सारं सविस्तर दिलेलं होतं... बरीच मराठी माणसंही तिथे आहेत, हे वाचून फार बरे वाटले. या संस्थेत कायमस्वरूपी राहायला जावे का— याचा विचार करणे, हाच एक उद्योग सध्या सुनेत्राला जडला.... तेथील फोन नंबरवर कॉन्टॅक्ट करून सारी माहिती मिळविली.

खरं तर जीवनाच्या वाटेवर एकमेकांचा हात धरून आयुष्याचा प्रवास करण्याचा आनंद वेगळाच.... पण ज्यांच्या वाट्याला असा जीवनसाथी आला नाही किंवा आला तरी काही कारणास्तव दुसरा हात निसटला असला— अर्थात तो किंवा ती त्याच्या किंवा तिच्या जगण्याच्या कॅनव्हासवरून हरवला— तर दुसऱ्याचे जगणे किती कठीण होते, याची जाण असलेली ही संस्था आहे. अशा व्यक्तींनी मग जगणं सोडून द्यावं का? नक्कीच नाही! जीवनात खूप काही करण्यासारखं आहे. तेव्हा या एकटेपणातून बाहेर येऊन जगा. ही संस्था आपल्या जगण्याचा दुसरा भाग होण्यास

आतूर आहे. नव्हे तर, तुमचीही कुणाला तरी गरज आहे— या संस्थेला तर नक्कीच! तेव्हा या.

एकाकी झालेल्या कित्येक व्यक्तींनी इथे आल्यानंतर खरे जगणे गवसल्याची पावती दिलेली आहे. तेव्हा आपण या; स्वयं-संजीवन संस्था आपल्या स्वागतास तयार आहे!

किती तरी सुंदर मनोहारी फोटोग्राफ्स, संस्थेने दिलेली ही माहिती म्हणजे सुनेत्राला जणू संजीवन वाटले. खरंच, संस्थेच्या नावातच सारे सामावले आहे— 'स्वयं-संजीवन प्रज्ञा संस्था'. त्यात सुनेत्राला एक अट— एक गोष्ट फार आवडली. ती म्हणजे, 'इथे येणारी व्यक्ती ही स्वयंप्रेरणेने येणारी असावी; तिला इथे कुणी आणून देणारं नसावं.' अर्थात, आर्थिक पातळीवर जी व्यक्ती स्वयंपूर्ण आहे, तीच इथे जाण्याचा विचार करेल. दुसरे म्हणजे, तिला इथे तिच्या आवडी-निवडीप्रमाणे जे कार्य करायचे आहे, ते करता येईल. समूहात राहता येईल. सहलीचे आयोजन केले जाते... प्रकृतीची काळजी घेतली जाते. खरंच, ह्या संस्थेप्रति नितांत आदर मनात दाटून आला.

सतत फोनवर संपर्क साधून तिने जाण्याचे निश्चित केले. पण तत्पूर्वी पुण्यास जाऊन भाड्याचे घर सोडणे, घरातील सामानाची विल्हेवाट लावणे, आईच्या घराच्या वाटणीचे काम करणे, पुण्यातल्या बँकांमध्ये असलेले काम करणे, पुण्याच्या शेजारी घेऊन ठेवलेल्या प्लॉटची विल्हेवाट लावणे— इतकी सारी कामं होती. या साऱ्या कामांना पूर्ण करण्यास कमीत कमी एक महिना तर हवाच. त्या दिशेने आता सुनेत्राने आपला कार्यक्रम ठरविला...

आज आपला इथे न राहण्याचा निर्णय आकाशला सांगायचा, असे सुनेत्राने ठरविले. त्यानुसार रात्रीच्या जेवणानंतर तिने विषय काढला.

"आकाश, मी जाते आहे."

"कुठे?"

"कुठेही. ते तुला काय करायचंय? तुम्हाला मी नकोशी झालीय, तेव्हा उगाच तुझ्या दारात पडून आश्रितासारखं राहणं मलाही जमणार नाही. पुढे कसं जगायचं, ते माझं मी पाहीन, तू माझी काळजी करू नकोस."

"अगं, पण कुठे जाते आहेस?"

"कुठेही जाईन! जिथे जाईन तिथून तुला कळवीन. तुझ्या इभ्रतीला धक्का पोचेल असं काहीच ते नसेल..."

"का, असूही शकते?"

"काय असू शकते? काय म्हणायचं आहे तुला? स्पष्ट बोल—"

"तू कुणासोबत लग्न वगैरे तर करत नाहीयेस ना? नाही, या वयात हे शोभत नसलं, तरी तू काहीही करू शकतेस."

"हे बघ आकाश... तोंडाला येईल तसे बरळू नकोस. ते प्रा. गोरे महाशय तुला भडकवतात आणि तू भडकतोस."

"मला काही कोणी भडकवत नाही. तू केव्हाही त्या डेव्हिडशी लग्न करू शकतेस, अशीच चर्चा आहे माझ्या मित्रांमध्ये... खूप चांगलं वाटत असेल का गं मला, जेव्हा लोक माझ्या आईविषयी असं काहीबाही बरळतात तेव्हा?"

"हे बघ आकाश, तुझ्या डोक्यात सगळं खोटंनाटं भूत भरलेलं आहे. मी सध्या तरी पुण्याला जाते आहे; मग पुढे काय ते तुला सांगेनच. मी काही सध्याच अपंग झालेली नाही.... माझं मी बघू शकते... तुझाच खूप आग्रह होता, म्हणून मी आले; अन्यथा अजून काही वर्षं माझी नोकरी माझ्या हाताशी होतीच... मी माझ्या बाबांच्या घरी पण जाऊ शकते... त्या माझ्या माहेरच्या गावी पण राहू शकते... सध्या तरी काही ठरवलेलं नाही."

आपण स्वयं-संजीवन प्रज्ञासंस्थेत जातोय, ही गोष्ट कोणत्याही परिस्थितीत आकाशला सध्या तरी कळू द्यायची नाही. एकदा तिथे गेल्यानंतर मी सांगेन. एकदा प्रवेश घेईपर्यंत एवढी खबरदारी घ्यायची, हे सुनेत्राने नक्की ठरविले होते. त्यामुळे तिने ती नक्की कुठे जाणार आहे व भविष्यात कायमच कुठे राहणार आहे, ही बाब आकाशला सांगण्याचे तिने कटाक्षाने टाळले...

"आकाश, माझं उद्या सायंकाळचं तिकीट आहे. तू काहीही म्हटलेस, तरी मी आता जाणारच आहे. तुला न सांगता जाणे इष्ट वाटले नसते; त्यातून तू आणखी काही अर्थ काढला असतास, म्हणून तुला सांगून जाते आहे..."

हा सारा माय-लेकामधला संवाद श्रेया ऐकत होती. पण ती यावर काहीच बोलली नाही. तशीही अलीकडे कित्येक दिवसांपासून ती सुनेत्राशी बोलतच नव्हती.

सुनेत्राने आपली संपूर्ण तयारी केली. पुन्हा या घरी आणि आकाशकडे येणे नाही, ही जाणीव तिला अस्वस्थ करीत होती. मन आतून अक्षरश: आक्रोश करीत होतं, पण उपाय नव्हता. उपाय एकच... इथून आता निघून जाणे.

◈◈◈

२३

दुसऱ्या दिवशी सुनेत्रा निघाली. आकाशने रेल्वे स्टेशनवर सोडले... पण बसवून दिले नाही... सुनेत्रा पुण्याला वीणाकडे पोचली. वीणाशी फोनवर बोलणे झाले होते.... वीणा तिची वाट पाहतच होती... सुनेत्राजवळ विशेष सामान असे काहीच नव्हते... तिच्या दोन सूटकेस— बस... वीणाकडे असं कधी यावं लागेल... असा स्वप्नातही विचार केलेला नव्हता... कितीदा तरी तिने राहायला बोलाविले होते, पण शक्य झाले नव्हते... वीणा तिच्या मुलासोबत— अक्षयसोबत सुनेत्राला घ्यायला स्टेशनवर गेली. अक्षयला गाडी घेऊन पाठविते, असे सुनेत्रा फोनवर बोलली होती... पण ती येईल, असे म्हणाली नव्हती. S4 डब्यातून उतरताच समोरच अक्षयसोबत वीणाला पाहून ती अवाक् झाली...

"वीणा..... तू आलीस!"

"मग इतक्या दिवसांनी तू भेटतेय, कधी भेटतेस असं मला झालं होतं." वीणाने सुनेत्राला मिठीच मारली. दोघींनांही क्षणात डोळ्यांत आलेले अश्रू थांबविता आले नाहीत.

"सुनेत्रा, हा अक्षय."

"काय वीणा, मी ओळखते ना गं अक्षयला?"

"अगं, किती वर्षं झालीत त्याला भेटून... मला वाटलं, ओळखतेस की नाही."

"नमस्कार मावशी! बॅग द्या माझ्याकडे."

अक्षयने दोन्ही सूटकेस बाजूला घेतल्या... स्टेशनपासून अर्ध्या तासाच्या अंतरावर वीणाचे नविन घर होते. घर काय— प्रशस्त बंगलाच. वीणाला असलेली बागेची आवड जाताच नजरेत भरली. गेटवरच पूर्ण फुलांनी आच्छादित गुच्छेदार फुलांचा मनमोहक वेल बंगल्याची वेगळीच शोभा वाढवीत होता...

आतली बागही वीणाने फार देखणी केली होती... वीणाला या साऱ्याच गोष्टींची पूर्वीपासूनच फार आवड होती. हॉलही तिने फार सुंदर सजविला होता.

"सुनेत्रा, ही बघ तुझी रूम..."

"वा, छान आहे गेस्ट रूम."

"आता फ्रेश हो, तोपर्यंत मी चहा-नाश्त्याचं बघते. खालीच ये हं फ्रेश होऊन." वीणा खाली गेली.

वीणाला दोन मुलं... आणि एक मुलगी. वीणाने नोकरी वगैरे केली नाही. प्रत्येक मुलीने शिक्षणानंतर नोकरीच केली पाहिजे, हे आवश्यक नाही; तर घर-संसार नीट सांभाळायलाही शिक्षण उपयोगी ठरतं, याचं उत्तम उदाहरण म्हणजे वीणा.

मुलीचं लग्न झालं... ती इंजिनिअर झाली. हा अक्षय आता फायनल इंजिनिअरिंगला आणि छोटा मंदार दहावीला आहे. अगदी मनासारखा आदर्श संसार होता वीणाचा...

फ्रेश होऊन सुनेत्रा खाली आली.... खाली सारेच सुनेत्राची वाट पाहत होते... ॲड सुमंतराव म्हणाले, "नमस्कार मॅडम! कशा आहात?"

"नमस्कार. ठीक आहे...."

'माझं काय ठीक? खरंच सुमंतना ठाऊक आहे.... पण काही प्रश्नांची उत्तरं द्यावीच लागतात ना...' सुनेत्रास वाटून गेलं. औपचारिक विचारपूस करून सुमंतराव निघून गेले.

"ये, बैस!" वीणाने डायनिंग टेबलकडे नेले.

"वीणा, आपण बालमैत्रिणी... आज या वळणावरून मागे वळून पाहताना जाणवतं... जगण्याकरिता खूप हुशारी, विद्वत्ता वगैरे कामाची नसते. सुख हे नशिबात असावं लागतं. तुझ्या अन् माझ्या जगण्याकडे पाहिले, तर काय दिसतं? किती सुखी राहिलं ना तुझं जीवन."

"हे बघ सुनेत्रा, एका अर्थी तुझ म्हणणं खरं आहे. पण तुझ्याही वाट्याला सारंच आलं ना....?"

"काय आलं सारंच? अगं, आला तो नुसता दाह."

"नाही सुनेत्रा, असे म्हणू नकोस. तुझं पहिलं प्रेम तुला प्रदीपच्या रूपात पती म्हणून मिळालं... पण तुमच्या दोघांच्या विचारधारा जुळल्या नाहीत. तुम्ही वेगळे झालात... मग अविनाश आला तुझ्या आयुष्यात... आणि आता डेव्हिड... का होत गेलं गं असं...?

"नको वीणा, नको देऊस त्या दाहक आठवणी... मला त्यातून आता पूर्ण

बाहेर यायचं आहे.''

''म्हणजे, नेमकं काय करणार आहेस तू? कुठे जाणार आहेस....? तुझ्या आयुष्यात आलेल्या या पुरुषांसोबत तू सुखी होऊ शकली नाहीस; आता आकाशसोबत तरी राहायचंस ना...''

''नाही वीणा, ते शक्य नाही.''

''अरे, हे काय? सुनेत्रा, कितीही झालं तरी तो तुझा मुलगा आहे.''

''हो ना वीणा.... तो माझा मुलगा आहे, म्हणूनच तर त्याच्या भल्याकरिता— त्याच्या जीवनाला दिशा देण्याकरिता मी जगत राहिले.''

''पण जगताना भरकटत गेलीस, असे नाही वाटत तुला... सुनेत्रा, तुला काय वाटतं, माझ्या वाट्याला जे आज चांगले दिवस आलेत ते सहजच आलेत? मला काही सोसावंच नाही लागलं का? अगं, प्रत्येकीलाच खूप काही सोसावं लागतं. हे सारं सोसता-सोसता मार्ग काढत जगावं लागतं.... खरं तर चौकट मोडून बाहेर पडून जगणं एक वेळ सोपं असतं... मनासारखं जगता येतं. त्यातल्या त्यात तुझ्यासारखी आर्थिक दृष्ट्या स्वयंपूर्ण असेल, तर आणखी सोपे असते.... कठीण असतं ते चित्र-विचित्र स्वभावाची नाती-गोती, जीवघेणी वळणं, दाहक अनुभव यांच्यासवे त्याच चौकटीत राहणे. आणि एकदा आई झालं की, बाईपण संपतं आणि स्त्री जगत राहते फक्त आईपणाकरिता... खरं तर या लेकरांना आई-बाबा या दोघांचीही छत्रछाया लागते. एकदा ही वळणं संपली की, त्या वादळाला आपल्या वादळी वागण्याची जाणीव होते, तोच कालचा तिचा हरवलेला सखा नव्याने पुन्हा गवसतो... आणि ही मुलं आईला जीवापाड जपतात...''

''वीणा, मी नाही जपलं का गं आकाशला जीवापाड...? तुला तर सारंच माहीत आहे. आकाशला वडील मिळावेत म्हणूनच मी अविनाशशी लग्न केलं ना... पण अविनाशचे बाह्य रूप वेगळे अन् अंतरंग वेगळेच निघाले... त्याने आकाशवर जे प्रेम केले, ते फक्त मी मिळावी या उद्देशाने. त्याच्या त्या मायावी रूपात मी अडकले. अल्पावधीतच त्याचा खरा चेहरा कळला..... लोकलाजेस्तव मी त्याचा संसार करत राहिले. त्याच वेळी आकाश दूर जात गेला.... तो जो दूर गेला, तो कायमचा... हे बघ वीणा, तू तर पूर्ण साक्षी आहेस ना...'' सुनेत्रा कळवळून म्हणाली.

''हो सुनेत्रा, अविनाशचे खरे रूप तर आम्हालाही माहीत नव्हते. त्याचा तो मोठा व्यवसाय, देखणेपण आणि तुझ्यासारखाच समदु:खी एवढाच विचार आम्हीही केला होता. तो खरा आम्हालाही कळला कित्येक वर्षांनी, तू सांगितल्यानंतरच... तू

अविनाशला सोडलेस हे चांगलेच केलेस; पण मग हा डेव्हिड कशाला आला?''

"वीणा, अगं, माझ्या आजारपणात डेव्हिडने केलेली मदत, त्याने दाखविलेलं आर्जव यात मी उगाच अडकले. त्या वेळी मी मानसिक पातळीवर फारच हवालदिल झाले होते. कदाचित वेड लागलं असतं मला... अगदी त्याच क्षणामध्ये त्याने दिलेला आधार मला वेगळेच बळ देणारा वाटला... नव्हे तर, त्यामुळेच मी अविनाशला दूर करू शकले...'' सुनेत्रा म्हणाली.... "वीणा, एका भावनिक अवस्थेत माणसाला जगण्यास प्रेम खूपच आवश्यक असतं. साऱ्या जगानं परकं केलं तरी आपल्या हक्काचा एक कोपरा हवा असतो, तो मला डेव्हिडने त्या काळात दिला... वयाच्या एका विचित्र टप्प्यावर त्यानं दिलेलं प्रेम, दिलेला आधार मला खूपच महत्त्वाचा वाटला. त्याच्याप्रति खूप प्रेम वाटू लागलं. मग त्याचं माझ्यासोबत विदेशात येणे, मला सर्वतो परीने मदत करणे.... तुझ्यावर अगदी पहिल्या भेटीपासून प्रेम करीत होतो, हे म्हणणे... सारे-सारे मृगजळ होते, हे मला कळलेच नाही आणि कळले तेव्हा जगण्यावरचाच विश्वास उडाला. या पुरुषजातीबद्दल प्रचंड चीड निर्माण झाली.... तीन-तीन पुरुष माझ्या आयुष्यात आले. प्रत्येकावर मी मनापासून खरं प्रेम केलं, पण प्रत्येकाने दगा दिला आणि माझी मी नव्यानं निर्माण केलेली वाट प्रत्येक वेळी धूसर-धूसरच होत गेली. कधी तर हरवत गेली आणि नव्या धुक्यात नवी वाट शोधत चालत राहणे.... हेच माझं जगणं होऊन बसलं.'' बोलता-बोलता सुनेत्राला अश्रू अनावर झाले. वीणाने तिला जवळ घेतले.

"हे बघ सुनेत्रा, अशी हवालदिल होऊ नकोस. तुला माहीत आहे का— प्रदीपने तुझ्यावर खरे प्रेम केले.''

"हो वीणा, मला ते जाणवते.... खरंच माझंच चुकलं. मी त्या वेळी त्याला सांभाळून घ्यायला हवं होतं...''

"हे बघ, आता मनातलं बोललीस ना! सुनेत्रा, प्रदीप शेवटपर्यंत माझ्या कॉन्टॅक्टमध्ये होता. तू जेव्हा अविनाशसोबत लग्न केलेस, तेव्हा आम्ही त्यालाही लग्न करून टाक म्हटले. पण तो म्हणाला होता— नाही, मी सुनेत्रावर खरे प्रेम केले. तिला ते खरे वाटू शकले नाही, याचे प्रायश्चित्त मी भोगणार...! असे म्हणत तो तसाच राहिला... तुम्ही दोघेही एकाच कॉलेजमध्ये... अविनाश तुला किती छळतो व त्या कॉलेजमधल्या प्रसंगानंतर तुला काय सोसावं लागलं याचं त्याला फार दुःख होतं. तुझ्यावर त्याचं प्रेम होतं म्हणूनच तो तुला त्रास होणार नाही याची काळजी घेत जगत राहिला... नंतर-नंतर या जगण्याची सवयच झाली, म्हणत होता. पण आकाशमध्ये त्याचं मन अडकत होतं गं! कितीही झालं तरी त्याचा मुलगा ना तो...!

वर्तुळ कुठे तरी पूर्ण होतेच ना...! आकाश आणि प्रदीप कित्येकदा माझ्याच घरी भेटत होते, हेही मी तुला आज सांगते आहे.''

"काय सांगतेस वीणा...!'' साश्रुपूर्ण नयनांनी पाहत सुनेत्रा म्हणाली.

"हो सुनेत्रा, तुझ्या जीवनात एक मैत्रीण म्हणून खूप वेगवेगळ्या भूमिका मला पार पाडाव्या लागल्या. त्या भूमिकांना मी न्याय देऊ शकले किंवा नाही, मला माहीत नाही; पण मैत्रीला साक्षी ठेवून मी त्या पार पाडत राहिले.''

"धन्य आहेस तू वीणा!''

"नाही सुनेत्रा, कॉलेजमध्ये असताना तू आमचा आदर्श होतीस. तुझे दिसणे, असणे, वक्तृत्व, लेखन, हुशारी, धाडसीपणा, प्रचंड आत्मविश्वास या साऱ्यांचा आम्हा सर्वच मैत्रिणींवर पगडा होता. नव्हे, तू आमची मैत्रीण आहेस याचा आम्हाला गर्व होता.... तुझे जीवन.... म्हणजे नक्कीच आगळे-वेगळे काही तरी असेल; नव्हे, राहणारच याची आम्हा सर्वांना अपेक्षा नव्हे, खात्रीच होती... पण... पण... झालं काही वेगळंच. सुनेत्रा, तुला नाही वाटत का; तू प्रदीपची साथ सोडली नसतीस, तर आज तूही सुखी असतीस?''

"हो ना वीणा, नेहमीच वाटतं... पण हातातून वाळू निसटून गेल्यावर वाटण्यात काय अर्थ ना....!'' खोल गेलेल्या आवाजात सुनेत्रा हताशपणे म्हणाली.

"नक्कीच.... तेव्हा पण मी, तुझ्या आईने, ताईने— सर्वांनी तुला किती समजावले; पण तू काहीएक ऐकण्याच्या मन:स्थितीत नव्हतीस. तारुण्याचा जोश अन् स्वत:वरचा प्रगाढ विश्वास तुला पडतं घेऊच देत नव्हता.''

बराच वेळ तिथेच बोलत बसल्या दोन्ही सख्या... किती तरी दिवसांनी झालेली ही भेट अन् मनात साचलेलं मळभ— हा दुर्मिळ योग घडून आला होता... जवळपास दोन-अडीच तास झाले होते...

सुमंतराव बाहेरून आले... "काय, मस्त रंगल्या नाही गप्पा...! खरं सांगू का; तुमच्या गप्पा रंगाव्यात म्हणूनच मी बाहेर गेलो...''

"नाही, नाही सुमंतराव— तुम्ही असते ना, तरी काही बिघडलं नसतं. नाही तरी माझ्या जगण्याचे वीणा आणि तुम्ही असे दोघेही खरेखुरे साक्षीदार आहात... नव्हे, तर जेवढे तुम्ही मला जाणता तेवढे या जगात दुसरे कुणीच जाणत नाही.''

"हो, तेही खरेच म्हणा... पण तरीही तुम्ही दोघी मैत्रिणी. मी कितीही झालं तरी जरा लांबचाच... नाही का...?'' हसत-हसत सुमंत म्हणाले.

"नाही, असे मुळीच नाही. पण आज आम्ही बरंच काही असं बोललो, ज्यामुळे मला फार बरं वाटतं आहे...''सुनेत्रा म्हणाली.

जेवणं आटोपली.... सायंकाळी वीणा सुनेत्रासोबत तिच्या त्या भाड्याच्या घरी गेली.... तिथल्या सामानाची विल्हेवाट लावून ते घर सोडणे आवश्यक होते. पण एकदा स्वयंमध्ये प्रवेश घेतला की, पुढच्या महिन्यात येऊन ही सारी कामं मार्गी लावावीत, ज्यामध्ये आईच्या घराचाही समावेश होता. तूर्तास आश्रमसंस्था कधी जॉईन करते, हेच महत्त्वाचे वाटत होते. अर्थात कुठे जाते आहे, हे वीणापासूनही दडवून ठेवण्याचा आटोकाट प्रयास सुनेत्राचा होता. त्यामुळे घरमालकास वेगळेच काही सांगून सुनेत्रा वीणासोबत तिच्या घरी परतली...

रात्रीची जेवणं आटोपली... वीणा सुनेत्राच्या जवळ येऊन बसली.

"वीणा, मला उद्या सकाळी निघायचं आहे...?"

"कुठे जाते आहेस तू सुनेत्रा?"

"अगं, एका संस्थेत बोलावले आहे, मला व्याख्यानाकरिता. तिथे जात आहे. तिथे पोहोचताच मी तुला फोन करते.... जा आता, झोप वीणा... सकाळपासून नुसती माझ्यामागे आहेस.... मुलं आणि सुमंत म्हणत असतील— मैत्रीण आली, तर आमच्याकडे लक्षच नाही..."

"नाही सुनेत्रा, ते काहीच म्हणत नाही. मलाच अजून काही वेळ बोलायचं आहे, तुझ्याशी... जे बोलायचं राहून गेलं..."

"हं बोल वीणा..."

दोघीही पलंगावर निवांत बसल्या...

"सुनेत्रा, तू मघाशी म्हणालीस तशी खरंच तुझ्या जीवनाची वाट वारंवार धुक्यात हरवत गेली. पण तुझ्यामुळे प्रदीपला विरक्त व निरुत्साही जगणे जगावे लागले, असे नाही का तुला वाटत?"

"हो ना वीणा, नक्कीच वाटते. एकांतात मी माझ्या आयुष्याच्या ह्या वळणावरून मागे वळून पाहते ना, तर मला माझा खूप राग येतो... प्रदीपसारख्या सहृदयी, प्रामाणिक व सज्जन माणसाच्या वाट्याला माझ्यामुळे उगाच वनवास आला याची खंत दाटून येते.... आणि तिथेच चुकले, हे राहून-राहून वाटते..."

"खरंच सुनेत्रा, तुला जे सांगायचे राहिले, ते म्हणजे— तो प्रदीपचा तुझ्यावर असलेल्या प्रेमाचा एक दाखला आहे.... तुला माहीत आहे का; तू प्राचार्य झालीस त्या वेळी प्रथम प्रदीपचं नाव पुढे आलं होतं. तुमच्या संस्थेने प्रदीपच्या नावे आदेशही काढला होता... पण त्या वेळी प्रदीपने स्वत: प्राचार्यपद न घेता तुझे नाव सुचविले होते... नव्हे, तर तुझी शिफारस केली होती. त्या वेळी संस्था म्हणाली होती की— प्रदीपजी, खरं तर तुमच्या दोघांचीही नावे आमच्यासमोर आहेत. तुमच्या दोघांचाही

नेमणूक दिनांक एकच आहे. त्या वेळी जन्मतारीख बघितली जाते व त्यानुसार तुमचा प्रथम क्रमांक, तुमच्यानंतर सुनेत्रा मॅडम होणार आहेत प्राचार्य... त्या वेळी नाही... मला व्ही.आर.एस. घ्यायची आहे, त्यामुळे तुम्ही प्राचार्यपद सुनेत्रा मॅडमलाच द्या... असे त्याने म्हटले होते. त्या वेळी प्रदीप आमच्याकडे येऊन गेला आणि म्हणाला— वीणा, खरं तर सुनेत्राच्या हाताखाली राहिलो तर उगाच तिची कोंडी होईल, म्हणून मी व्ही.आर.एस. घेतलेली आहे.''

हे सारं सुनेत्रा डोळे विस्फारून ऐकत होती. म्हणाली, ''बापरे! वीणा... काय सांगते आहेस तू हे...?''

''हो सुनेत्रा, हे खरे आहे. व्ही.आर.एस. घेऊन कुठे जाणार विचारले, तर म्हणाला— 'मी कुठे जाणार? गावाकडे परत जाणार' असे म्हणाला होता. तेव्हापासून भेटला नाही बघ. बघ सुनेत्रा, आपल्यामुळे जगणे कठीण होऊ नये याचा प्रदीप कायम विचार करत राहिला.''

हे सारं गुपित वीणाने सुनेत्रासमोर मांडले; जणू सुनेत्रास हे कळण्याची यापेक्षा योग्य वेळ दुसरी नसावी.

''खरंच वीणा, मला फार पश्चात्ताप होतो आहे. माझ्या आयुष्याने मला दिलेले तीन-तीन पुरुषांचे वेगवेगळे अनुभव मला हेच सांगून गेले की, मी प्रदीपशी असे वागायला नको होते. माझे चुकलेच.... मी स्वत:च माझ्या वाटेवर धुके उभे करत गेले. प्रत्येक वेळी माझी वाट धुक्यात हरवत गेली. आकाशसारख्या मुलाच्या मनातली आईची जागाही मी हरवून बसले. आकाशने तर इतक्या वेदना दिल्या की, कित्येकदा आत्महत्येचे विचार मनात आले. खरंच, दिशाहीन कस्पटासमान झालंय की काय आयुष्य, असं वाटतं...''

''नाही सुनेत्रा, नाही. असे समजू नकोस. खरं तर मी काय सांगावे तुला? तू स्वत:च फार विद्वान आहेस, एका नावाजलेल्या महाविद्यालयाची माजी प्राचार्या आहेस. प्रभावी वक्ता आहेस, ज्ञानाचे भांडार आहेस.... आताही एक चांगलं जीवन तू जगू शकतेस. का, तू पण काही ठरवलं असशीलच ना...?

''नाही वीणा, सध्या तरी काही ठरविलेलं नाही. जे काही ठरवेन, ते तुला नक्की सांगेन. आजचा दिवस तुझ्यासोबत घालविला याचे खूप समाधान वाटत आहे. मरणाचे विचार मनात असताना जणू जगण्याची ओढ निर्माण झाली आहे. प्रदीपबद्दलचा कोपरा पुन्हा एकदा लख्ख झालाय. वाटतं, जगण्याने मला अजून थोडा वेळ द्यावा— काही कर्ज चुकविण्यासाठी. काही खरंच मिळविण्यासाठी, काही कर्तव्ये पार पाडण्यासाठी त्याची गरज आहे. या जगण्याच्या घाईगर्दीत काही नाती रुसली, त्यांना

हसविता आलं तर... काही अपेक्षा राहून गेल्या, त्या पूर्ण झाल्या तर... काही नाती जुळता-जुळता तुटत गेलीत, त्या तुटण्याच्या जखमांवर मलमपट्टी करता आली तर... तर... हे जीवना, थांब थोडा...! दे... मला थोडा तरी वेळ... हे थोडंसं या वाटेवर करता आलं तर.... पण कसं शक्य आहे? शक्य नाही; शक्यच नाही गं वीणा...'' सुनेत्रा हमसाहमशी रडू लागली.

किती तरी वेळ वीणाने तिला रडू दिले... थोपटवतच म्हणाली... ''हे बघ सुनेत्रा, प्रत्येकाच्या वाट्यास येणारं जगणं म्हणून तर वेगळं असतं ना... चल झोप. आता बरीच रात्र झालीय. रात्रीचा एक वाजतोय बघ.''

''हो, जा वीणा, good night! भेटू या सकाळी.''

◈◈◈

२४

रात्री आठ वाजता पुण्याहून सुनेत्रा निघाली.... वीणा आणि ॲड. सुमंतसह सर्व परिवाराचा निरोप घेताना तिचे मन जड झाले होते. पुणे शहराशी जुळलेले सारे आयुष्य नजरेसमोरून हटत नव्हते. अक्षयने सुनेत्राला रेल्वे स्टेशनवर पोहोचवले.

पाटणाहून गोहाटी आणि गोहाटीहून इटानगरला जाणाऱ्या गाडीत बसवून दिले. इटानगरहून 'अनुपम' या गावाला बसने जायचे होते.

निसर्गसौंदर्याने नटलेल्या अरुणाचल प्रदेशातील 'अनुपम' हे निसर्गाच्या हिरवाईच्या कुशीत वसलेलं असं अतिशय शांत ठिकाणी असलेलं छोटंसं गाव! स्वयम् संस्थेने त्या गावाची निवड करणे हीच जणू फार मोठी गोष्ट होती.

दोन ते अडीच दिवसांचा प्रवास करीत सायंकाळी साडेसहाच्या दरम्यान सुनेत्रा 'अनुपम' या छोट्याशा गावात पोचली. संस्थेचे सचिव श्री. राघवेंद्र देसाईंच्या सतत संपर्कात होती. सुनेत्राच्या एकूणच माहिती-पत्रकावरून तेसुद्धा फार उत्सुक होते. इतकी विद्वान विदुषी आपल्या संस्थेत इतक्या लांबवरून येत आहे, याचा त्यांनाही आनंद होता... सुनेत्राने बसस्टॉपवर पोचताच राघवेंद्र यांना फोन केला. पाचच मिनिटांत संस्थेची गाडी घ्यायला आली. ड्रायव्हरने सामान उचलून गाडीत ठेवले.... अर्ध्या तासाच्या अंतरावरील आश्रमात पोचताच श्री. राघवेंद्र देसाईंची भेट झाली. नव्हे, ते वाटच पाहत होते. आश्रमाचा रम्य आणि सुंदर परिसर पाहता क्षणीच सुनेत्रास फार भावला. फार प्रसन्न वाटले.

"या मॅडम, आम्ही आपले आमच्या संस्थेत स्वागत करतो.... आपण आता आजपासून या परिवाराच्या सदस्य झालात." देसाई म्हणाले.

"नमस्कार देसाईसाहेब..... खरंच, फार सुंदर आहे सारा परिसर..."

"मॅडम, आपण आता आलात. उद्या सकाळी आपणास पूर्ण आश्रम पाहता येईल..... रूम नं. ३५ आपल्याला देण्यात आली आहे."

"ठीक आहे सर, भेटू या सकाळी." एका मुलाने सुनेत्राचे सामान रूममध्ये नेऊन ठेवले.... फार प्रशस्त दोन खोल्यांचा ब्लॉक होता. अत्यंत स्वच्छता आणि शांतता वातावरणाची उंची वाढवत होते... रूममध्ये समोरच सोफासेट, टी-पॉय होता. आतल्या खोलीत पलंग, टेबल, खुर्ची, पुस्तकाचे कपाट, एक छोटा टी-पॉय, त्यावर सुंदर फ्लॉवरपॉट— सारं-सारं आखीव-रेखीव व सुंदर.... भिंतीवरचं सुरेख निसर्गचित्र खोलीचं सौंदर्य वाढवीत होते.

"मॅडम, मेरा नाम सुभाष है. आपको कुछ जरुरत पडी तो आप मुझे बुला सकती हो. आप फ्रेश हो कर खाना खाने आ सकती हो, नहीं तो मैं यहाँ रूम में भी ला कर देता हूँ."

"हाँ सुभाष, मै आपको बताती हूँ, फिलहाल मुझे कुछ भी नहीं चाहिये."

सुनेत्रा फार थकलेली होती. तिने अंघोळ केली... रूममध्येच जेवण मागविले... त्या रात्री छान झोप लागली. जणू कित्येक दिवसांनंतर लागलेली छानशी झोप...

पहाटे-पहाटेच जाग आली. अंधुकशा प्रकाशात काही दिसत नव्हते, पण आश्रम व परिसर बघण्याच्या तीव्र इच्छेमुळे पुन्हा झोप लागली नाही. पहाटेचे साडेपाच वाजले होते... बाथरूममध्ये गरम पाण्याची सोय होतीच. लांबसडक केस धुऊन सुनेत्राने छान अंघोळ केली. खूपच प्रसन्न वाटत होतं. ओले केस पुसत खिडकीतून बाहेरचे निसर्गसौंदर्य न्याहाळण्यात ती दंग झाली. तेवढ्यात बेल वाजली.

दार उघडले. दारात सुभाष उभा होता. "मॅडम,चाय-नाश्ता रूम में लाऊ या बाहर लॉन में लेना चाहोगी."

क्षणात सुनेत्रा उत्तरली, "नहीं भाई, मै तो बाहर ही लेना चाहुँगी"

"हाँ मॅडम, तो फिर आप ये लिजीये कूपन. टेबल नं. सेव्हन पे आपको चाय-नाश्ता मिलेगा."

सुनेत्रा रूमच्या बाहेर पडली.

एव्हाना बरंच उजाडलं होत. लॉनवरील काही काही टेबलांवर लोक चहा-नाश्ता घेत होते.

सुनेत्रा सात नंबरच्या टेबलकडे वळली... टेबलसमोर आधीच एक व्यक्ती बसलेली होती. हातामध्ये असलेलं वर्तमानपत्र वाचण्यात ते गृहस्थ गर्क होते.

सुनेत्राने समोरची खुर्ची ओढली व जाऊन बसली. हिरवाकंच, सुंदर लॉन, आजूबाजूची सुंदर फुलझाडे, त्यावर आकर्षकतेने केलेली ही बसण्याची व्यवस्था मधेच उडणारा पाण्याचा कारंजा.... सारेच फार मोहक होते.

समोरच्या व्यक्तीशी बोलायला हवं... असा विचार मनात येताच त्यांनी

वर्तमानपत्र बाजूला केले...

सुनेत्राने 'हॅलो' म्हणताच समोरच्या व्यक्तीने हसून 'हॅलो' म्हटले; पण ते दोनच शब्द... जणू अडखळले.

सुनेत्रा बघतच राहिली "प्र ऽऽदी ऽऽप... प्रदीप, तुम्ही...?"

"हो सुनेत्रा, मीच... प्रदीप दीक्षित."

"तुम्ही इथे?"

"हो, मी इथेच असतो व्ही.आर.एस. घेतल्यापासून..." नियतीच्या या चमत्कारापुढे हसावे की रडावे, सुनेत्राला कळेनासे झाले.

"प्रदीप... हॅलो प्रदीप, ग्लॅड टू मीट यू...!"

सुनेत्राने हात पुढे केला.... क्षणभर थांबून सुनेत्राने पुढे केलेला हात प्रदीपने हातात घेतला...

"सॉरी प्रदीप, सॉरी...! मला माफ करा प्रदीप..."

सुनेत्राच्या या रूपाकडे, भूमिकेकडे अन् नियतीकडे पाहून प्रदीपही स्तंभित झाला होता.

प्रदीपचा हात हातात घेऊन सुनेत्रा किती तरी वेळ त्यावर अश्रूंचा अभिषेक करीत राहिली.

वास्तवाचे भान येताच प्रदीपने दुसऱ्या हाताने सुनेत्राच्या हाताला आधार दिला...

ही अपूर्व भेट...! सुनेत्रा हरखून गेली... नियतीचा वास्तवाशी हा असा कसा करार असावा? प्रत्येक वेळी हरवताना, धुकं दाट-दाट होत असताना आणि प्रत्येक वेळी मीच चूक होते हे मी मनोमन मान्य केलेलं असतानाही.... नियतीने असा सुरेख कौल का बरं दिला असावा? ...अशी खंत चेहराभर व्यापून असलेल्या सुनेत्राला आता आनंदाश्रूंना थोपविणे केवळ अशक्य झाले होते...

◈◈◈

परिचय

विजया मारोतकर

- **शिक्षण :** एम्. कॉम., बी.एड., एम. फिल.

-: **प्रकाशित साहित्य** :-

- **काव्यसंग्रह :** स्वल्पविराम, आवर्तन, प्रवाह, आभाळ पेलताना, रंगतरंग.
- **चारोळीसंग्रह :** हिंदोळा (तृतीय आवृत्ती)
- **लेखसंग्रह :** उन्ह वेचता..., झाले मोकळे आकाश, सदाफुली
- **कथासंग्रह :** सार्थक (द्वितीय आवृत्ती), संस्कार-कलश, अहो ऐकलंत का...?, प्रतीक्षा
- **समीक्षासंग्रह :** आस्वाद, गंध-सुगंध
- **कादंबरी :** धुक्यात हरवली वाट
- **पुरस्कार :**

स्वल्पविराम (काव्य संग्रह) : महाराष्ट्र कामगार साहित्य परिषद, पुणे यांच्या वतीने पद्मश्री नारायण सुर्वे पुरस्कार २०१० अश्व पुरस्कार - औरंगाबाद - २००६

प्रवाह (काव्य संग्रह) : महाराष्ट्र शासन ग्रंथ निवड समितीच्या वतीने निवड - २००७

आस्वाद (समीक्षा संग्रह) : महाराष्ट्र शासन ग्रंथ समितीच्या वतीने निवड- २००७

हिंदोळा (चारोळी संग्रह) : झेना काव्य पुरस्कार - २०१०

स्व. विठ्ठलराव बोबडे काव्य पुरस्कार - २०१०

सार्थक कथासंग्रह : अण्णाभाऊ साठे उत्कृष्ट वाङ्मय निर्मिती पुरस्कार, नांदेड २०१०

संस्कार (कथा) : कथापुरस्कार - चालना मासिक मुंबई

राष्ट्रीय कथा स्पर्धा २००८ द्वितीय क्रमांक पुरस्कार

ओढ (कथा) : कथापुरस्कार - चालना मासिक - मुंबई २०१०

संस्कार (कथा) : कथा पुरस्कार बालजगत संस्था, नागपूर.

झाले मोकळे आकाश : लेख संग्रह- शैक्षणिक क्षेत्र गौरव.

❖ **साहित्यातील उल्लेखनिय कार्याबद्दल प्राप्त पुरस्कार, गौरव सन्मान:**

१. विदर्भभूषण पूरस्कार मे २००८ - स्वाभिमानी संकल्प- वाशिम

२. शिवराज पूरस्कार २०११ - शिवराज प्रतिष्ठान, नागपूर

३. साहित्य भूषण पूरस्कार २०१० - डॉ. राजेंद्रप्रसाद क्रीडा मंडळ, नागपूर

४. सखी गौरव पूरस्कार २०११ - लोकमत द्वितीय नामांकन

५. श्री गुरवे नम: पुरस्कार - रायसोनी ग्रुप व लोकशाही वार्ता

६. साहित्यिक गौरव - कमिश्नर ऑफ पोलिस, नागपूर.

७. उत्कृष्ट लेखिका पुरस्कार - निर्धार संस्था, नागपूर

८. उंच माझा झोका पुरस्कार - इतवारी तेली समाज संस्था, नागपूर

९. मराठी दिवस समारोह साहित्यिक सन्मान - सेंट झेव्हीयर्स हायस्कुल, हिंदू मुलींची शाळा, नागपूर

१०. शिवांजली साहित्य गौरव पुरस्कार - चाळकवाडी, पुणे.

❖ **आदर्श शिक्षक पुरस्कार :**

१. महाराष्ट्र टीचर्स कॉन्सिल, नागपूर.

२. काव्यमित्र संस्था, पुणे.

❖ **अन्य पुरस्कार :**

अनेक कविता, कथा व निबंधांना सर्वस्तरिय पुरस्कार प्राप्त व अनेक संस्थांमार्फत साहित्य गौरव.

www.ingramcontent.com/pod-product-compliance
Lightning Source LLC
LaVergne TN
LVHW060447051026
849518LV00002B/654
9789351171232